વિના પ્રયાસ

વેઈટલૉસ

અને ડાયાબિટિસ પ્રતિબંધ

ડૉ. જગન્નાથ દીક્ષિત

सकाळ प्रकाशन

सकाळ प्रकाशन

Vina Prayas Weight Loss ane Diabetes Pratibandh

વિના પ્રયાસ વેઇટલૉસ અને ડાયાબિટિસ પ્રતિબંધ

લેખક	:	ડૉ. જગન્નાથ દીક્ષિત
પ્રથમ સંસ્કરણ	:	માર્ચ 2020
અનુવાદ	:	વિનોદ કશાલીકર
મુખપૃષ્ઠ	:	મધુમિતા શિંદે, પુણે
ડિઝાઇન	:	સંદીપ ઘાવરે
સંપાદન અને ટાઇપ સેટિંગ	:	આશિષ ભીન્ડે
પ્રકાશક	:	સકાળ મીડિયા પ્રા.લિ. 595, બુધવાર પેઠ, પુણે-411 002

ISBN : 978-93-89834-10-9

સંપર્ક : 020 -2440 5678/ 88888 49050
sakalprakashan@esakal.com

આપણા ભારતીયોનું જીવન સમૃદ્ધ કરવામાં સ્વ. ડૉ. જિચકાર સાહેબે વિવિધાંગી અને મહત્ત્વનું યોગદાન આપ્યું છે. વર્ષ 2004 સુધી તેમણે "શારીરિક વજન ઘટાડી, તંદુરસ્ત જીવન જીવવું" એ વિશે અનેક વ્યાખ્યાનો આપી લોકોને સજાગ કર્યા. વજન ઘટાડવા માટે, યોગ્ય ટેકનૉલૉજી વાપરી, સસ્તી અને અસરકારક પદ્ધતિ એમણે ભારતમાં પ્રચલિત કરી, એમણે નાગપુર અને પુણેમાં "તંદુરસ્તી જાળવો"ની ચળવળ ચાલુ કરી. જાડાપણું, ડાયાબિટિસ અને હાઈપર ટૅન્શન જેવા જીવન માટે ગંભીર રોગોમાં, લોહીમાં ઈન્સ્યુલિનનું ઊંચું પ્રમાણ શું ભૂમિકા ભજવે છે તે એમણે સફળતાપૂર્વક શોધી કાઢ્યું. એમણે પોતાની આ પદ્ધતિ વિશે લોકોને વિગતવાર સમજાવી તેનું પાલન કરી તંદુરસ્ત જીવન જીવવા માટે તૈયાર કરવાનું બીડું ઉઠાવ્યું હતું. સફળતાના શિખરો સર કરતા કરતા કારકિર્દીની ટોચ પર પહોંચેલા એમનું કમનસીબે માર્ગ અકસ્માતમાં મૃત્યુ થયું. ભારત માટે આ એક ખરેખર ગંભીર ખોટ હતી. એમણે ઉપાડેલું "તંદુરસ્તી અભિયાન" પુનર્જીવિત કરી આગળ ધપાવવા માટે લખાયેલું આ પુસ્તક તેમની સ્મૃતિને અર્પણ કરીએ છીએ.

પ્રથમ આવૃત્તિ પ્રસંગે

ડૉ. શ્રીકાંત જિચકાર માનતા હતા કે તેમના અસ્તિત્વનો હેતુ આત્મવિકાસ માટે છે તે કરતાં વધુ સામાજિક ઉન્નતિ અને સમાજહિત ખાતર છે. તેથી તેમણે તંદુરસ્તી અભિયાન શરુ કર્યું હતું. આ કાર્ય માટે દિલોજાનથી વ્યસ્ત રહેતા હતા. અચાનક એવા સમયે તેમનું દુઃખદ અવસાન થયું અને તેમનું આ કાર્ય અધૂરું રહી ગયું.

ડૉ. શ્રીકાંત જિચકારે શરુ કરેલી તંદુરસ્તીની ચળવળ પુનર્જીવિત કરવા કરેલા પ્રયાસો બદ્દલ હું ડૉ. જગન્નાથ દીક્ષિતની આભારી છું. તંદુરસ્તીની જાળવણી સહજ રીતે કેમ કરવી તે વિશે તેઓ હંમેશાં લોકોને માર્ગદર્શન આપતા. ડૉ. શ્રીકાંત જિચકારની તર્કસંગત વૈજ્ઞાનિક વિચારધારા, તેમની સમાજ પ્રત્યેની લાગણી અને લગાવ અબાધિત રાખી પુસ્તક રુપે પ્રગટ કરવાનો ડૉ. જગન્નાથ દીક્ષિતનો પ્રયાસ પ્રશંસાપ્રાત્ર છે. આ પુસ્તકમાં અપાયેલી વૈજ્ઞાનિક માહિતી તથા આલેખન સામાન્ય માણસને સમજવા તથા તંદુરસ્ત જીવન જીવવા નિશ્ચિતપણે ઉપયોગી નીવડશે.

‘‘ખોરાક, ઊર્જા તથા પોષક તત્વોની જરૂરિયાત, કસરત, ઈન્સ્યુલિન અને બીજા હૉર્મોન્સ તેમ જ વજન ઘટાડવાની સરળ પદ્ધતિ’’ જવા સરળ મુદ્દાઓના સમાવેશને કારણે આ પુસ્તક સંપૂર્ણ કહેવાય. ‘‘વજન ઘટાડવાના મારા પ્રયોગો’’નું પ્રકરણ તથા છેલ્લું ‘‘હંમેશાં પૂછાતા પ્રશ્નો’’નું પ્રકરણ લોકોના મનની ગેરસમજ દૂર કરશે. તેમ જ તેમને તંદુરસ્તી જાળવવા વિશે પ્રેરણા આપશે. મને લાગે છે કે વાચકો આ પુસ્તકમાંનો સંદેશ આસાનીથી સમજી શકશે અને દૈનિક જીવનમાં એનું આચરણ નક્કી જ કરશે અને એ રીતે ડૉ. શ્રીકાંત જિચકાર પ્રત્યે ખરો આદર વ્યક્ત થશે.

આ પુસ્તકના પ્રકાશન માટે હું આપને હ્રદયપૂર્વક શુભેચ્છા આપું છું.

ડૉ. જગન્નાથ દીક્ષિતને હાર્દિક શુભેચ્છા સહ

રાજશ્રી શ્રીકાંત જિચકાર
નાગપુર

શુભેચ્છા

પ્રિય ડૉ. જગન્નાથ દીક્ષિતજી,

નમસ્કાર.

સન 1999થી ડૉ. શ્રીકાંત જિચકારે કાર્બો-ઈન્સ્યુલિન સંબંધિત સિદ્ધાંતનો પ્રચાર કર્યો. લોકો આ સિદ્ધાંત પ્રમાણેની જીવનશૈલી અપનાવે એવી મારા મિત્ર ડૉ. શ્રીકાંત જિચકારની ઇચ્છા હતી. ડૉ. શ્રીકાંત જિચકારના વિચારો બહુ સીધી સરળ ભાષામાં ડૉ. જગન્નાથ દીક્ષિતે આ પુસ્તક રૂપે લોકો સમક્ષ મૂક્યા છે. સમાજમાં ઘર કરી ગયેલી સ્થૂળતા (જાડાપણું)ની સમસ્યા દૂર કરવા માટે જનસામાન્યને મદદરૂપ થવાની ડૉ. શ્રીકાંત જિચકારની અંતરની ઇચ્છા હતી.

પોતાના મિત્રના મોબાઈલ પર ડૉ. શ્રીકાંત જિચકારનું વ્યાખ્યાન ડૉ. જગન્નાથ દીક્ષિતે સાંભળ્યું જેના થકી ડૉ. જગન્નાથ દીક્ષિતને આ પુસ્તક લખવાની પ્રેરણા મળી એવું આ પુસ્તક વાંચ્યા પછી મને જાણવા મળ્યું. પોતાની જાત પર વજન ઘટાડવાના પ્રયોગો કર્યા ત્યારે થયેલા અનુભવો પરથી ડૉ. જગન્નાથ દીક્ષિતના કાર્બો-ઈન્સ્યુલિન સંબંધના સિદ્ધાંત પર પાકો વિશ્વાસ બેઠો.

ડૉ. શ્રીકાંત જિચકાર મારા મિત્ર, માર્ગદર્શક તેમ જ તત્વજ્ઞ હતા. કૉલેજમાં હતો ત્યારથી હું એમને ચાહક છું અને ત્યારથી જ એમની વિચારસરણી મેં આચરણમાં આણી છે. એમની વજન ઘટાડવાની પદ્ધતિ મેં અપનાવી અને કહેવાની જરૂર નથી કે એનાથી મને સારો ફાયદો થયો. ડૉ. શ્રીકાંત જિચકારે વજન ઘટાડવા બાબતે વર્ણવેલા તમામ વૈજ્ઞાનિક મુદ્દાઓનું સંકલન આ પુસ્તકમાં છે. વજન ઘટાડવા માટે તથા નિરોગી જીવન જીવવા માટે લોકોને આ પુસ્તક ઉપયોગી થઈ રહેશે એની મને ખાતરી છે.

બહુ ઉપયોગી એવું આ પુસ્તક લોકોને ઉપલબ્ધ થાય તે માટે કરેલી મહેનત માટે તથા આ પુસ્તક મારા મિત્ર ડૉ. શ્રીકાંત જિચકારને અર્પણ કરવા બદ્દલ હું તેમની પ્રશંસા કરું છું.

"નિરોગી જીવન અભિયાન" ખાતર લખેલા આ પુસ્તકમાં ડૉ. જગન્નાથ દીક્ષિતના પ્રામાણિક પ્રયત્નો ખરેખર પ્રશંસનીય છે.

ડૉ. જગન્નાથ દીક્ષિતને મારી શુભેચ્છા!

અવિનાશ પાંડે

માજી સંસદસભ્ય, રાજ્યસભા,

નવી દિલ્હી

MOHAN HOSPITAL

Dr. Mohan B. Deo
(M.S. Bom.)
E.N.T. & CONSTRUCTIVE SURGEON

Dr. Meghana M. Deo
(M.B.B.S.)

CITY POINT, GEETA NAGAR, RLY STATION VAPI (E) **PHONE : 0260-2420352, 2401757**
Mob. : +91-8758233078

A lecture on "Effortless Weight Loss & Diabetes Prevention" was arranged on 27/01/2019 in VAPl (Gujarat). I could not attend the lecture as I was out of station but later I read the book "Effortless Weight Loss & Diabetcs Prevention" and was very mueh impressed by the presentation of the scientific information and oxperimental details of the SIMPLE CONCEPT to lose weight and keep healthy.

Late Dr. Shri Shrikant Jichkar had initiated the movement of *"WEIGHT LOSS"* and now Dr. Shri Jagannath Dixit is carrying the movement further in the fonn of "INDIA FREE OF OBESITY & DlABETES" campaign with due dedication.

1 have been practicing in VAPI (Gujarat) for the last 30 years. As the campaign would get momentum in Gujarat State. need would be felt to have Gujarati edition of the book "Effortless Weight Loss and Diabetes Prevention" and my friend Shri Vinod Kashalikar (M.Sc.-Organic Chemistry), who is born and brought-up in Surat, has aptly and perfectly translated the book. Some English words which are commonly used as such in our day to day life have been kept as they are for better understanding and communication. Translation of the medical and scientific terms and words is appropriate and perfect. Thjs Gujarati edition will definitely be of great help for the people in Gujarat to understand the concept thoroughly.

I wish all the very best to Dr. Jagannath Dixit and his team for "INDIA FREE OF OBESlTY & DlABETESE" campaign .....!!!

JAI HIND!!!

VAPI

10th November, 2019

Dr. MOHAN DEO

Mob : 98251 38201

પુસ્તક વિશે બે શબ્દો

થોડાક મહિના પહેલા ડૉ. જગન્નાથ દીક્ષિતને મળવાનું થયું ત્યારે ડૉ. શ્રીકાંત જિચકાર ''કાર્બો-ઈન્સ્યુલિન''નું સમૂળ વિવેચન કરે એવું એકાદ પુસ્તક તેઓ લખશે એ વિશે મને શંકા હતી. આ જમાનામાં આધુનિક જીવનશૈલીને કારણે થતું જાડાપણું બધી આરોગ્ય સમસ્યાઓનું મુખ્ય કારણ છે. સ્થૂળતા અને એને સંલગ્ન બીમારીઓને કારણે અનેક ભારતીયો મૃત્યુ પામ્યા છે. આપણામાંના ઘણાને સ્થૂળતા પર કાબુ મેળવવાની ઈચ્છા હોય છે જ પણ તે માટે બીજા કોઈકે આપણી પાછળ પડવું પડે છે. અને આ જ વસ્તુ ડૉ. જગન્નાથ દીક્ષિત સાહેબે પુસ્તક લખીને કરી છે.

ડૉ. શ્રીકાંત જિચકારે લોકોને વજન ઘટાડવાની પ્રેરણા આપવા પ્રગટાવેલો જ્ઞાનદીપ, આગળ ધપાવી વધુ પ્રજ્વલિત કરવાનું કામ ડૉ. જગન્નાથ દીક્ષિતે આ પુસ્તક લખીને કર્યું છે. સ્થૂળતા ઘટાડવાના આ ઉપાય પર ડૉ. શ્રીકાંત જિચકારે ઘણું સંશોધન કર્યું, અને તે થકી સ્થૂળતા નિવારવા નું કાર્ય કર્યું. આ માટે તેમણે પોતાની જાત પર તેમ જ મારા જેવા ખાસ મિત્રો પર પ્રયોગો કર્યા. નજર સામે ''લોક-સેવા'' એ જ એકમાત્ર ઉદ્દેશ રાખી ડૉ. શ્રીકાંત જિચકારે ભારતના અનેક શહેરોમાં આ સંશોધન વિશે વ્યાખ્યાનો આપ્યાં. આખા દેશમાં તંદુરસ્તી અભિયાન શરુ થાય એવી તેમની ઈચ્છા હતી.

આ પુસ્તકમાં સૂચિત ''કાર્બો-ઈન્સ્યુલિન સિદ્ધાંત'' આધારિત ઉપાય જાદુઈ અસર કરે છે એ સિવાય એની કોઈ આડઅસર નથી. મેં 1999થી આ ઉપાય અપનાવ્યા છે અને હવે તો મારી જીવનશૈલી જ બની છે.

સ્થૂળતા (જાડાપણું) ઘટાડવા માટે ઉપાય અને દવાની જાણકારી આપતું આ એક ઉત્તમ પુસ્તક છે. સામાન્ય માણસ સમજી શકે એવી સીધી-સરળ ભાષામાં યોગ્ય વૈજ્ઞાનિક માહિતીનું સંકલન આ પુસ્તકમાં કરવા બદ્દલ હું ડૉ. જગન્નાથ દીક્ષિતને અભિનંદન આપું છું. વ્યવસાયે ડૉક્ટર એવા ડૉ. જગન્નાથ દીક્ષિત મેડિકલ કૉલેજમાં અધ્યાપનનું કાર્ય કરે છે. ડૉ. શ્રીકાંત જિચકારનું વ્યાખ્યાન સાંભળી તેમણે પોતાની જાત પર પ્રયોગો કર્યા જેનાં આશ્ચર્યજનક પરિણામ મળ્યાં. જે થકી તેમને આ પુસ્તક લખવાની પ્રેરણા મળી. જેમને નિરોગી તંદુરસ્ત રહેવું છે એવા જાગૃત લોકો આ પુસ્તક ચોક્કસ વાંચશે તથા તે અમલમાં મૂકશે એની મને ખાતરી છે.

આ પુસ્તક એટલે ડૉ. શ્રીકાંત જિચકાર પ્રત્યેનો આપણો આદર વ્યક્ત કરવાનો એક માર્ગ છે એવું મારું માનવું છે. ડૉ. શ્રીકાંત જિંચકાર સાહેબે લોકપ્રિય કરેલી આ જીવનશૈલી અમલમાં મૂકનારા મારા જેવા બધા વતી ડૉ. જગન્નાથ દીક્ષિત સાહેબને ધન્યવાદ. ખરેખર તમે આવું પુસ્તક લખશો એ બાબતે મારા મનમાં શંકા હતી, પણ એ મારી ભૂલ હતી.

રાજુ અકોલકર, નાગપુર
મોબાઈલ નંબર: 9096399222
ઈમેઈલ: rajuakolkar@gmail.com

મનોગત

"વિના પ્રયાસ વેઇટલૉસ અને ડાયાબિટિસ પ્રતિબંધ" પુસ્તકની ગુજરાતી આવૃત્તિ ગુજરાતી વાચકો સમક્ષ રજૂ કરતાં મને ઘણો જ આનંદ થાય છે. કોઈ પુસ્તકની અનેક આવૃત્તિઓ પ્રકાશિત થાય એ બાબત જ લેખકને પુરસ્કાર મળ્યા બરાબર ગણાય. બીજું આના પરથી એવું પ્રતીત થાય છે કે વજન ઘટાડવાની અને તે માટે ઉપાયો શોધવાની ઇચ્છા અનેક લોકો ધરાવે છે.

બીજી મહત્વની વાત કે આ પુસ્તકનું જે શીર્ષક શરુઆતમાં હતું - "વિનાસાયાસ વેઇટલૉસ" તે બદલીને "વિના પ્રયાસ (સાયાસ) વેઇટલૉસ અને ડાયાબિટિસ પ્રતિબંધ" એવું રાખવામાં આવ્યું છે. આ ફરક કંઈ નામ પૂરતો નથી. છેલ્લાં ચાર-પાંચ વર્ષોના સંશોધનના આધારે અમારા આ ડાયટ પ્લાનની (આહાર યોજના) મદદથી ડાયાબિટિસ પ્રતિબંધ (અટકાવ) થાય છે, મોટા ભાગની ડાયાબિટિસ પૂર્વ અવસ્થા ધરાવતી વ્યક્તિઓ ત્રણથી છ મહિનામાં ડાયાબિટિસમુક્ત થાય છે. એટલું જ નહીં પણ જેમને બ્લડ સુગર, એચબીએ1સી ખૂબ વધુ પ્રમાણમાં છે છતાં ડાયાબિટિસની કોઈપણ દવા ચાલુ ન કરી હોય તેવા પૅશન્ટોને કોઈ દવાની જરૂર જ રહેતી નથી, એવો અનુભવ થવાથી અને તે અંગેના વૈજ્ઞાનિક પુરાવા પણ પ્રાપ્ત થવાથી જ આ શીર્ષક સુધાર્યું છે.

"મારું સંશોધન" પ્રકરણમાં "વજન અને પેટનો ઘેરાવો ઓછો થવા બાબત", "ખાલી પેટે લોહીમાંના ઈન્સ્યુલિનનું પ્રમાણ ઓછું થવા વિશે", "ડાયાબિટિસ પૂર્વ અવસ્થાનું ડાયાબિટિસમુક્ત અવસ્થામાં પરિવર્તન વિશે" તથા "ડાયાબિટિસનું નિદાન થયેલા પૅશન્ટો વગર દવાએ ડાયાબિટિસમુક્ત થવા બાબત" મેડિકલ જર્નલ્સમાં પ્રકાશિત થયેલા શોધનિબંધો વિશે વિગતવાર માહિતી આપવામાં આવી છે. જુદા-જુદા ખાદ્યપદાર્થો ખાવાથી થતાં ઈન્સ્યુલિન સ્રાવ વિશે અમારા સ્વયંસેવકોએ હાથ ધરેલા પ્રયોગો વિશે પણ માહિતી આપી છે. ડાયાબિટિસનું નિદાન કરવા માટે એચબીએ1સી ટેસ્ટનો ઉપયોગ કરવાથી ડાયાબિટિસ પ્રતિબંધ કરવું સરળ બનશે એ વિશે અમારા અપ્રકાશિત સંશોધન વિશે પણ માહિતી આપી છે. જેમાં કહ્યું છે કે આ ટેસ્ટ કરવાથી 30 ટકા વધુ પૅશન્ટોનું નિદાન શક્ય બનશે. આ શોધનિબંધોથી વૈજ્ઞાનિક અભિગમ ધરાવતી વ્યક્તિઓને, આ પુસ્તકમાં પ્રચલિત કરવામાં આવેલો સિદ્ધાંત સમજવો સહેલો થઈ પડશે.

બે ટંકના ભોજન વચ્ચે ભૂખ લાગે તો, જે પદાર્થ ખાવાથી ઈન્સ્યુલિન સ્રાવ ન થતો હોય તેવા પદાર્થ ખાવાની સલાહ અમે આપીએ છીએ. આ વિષયના પ્રયોગો વિશેની માહિતી આ આવૃત્તિમાં ઉમેરવામાં આવી છે. વિવિધ રાષ્ટ્રીય અને રાજ્ય

સ્તરીય પરિષદોમાં હાલમાં જ મેં પ્રસ્તુત કરેલા શોધનિબંધો વિશેની માહિતીનો સમાવેશ પણ કરાયો છે.

"સ્થૂળતા અને ડાયાબિટિસમુક્ત વિશ્વ" અભિયાન હવે જોર પકડતું જાય છે. અમે પહેલું વૉટ્સઍપ ગ્રુપ જુલાઈ-ઑગસ્ટ 2015માં બનાવ્યું હતું. આજે 287 વૉટ્સઍપ ગ્રુપ છે અને 70,000થી વધુ સભ્યો નોંધાયા છે. મહારાષ્ટ્રના વિવિધ ભાગોમાંથી 100થી વધારે આગેવાન કાર્યકર્તાઓ સખત પરિશ્રમપૂર્વક આ અભિયાન લોકો સુધી પહોંચાડવાના પ્રયાસ કરે છે. આજ સુધીમાં મેં અને મારા સાથીદારોએ મળીને આ ડાયૅટ પ્લાન વિશે મહારાષ્ટ્રભરમાં 300થી વધારે વ્યાખ્યાનો આપ્યા છે. આ અભિયાનની પ્રગતિ વિશે એક પ્રકરણ આ સુધારિત આવૃત્તિમાં મેં ઉમેર્યું છે, જેથી વાચકોને આ અભિયાનમાં મદદરૂપ કેવી રીતે થવું તે વિશે માહિતી મળી શકશે. આ ઝુંબેશ ભારતના ખૂણેખૂણે પહોંચાડવા વધારે ને વધારે લોકો હાથ મેળવે એ જરૂરી છે, આ હેતુથી જ આ પ્રકરણ મેં લખ્યું છે.

આપણા સમાજમાં સ્થૂળતા એ એક મુખ્ય જાહેર આરોગ્ય સમસ્યા છે. મોટી ફાંદવાળા લોકો આપણને જ્યાં અને ત્યાં નજરે ચડે છે. હાઈ બ્લડપ્રૅશર, ડાયાબિટિસ, હૃદયરોગ, અને બ્રૅઈન હૅમેરેજ જેવા સ્થૂળતા સાથે સંલગ્ન રોગોનું પ્રમાણ આપણા દેશમાં વધતું જ જાય છે. વિકાસને કારણે આવતી સમૃદ્ધિ, શારીરિક શ્રમ વિનાની જીવનશૈલી, ચટાકેદાર પણ બિનઆરોગ્યપ્રદ આહાર અને સ્થૂળતા વિશે ઘોર અજ્ઞાન- આ બધાને કારણે સ્થૂળતાની સમસ્યા વકરી રહી છે.

સાર્વજનિક આરોગ્ય વિશેષજ્ઞ હોવાના નાતે મેં "સ્થૂળતા" વિશે ઘણો અભ્યાસ કર્યો છે. 1997થી 2003 દરમિયાન સ્વ. ડૉ. જિચકારે પોતાની જાત પર અને અનેક મિત્રો પર પ્રયોગો કરીને સ્થૂળતા પેદા કરવામાં, ઈન્સ્યુલિન હૉર્મોનની ભૂમિકા ઉજાગર કરી હતી. તેઓ પોતે પ્રખર બુદ્ધિવાદી સંશોધક વૃત્તિવાળા અને પ્રયોગશીલ હતા, તેથી તેમણે આ સંદર્ભમાં અનેક શોધનિબંધો તથા વૈજ્ઞાનિક ગ્રંથો વાંચીને જ આ સિદ્ધાંતની ખાતરી કરી હતી. સ્થૂળતા ઘટાડી, નિરોગી જીવન જીવી શતાયુષી થવા વિશે તેમણે 1997થી 2004 દરમિયાન નાગપુર, નાસિક, પુણે અને ઔરંગાબાદમાં વ્યાખ્યાનો આપ્યા. વજન ઘટાડવા અને નિરોગી જીવન જીવવા માટે "દિવસમાં માત્ર બેવાર જમવું" અ સિદ્ધાંત મૂળમંત્ર હોવાનું તેઓ પ્રભાવી રીતે પ્રતિપાદન કરતા. તેમના વ્યાખ્યાનો "યુટ્યુબ" પર ઉપલબ્ધ છે. ડૉ. જિચકારના ખાસ સહયોગી અને નાગપુરના ફિટનેસ અભિયાન સાથે પહેલેથી સંકળાયેલા શ્રી રાજુ અકોલકરે "યુટ્યુબ" પર અપલૉડ કર્યા છે.

સ્વ. ડૉ. જિચકાર ઇચ્છતા હતા કે તેમની "ફિટનેસ ઝુંબેશ" મહારાષ્ટ્રમાં જ નહીં પરંતુ આખા ભારત દેશમાં શરુ થવી જોઇએ. એ હેતુથી તેમણે અથાગ પરિશ્રમ કર્યો. તેમના બહુઆયામી અને પ્રતિભાશાળી વ્યક્તિત્વને અનુરૂપ વિવિધ પ્રકારના દેશહિતનાં કાર્યોમાં વ્યસ્ત રહેવા છતાંય તેમણે આ આરોગ્યલક્ષી ફિટનેસ ચળવળ

માટે આપેલું યોગદાન ખરેખર પ્રસંશનીય છે. સ્વ. ડૉ. જિચકાર સાહેબના વ્યાખ્યાનોમાં આ અભિયાન વિષય પર તેઓ પુસ્તક લખવાના હોવાનો ઉલ્લેખ છે. પરંતુ તેમના અકાળે અને અકસ્માત નિધનથી આ વાત અધૂરી રહી ગઈ.

તેમના વ્યાખ્યાનમાં તેમના વિચારોની તર્કસંગત રજૂઆત અને તેમની નિષ્ઠા તેમ જ પ્રામાણિક પ્રયત્નો ખૂબ પ્રભાવકારક હતા. તેમના ભાષણ પર હું સાચે જ મોહિત થઈ ગયો, પરિણામ સ્વરૂપે મેં મારી જાત પર તથા અન્ય સેંકડો વ્યક્તિઓ પર પ્રયોગો કર્યા અને તેનાં ફાયદાકારક પરિણામો જોઈને મારો વિશ્વાસ પાકો થયો અને મેં નક્કી કર્યું કે આ સાદી અને સરળ પદ્ધતિ ભારતના દરેક નાગરિક સુધી પહોંચાડવી - એ જ વખતે સ્વ.ડૉ. જિચકાર સાહેબની અધૂરી રહેલી પુસ્તક લખવાની ઈચ્છા પૂરી કરવાનો મેં મારા મનમાં નિશ્ચય કર્યો. પછી તેમના વ્યાખ્યાનોનો મેં અભ્યાસ કર્યો. નવાઈની વાત કે તેમાંના કેટલાક વૈજ્ઞાનિક તથ્યો સિવાય તેમની બધી જ દલીલો અને મુદ્દા આજના યુગમાં સાચી રીતે લાગુ પડે છે. સ્થૂળતાનાં કારણો અને દુષ્પરિણામો, આહાર, પોષક તત્વો, વ્યાયામનું મહત્વ, શરીરમાંના હૉર્મોન્સ, તેમ જ વજન ઘટાડવાના સરળ ઉપાયો વિશે આ પુસ્તકમાં સવિસ્તાર માહિતી આપવાનો પ્રયાસ કર્યો છે.

આજકાલ બીજાના વજન ઘટાડી ને પોતાના ખિસ્સા "વજનદાર" કરવાનો કેટલાક લોકો ધંધો લઈને બેઠા છે. "પાંચ દિવસમાં પાંચ કિલો વજન ઘટાડવાના માત્ર રૂ. 5000" જેવી જાહેરાતો ઠેકઠેકાણે જોવા મળે છે. અનેક ડાયૅટ પ્લાન્સના પાવડર, ચા અને વિવિધ સાધનો તમારું વજન ઘટાડશે જ - જેવા ખોટા અને મોટા દાવા કરતી વસ્તુઓ ઈન્ટરનેટ પર વેચાય છે. કમનસીબે, સ્થૂળ વ્યક્તિઓનું વજન ઘટતું જોવા મળવાને બદલે સ્થૂળ વ્યક્તિઓની સંખ્યા વધતી જ જાય છે. સ્થૂળ લોકોને મૂરખ બનાવવાનો આ ધંધો જબરદસ્ત રીતે ફૂલી-ફાલી રહ્યો છે. એનાં કારણોમાંનું એક દેખીતી રીતે જ લાલચુ વેપારીઓ તો ખરા જ, પરંતુ સ્થૂળ વ્યક્તિઓની કોઈપણ જાતની મહેનત વિના વજન ઘટાડવાની માનસિતાનું કારણ પણ એટલું જ મહત્વપૂર્ણ છે.

આ પુસ્તકમાં સમજાવવામાં આવેલી વજન ઘટાડવાની પદ્ધતિ વિજ્ઞાન આધારિત છે, છતાં સરળ છે. લોકોએ એના માટે કોઈ પૈસા ખર્ચવાના નથી કે આ પદ્ધતિ અપનાવવા માટે કોઈના પર આધાર રાખવાની જરૂર પણ નથી. સૌથી મહત્વની વાત કે એના માટે કોઈ અતિ વિશેષ પ્રયત્નો પણ કરવાના નથી. તમારે ફક્ત, વજન ઘટાડવા વિશે આપવામાં આવેલા સલાહ, સૂચનોનું કોઈપણ જાતના વાંધાવચકા કાઢ્યા વિના, જીવનભર પાલન કરવાનું છે. આ પદ્ધતિ ખાતરીદાયક રીતે વજન ઘટાડવા સક્ષમ છે એટલું જ નહીં પણ હાઈપર ટૅન્શન, ડાયાબિટિસ, હૃદયરોગ અને મગજમાં રક્તસ્રાવ જેવા રોગોને અટકાવવા માટે પણ સક્ષમ છે. જરૂર છે તો માત્ર પ્રમાાણિકતા અને ખંતપૂર્વક આ પદ્ધતિ અપવાની તેનું ચુસ્તપણે

પાલન કરવાની... એક વાર દૃઢ નિશ્ચય કરી લેશો તો તમારું વજન ચોક્કસ જ કાબુમાં રહેશે, એમાં બેમત નથી.

જે લોકો હૉર્મોનના વિકાર અથવા આનુવાંશિક રોગોને કારણે સ્થૂળતા ધરાવતા હોય એવા લોકોને કદાચ વજન ઘટાડવાની આ પદ્ધતિથી 100 ટકા ફાયદો ન થાય, એવું શક્ય છે. પરંતુ સ્થૂળ વ્યક્તિઓમાં માત્ર બેથી ત્રણ ટકા લોકો જ આ પ્રકારની સ્થૂળતા ધરાવતા હોય છે, એ નોંધવું સુસંગત રહેશે. મોટા ભાગની સ્થૂળ વ્યક્તિઓ, વધુ ખાવાની આદત અને અયોગ્ય આહાર લેવાને કારણે અને શારીરિક શ્રમના અભાવે સ્થૂળ થયેલી હોય છે.

છેલ્લા પાંચ વર્ષના અમારા અભ્યાસના આધારે હું ડાયાબિટિસ વિશે થોડીક વાતો અધિકારપૂર્વક કહી શકું એમ છું. પહેલી વાત, આપણા દેશમાં ડાયાબિટિસનું નિદાન યોગ્ય એટલું વહેલું થતું નથી. બીજી વાત કે, પૅશન્ટને જીવનશૈલીમાં જરૂરી ફેરફાર કરવા માટે પૂરતો સમય કે પૂરતું પ્રોત્સાહન આપ્યા વિના, તેના પર અનાવશ્યક દવાનો મારો ચલાવવામાં આવે છે. આ પુસ્તકમાં બતાવવામાં આવેલો ડાયૅટ પ્લાન અપનાવી કોઈપણ તંદુરસ્ત વ્યક્તિ ચોક્કસપણે ડાયાબિટિસ થતો અટકાવી શકે છે. ડાયાબિટિસ પૂર્વ અવસ્થા ધરાવતી વ્યક્તિ ત્રણથી છ મહિનામાં ડાયાબિટિસમુક્ત થઈ શકે છે. ડાયાબિટિસના પૅશન્ટો કે જેમની બ્લડ સુગર, જાતજાતની દવા લેવા છતાં અનિયંત્રિત રહેતી હોય, તેમની દવાના ડોઝ અને/ અથવા સંખ્યા ઘટીને બ્લડ સુગર પણ કાબુમાં આવી શકે છે.

આ પુસ્તકની પ્રથમ આવૃત્તિ માટે પ્રસ્તાવના લખવા બદ્દલ હું શ્રીમતી રાજશ્રી જિચકારનો ઋણી છું. આ પુસ્તક વિષે બે શબ્દ લખવા બદ્દલ, સ્વ. ડૉ. જિચકારના ખાસ મિત્ર મા. શ્રી. અવિનાશ પાંડે (માજી સંસદસભ્ય, રાજ્યસભા)નો હું ખૂબ ખૂબ આભારી છું. સ્વ. ડૉ. જિચકારના ફિટનેસ અભિયાનમાં શરુઆતથી જ સાથે રહેનારા તેમના ખાસ સહયોગી શ્રી. રાજુ અકોલકરનો હું વિશેષ આભાર માનું છું. આ વિષય પર પુસ્તક લખવાની પ્રેરણા મને તેમના થકી જ મળી છે. સ્વ. ડૉ. જિચકાર પશ્ચાત તેમના વ્યાખ્યાનોના વિડિયો યુટ્યુબ પર અપલૉડ કરવા માટે તેમણે ખાસ્સી જહેમત ઉપાડી હતી અને આ વેઈટલૉસ પદ્ધતિ અપનાવવા માગતા લોકોને તેનાથી જરૂરી પ્રોત્સાહન મળ્યું હતું.

આ પુસ્તમાંના રેખાચિત્રો બદ્દલ અને પુસ્તક આકર્ષક બનાવવા બદ્દલ હું શ્રી. ચૈતન્ય કુંભકર્ણનો આભારી છું. આ પુસ્તક માટે મદદરૂપ થનાર નીનાબેન નિકાળજેનો પણ ખૂબ ખૂબ આભાર.

અત્રે મારા એ મિત્રોની નોંધ લેવાની મારી ફરજ છે, જેમણે મારા પર ભરોસો રાખી, વજન ઘટાડવાના પ્રયોગો તેમના પર કરવા દીધા. તેમાંના કેટલાકે વાચકોના લાભ માટે, પોતાના જાત અનુભવો આ પુસ્તકમાં પ્રકાશિત કરવાની અનુમતિ આપી, આ પુસ્તકમાં વ્યક્તિગત માહિતીનો સમાવેશ કરવા દીધો તે બદ્દલ એ તમામ મિત્રો પ્રત્યે હું કૃતજ્ઞતા વ્યક્ત કરું છું.

મેં અનેક પુસ્તકોનો અભ્યાસ કર્યો, તેમાંના સૌથી મહત્ત્વનાં પુસ્તકોમાં "વિલિયમ્સ ટેક્સ્ટ બુક ઑફ એન્ડોક્રિનોલૉજી", ઈન્ડિયન આર્મીનું "રેડ બુક", પાર્ક્સ ટેક્સ્ટ બુક ઑફ "પ્રીવેન્ટિવ ઍન્ડ સોશિયલ મેડિસિન", લોકવિજ્ઞાન ઑર્ગેનાઈઝેશન દ્વારા પ્રકાશિત પુસ્તિકા "ઍક્સરસાઈઝ ઍન્ડ ડાયૅટ ફૉર હૅલ્થ" અને નૅશનલ ઈન્સ્ટિટ્યૂટ ઑફ ન્યૂટ્રિશન, હૈદરાબાદ દ્વારા પ્રકાશિત "ન્યુટ્રિટિવ વૅલ્યુઝ ઑફ ઈન્ડિયન ફૂડ્સ" જેવાં પુસ્તકોનો મેં સંદર્ભ લીધો છે. આ બધાં પુસ્તકોનાં લેખકો, સંપાદકો અને પ્રકાશકોનો તેમણે આપેલા સહકાર બદ્દલ ખૂબ ખૂબ આભાર. આ પુસ્તક લખવામાં, છેલ્લા દાયકામાં પ્રસિદ્ધ થયેલા સેંકડો શોધનિબંધો અને લેખોનો સંદર્ભ મેં લીધો છે. આ બધા સાયન્ટિફિક જર્નલ્સના સંપાદકો અને સંશોધકોનો પણ હું ખૂબ ઋણી છું.

શારીરિક વજન ઘટાડવા અને ડાયાબિટિસમુક્ત નિરોગી જીવન જીવવા માટે લોકોને આ પુસ્તક ઉપયોગી નીવડશે તો મને ઘણો જ સંતોષ થશે, અને તો જ સ્વ. ડૉ. જિચકારે કરેલા પ્રેરણાદાયી કાર્યને મેં યોગ્ય ન્યાય આપ્યો છે એમ હું સમજીશ. 14મી સપ્ટેમ્બર, 2013એ સ્વ. ડૉ. જિચકારની જન્મજયંતિના દિવસે આ પુસ્તકની પ્રથમ આવૃત્તિ પ્રકાશિત થઈ એ મારા માટે ખરેખર ગર્વની વાત છે. આ ગુજરાતી આવૃત્તિ માટે મારા પુસ્તકનો ગુજરાતી અનુવાદ કરવા બદ્દલ શ્રી. વિનોદ કશાલીકરનો ખૂબ ખૂબ આભાર.

આ અભિયાનમાં નિષ્ઠાપૂર્વક કામ કરતા બધા જ આગેવાનોનો હું કૃતજ્ઞતાપૂર્વક આભાર માનું છું. અને છેવટે, મારી બધી જ સમાજોપયોગી પ્રવૃત્તિઓમાં હંમેશાં મારો સાથ આપનારાં મારાં પત્ની ડૉ. અંજલિ, પુત્ર ઋત્વિક અને પુત્રી શ્રીયાનો હું સર્વથા ઋણી છું.

આ પુસ્તક અંગે આપની પ્રતિક્રિયાની હું આતુરતાથી વાટ જોઈ રહ્યો છું. ધન્યવાદ

ડૉ. જગન્નાથ દીક્ષિત.

એમ.બી.બી.એસ, એમ.ડી. (પી.એસ.એમ.), પીજીડીએચએ, પીજીડીએચઆરએમ, એફઆઈએસસીડી, એફઆઈએપીએસએમ, એફઆઈપીએચએ

79, કલ્પતરુ, માયાનગર, સિડકો એન-ટુ

ઔરંગાબાદ - 431006

મોબાઈલ: 9922994777

ઈમેઈલ: drjvdixit@gmail.com

અનુક્રમણિકા

1
વજન વિશેના મારા પ્રયોગો

સાર્વજનિક આરોગ્યશાસ્ત્રનો વિદ્યાર્થી અને પછી અધ્યાપક બનવાને નાતે રોગ અને આરોગ્યના અરસ-પરસ સંબંધ વિશે અભ્યાસ કરવાનો મોકો મને મળ્યો. રોગનું કારણ રોગજંતુ હોય છે - આ વિધાન અર્ધસત્ય છે. કારણ કે રોગ થવા માટે વ્યક્તિના શારીરિક ઘટક, રોગકારક ઘટક (જેમ કે બૅક્ટેરિયા, વાયરસ અથવા એકાદ પોષક તત્વની ઉણપ) તેમ જ પર્યાવરણમાંના વિવિધ ઘટકો - આ ત્રણેય ઘટકોનું અસંતુલન જવાબદાર હોય છે એ શીખવા મળ્યું. આ વૈજ્ઞાનિક વિષયને કારણે મારી ચિકિત્સક વૃત્તિ જાગૃત રહી. તબીબી સંશોધન પદ્ધતિનો અભ્યાસ કરવાને કારણે, ઉપલબ્ધ સંશોધનોને ચિકિત્સક દષ્ટિથી હું જોઈ શક્યો. પ્રયોગો કરવાની મારી ક્ષમતાનો પણ મને ખૂબ ફાયદો થયો.

મેડિકલનો વિદ્યાર્થી હતો ત્યારે મારું વજન માંડ 50 કિલો હતું. લગ્ન થયા ત્યારે 54 કિલો હતું. પછીના 20 વર્ષોમાં 74 કિલો સુધી પહોંચ્યું. બની શકે કે મારી 170 સે.મી.ની ઊંચાઈને કારણે હશે, પણ કોઈએ મને "જાડો" કહ્યો નથી. વિદ્યાર્થી હતો ત્યારથી જ વજન બાબતે મને ઉત્સુકતા હતી. રવિવારે કો-ઑપરેટિવ મેસમાં અમે ભરપેટ જમતાં. શરત મારીને ત્રીસ-ત્રીસ ગુલાબજાંબુ, બાર-પંદર રોટલી ઝાપટી જતાં! છતાં વજન કદી વધતું નહીં. આનાથી ઊલટું, કેટલાક છોકરાઓ બહુ ઓછું ખાતાં પણ જાડા દેખાતા. વળી કેટલાક એટલું બધું ખાતાં કે તેમના પેટમાં આટલી બધી જગ્યા હશે એ આશ્ચર્ય થતું. પણ આ છોકરા સુકલકડી હતા. ખરે જ, એ જમાનામાં "વજન" એ વળી કોઈ ચિંતા કરવાનો તો દૂર મામૂલી વિચાર તરીકે પણ ધ્યાનમાં લેવા જેવો મુદ્દો બનતો નહીં. ત્યારની પરિસ્થિતિમાં તે યોગ્ય જ હતું!

લગ્ન પછી વજન વધવું એ વળી કુદરતી નિયમ જ ગણાયો. જાણે પરિણીત જોડીઓના સુખી જીવનની ખાતરી આ વધેલા વજનથી જ થતી. નોકરી-ધંધો, ઘરસંસાર, કરિયર વગેરેની પાછળ દોડતાં દોડતાં આ વજન ક્યારે વધ્યું તે સમજાતું

નથી. અર્થાત આ અનુભવ બધાને જ થયો હશે. મારા વિશે કહું તો, કૉલેજ લાઇફથી માંડી પોતાને તંદુરસ્ત રાખવા માટે, કંઈક ને કંઈક પ્રયત્ન સતત કરતો રહેતો. ચાલવા જવું, ટેબલ ટેનિસ, બૅડમિન્ટન કે પછી લૉન ટેનિસ - આમાંથી કોઈક ને કોઈક રમત હું નિયમિતપણે રમતો રહ્યો છું. સાહજિક રીતે મારી ફિટનેસ મારા માટે નવાઈની વાત નહોતી.

એકવાર કામવાળી બાઈ ને જૂની પૅન્ટ આપતી વખતે તેમાંની મારી ફેવરિટ પૅન્ટ પહેરી જોઈ ત્યારે મારા ધ્યાન પર આવ્યું કે હું ''વજનદાર'' થયો છું. વજન કર્યું તો 74 કિલો થયું. એટલે પરણ્યો ત્યારે 26 વર્ષનો હતો, ત્યારના વજનમાં દર વર્ષે એક કિલોના હિસાબે 20 વર્ષ સુધી જાણતા-અજાણતા વજન વધારતો રહ્યો. આ વધેલા વજનના દુષ્પરિણામે, બૅડમિન્ટ્ન રમતી વખતે કોઈકવાર ઘૂંટણનો દુખાવો થતો, એ મારા ધ્યાનમાં આવ્યું હતું, પણ એ વાત મેં નજરઅંદાજ કરી હતી. દર વર્ષે હું ડાયાબિટિસ, હાઈબ્લડપ્રેશર વગેરે માટેની ટેસ્ટ નિયમિત કરાવું છું. દર વર્ષે વર્ષગાંઠ પહેલા બધી ટેસ્ટ કરવાથી બધું ઠીકઠાક હોય તો વર્ષગાંઠના દિવસે રક્તદાન કરવું એ મારો છેલ્લા પાંત્રીસ વર્ષનો નિયમ છે. સદભાગ્યે વજન વધારાને કારણે મને કોઈ રોગ થયો ન હતો.

વજન વધી ગયું છે જાણ્યા પછી મારામાંની પ્રયોગો કરવાની વૃત્તિને ગતિ મળી. વજન ઘટાડવાના ઘણા અખતરા પોતાની જાત પર કરી જોયા. સૌથી પહેલો પ્રયોગ તે એવો કે અઠવાડિયામાં એક દિવસ કડક ઉપવાસ કરવો. ત્રણ-ચાર મહિના એ રીતે કંઈપણ ખાધા વિના ઉપવાસ કર્યા. પણ થયું ઊલટું - ચાર મહિના પછી મારું વજન એક કિલો વધી 75 કિલો થયું. આ ઉપાય આખરે પડતો મૂક્યો. મારી પરિચિત ઘણી કાકીઓ, માસીઓ નિયમિતપણે ઉપવાસ (સોમવાર, ગુરુવાર, અગિયારસ) કરતી, તેમનું નિરીક્ષણ કરતા મારા ધ્યાન પર આવ્યું કે આ બધી મહિલાઓ ખરેખર સ્થૂળ જ છે - જાડી છે. ઉપવાસ કરવાથી વજન ઘટતું નથી એ સમજાઈ ગયું.

પછી મારો બીજો પ્રયોગ - રાત્રે માત્ર ફળો જ ખાવાનાં, બે મહિના કરી જોયું. આ પ્રયોગથી એક ફાયદો થયો તે એ કે - સવારે પેટ સાફ થતું અને શરીર હળવુંફૂલ લાગતું. પણ વજન હતું એટલું હતું. એ પછી મારા એક હિતચિંતકે ઈન્ટરનેટ પરનો ખાતરીપૂર્વક વજન ઓછું કરવાનો એક ઉપાય સૂચવ્યો. સાત દિવસનો એ પ્રોગ્રામ સારો હતો. પહેલા દિવસે જોઈએ એટલાં ફળો ખાવાનાં, પછી કાચા-બાફેલા શાકભાજી, છ કેળાં સાથે અડધો લીટર દૂધ, 50 ગ્રામ ભાત અને આઠ ટમેટાં, છેલ્લા દિવસે ભાત અને સેલિબ્રેશન માટે વાઈન!! આ પ્રયોગ પણ મેં પ્રામાણિકપણે કર્યો. તેનાથી મારું વજન ચાર કિલો ઓછું થયું! હું ખુશ થયો. આ પ્રયોગ ચાર-પાંચ દિવસના અંતરે ગમે એટલી વાર કરી શકો એ જાણી હું બમણો ખુશ થયો. સંજોગોવશાત આ પ્રયોગ હું તરત કરી શક્યો નહીં. પંદર દિવસ પછી આ પ્રયોગ ફરી કરવાનું નક્કી કર્યું. સવારે વજન કર્યું તો થયું 74 કિલો! ટૂંકમાં,

આઠ દિવસમાં મેં જે ગુમાવેલું તે 15 દિવસમાં પાછું મેળવ્યું. બીજીવાર મેં આ પ્રયોગ કર્યો નહીં.

ત્યાર પછીનો મારો પ્રયોગ એટલે ખાવું અને ન ખાવું એ બે વચ્ચેનો મેલજોલ. પહેલા દિવસે ભરપૂર ફળો ખાવાં, બીજા દિવસે ઉપવાસ તો વળી ત્રીજા દિવસે ફક્ત રસાહાર. નક્કી કરેલું વજન ઓછું ન થાય ત્યાં સુધી આ ચાલુ રાખવાનું! પાંચ-છ દિવસમાં મારું પેટ બગડી ગયું. પાતળા ઝાડા થવા માંડ્યા અશક્તિ આવી ગઈ. ખાસ તો ફળો ભાવતાં જ બંધ થયાં. મારાં અતિપ્રિય ફળો પ્રત્યે અરુચિ પેદા કરવાવાળો આ પ્રયોગ મેં તત્કાળ બંધ કર્યો. એ દરમિયાન ઘટેલું એક કિલો વજન પાછું વધી ગયું.

ત્યાર પછી હું વજન ઘટાડનારા એક એક્સ્પર્ટ આયુર્વેદિક ડૉક્ટર પાસે ગયો. તેમણે મને વજનકાંટા પર ઊભો કર્યો. મારા શરીરમાંની ચરબીનું પ્રમાણ બીજા મશીનથી માપીને મને કહ્યું, તમારું વજન વધ્યું છે તમે ‘‘Pot belly’’ છો, તમારામાં ચરબી વધારે છે, એવું તેમણે મને કહ્યું ત્યાર પછી ટ્રીટમેન્ટ શરુ થઈ. પહેલા સાત દિવસ ચઢતા દરે ખાલી પેટે મારે તેલ પીવાનું હતું, રાત્રે અડધો-એક રોટલો અને મગની દાળ. આ તેલ પીવાનું મને ગમતું નહીં. બહુ ભયંકર અનુભવ. સાત દિવસે મારું વજન બે કિલો ઓછું થયું. રોજના ખોરાકનો પાંચમો ભાગ ખાવાથી અને ખોરાક પ્રત્યે અરુચિ પેદા થવાથી આટલું વજન ઓછું થાય એમાં કંઈ નવાઈ ન હતી. ત્યાર બાદમારે સવાર સાંજ જુવારનો એક રોટલો અને મગની દાળ ખાવાની છૂટ હતી. બપોરે ભૂખ લાગે તો જુવારની ધાણી અને છાસ લેવાની છૂટ હતી. એક મહિનો આમ ચાલ્યું. અત્યાર સુધી મારા વિશે મારા ઘરમાં અને ફ્રૅન્ડ સર્કલમાં ઘણી ફરિયાદો ચાલી, ‘‘આ ચક્રમ છે’’થી માંડીને ‘‘ગાંડો થયો’’ સુધી. ખાસ તો જમતી વખતે બીજા બધા ભાવે તે ચટપટી વાનગી, મીઠાઈ ઝાપટી જતાં અને હું સંન્યાસીની જેમ દાળ-રોટલાથી પેટ ઠારતો! મિત્રોએ તો જમવા બોલાવવાનું બંધ કર્યું.

એકાદ મહિના પછી હજુ એક કિલો વજન ઓછું થયું, પણ જમણ બેસ્વાદ લાગવા માંડ્યું તેમ જીવન પણ બેસ્વાદ લાગી રહ્યું. જુવારનો રોટલો-મગની દાળ ખાતાં અને વિચાર કરતાં કરતાં મારી ચમકી- ‘‘સાલા... યે ભી કોઈ ઝિંદગી હૈ!’’ મારું જીવન આવું કેવી રીતે હોઈ શકે? મેં શો ગુનો કર્યો છે? એ જ વખતે રિંગણા-બટાટાનું શાક, ભજિયાં અને શીખંડ-પુરીનું ભાવતું ભોજન દબાવી ને ખાધું - અને મારો આ પ્રયોગ પણ પડી ભાંગ્યો. ઓછું થયેલું ત્રણ કિલો વજન પાછું વધી ગયું. પછી વજન ઘટાડવા માટેના ‘‘સોના બૅલ્ટ, હર્બલ ટી, દવા-પાવડર, ફલાણી-ઢીંકણી પ્રોડક્ટ’’ની એડવર્ટાઈઝમેન્ટ ટીવી પર જોઈ, પણ તેના ભાવ જાણીને હું બૅકફૂટ પર. પછી આ બધી વસ્તુઓ વાપરનારા લોકો પાસેથી જાણ્યું કે આ બધું હંબગ છે.

તે પછી કેટલાક હોમિયોપેથિક ડૉક્ટરોની સલાહ અનુસાર વજન ઓછું કરવાની દવાઓ લઈ જોઈ. પણ કશુંય થયું નહીં - ફક્ત પૈસા ખર્ચાયા!

આયુર્વેદિક અને હોમિયોપેથિક ઉપચાર પદ્ધતિ અને પ્રામાણિકપણે તે અન ુસાર પ્રૅક્ટિસ કરનારા ડૉક્ટરો પ્રત્યે મને માન છે, પરંતુ "વજન ઘટાડવા માટે"ની દુકાન ખોલી બેઠેલા અને પોતાના શાસ્ત્રના મૂળભૂત સિદ્ધાંતોથી છેડો ફાડનારા ડૉક્ટરો પ્રત્યે મારા મનમાં ગુસ્સો છે.

સરવાળે કહું તો, આખું વરસ વિવિધ પ્રકારના પ્રયોગો કરવા છતાં, વજન ઓછું થવાના ચિહ્નો દેખાયા નહીં. તેથી હું થોડો નિરાશ થવા લાગ્યો. વજન ઘટાડવું શક્ય છે કે નહીં એ દિશામાં વિચાર કરવા લાગ્યો. એવામાં એક ચોપડી હાથમાં આવી. તેમાં દર ત્રણ-ચાર કલાકે "કંઈક ખાઓ" એવી દરેકને (ખાસ કરી ને જાડા માણસોને પણ) ગમે એવી સલાહ આપી હતી. "ખાઈ-પીને વજન ઘટાડો" આ ઉપાય મને ગમ્યો. સવારે નાસ્તો કરી ને કૉલેજ જતાં ત્રણ ડબ્બા-એકમાં ફળો, બીજામાં રોટલી કચુંબર, ત્રીજામાં શાક વગેરે લઈ જવા લાગ્યો. તેમાં થયું એવું કે મારું ધ્યાન આખો દિવસ ખાવામાં જ રહેતું. એક ખાધા પછી બીજું શું ખાઉં એવો વિચાર મનમાં રહેતો. આમ ને આમ પંદર દિવસ સુધી ચાલ્યું. પાછું વધારે ખવાઈ ગયું તેથી વજન અડધો કિલો વધી ગયું. ખાસ તો મારું જીવન ફક્ત ખાવા માટે અને તેને લગતા વિચારો કરવા માટે જ છે કે શું એવું લાગવા માંડ્યું. છેવટે આ પ્રયોગ પણ માંડી વાળ્યો. મહારાષ્ટ્ર આરોગ્ય વિજ્ઞાન વિદ્યાપીઠ (Maharastra University of Health Science)ની પરીક્ષાઓમાં ચોરી પકડવા, ફ્લાઈંગ સ્કવૉડમાં કામ કરતી વખતે ચિખલીથી ખામગાંવ જતાં પ્રવાસમાં, મારા મિત્ર ડૉ. શીતલ અંતાપુરકરે તેમના મોબાઈલમાં ડાઉનલૉડ કરેલું ડૉ. શ્રીકાંત જિચકારનું વ્યાખ્યાન મને સંભળાવ્યું. આ વ્યાખ્યાનથી હું ખૂબ જ પ્રભાવિત થયો. આમ તો વર્ષ 2001માં ડૉ. જિચકારનું વ્યાખ્યાન ઔરંગાબાદ ઍન્જિનિયરિંગ કૉલેજમાં યોજાયું હતું. કમનસીબે તે વખતે મેં સાંભળ્યું નહોતું. ત્યારે તેમણે સ્થૂળતાનાં કારણો સમજાવતાં ઈન્સ્યુલિન અને ગ્લુકૅગૉન હૉર્મોન્સની ભૂમિકા વિશદ કરી હતી. ડૉ. જિચકારે અમારા વિષયમાં જ પીએચડીની ડિગ્રી મેળવી હતી. તેઓ બહુ બુદ્ધિશાળી અને પ્રયોગશીલ હતા. તેમના વ્યાખ્યાનમાં, તેમણે "ઈન્સ્યુલિન-ગ્લુકૉન અને નિરોગી જીવન" મુદ્દાઓનું વિશ્લેષણ, તર્કશુદ્ધ રીતે કર્યું છે. તેમના વ્યાખ્યાનમાંની પાકી સંકલ્પનાઓ તથા તેમની ધગશ મારા મનને ઊંડે સુધી સ્પર્શી ગઈ. બીજા જ દિવસથી તેમના વ્યાખ્યાનમાં જણાવ્યા પ્રમાણે મારી જાત પર પ્રયોગ કર્યો. પહેલા જ મહિનામાં મારું વજન ત્રણ કિલો ઓછું થયું. પછી સાડા ત્રણ મહિનામાં વજન આઠ કિલો ઓછું થયું. કોઈપણ આડઅસર નહીં અને ખાવામાં કશી પણ પરેજી નહીં. સાચે જ એમનો ઉપાય એક ચમત્કાર જ કહેવાય. ખાસ નોંધવાનું કે ત્યાર પછી મારા વજનમાં અડધા કિલોનો ય વધારો થયો નહીં. મારું મન વિચાર કરતું કે કદાચ તને ડાયાબિટિસ થયો હશે એટલે વજન ઘટતું હશે, અને આનો જશ તું ડૉ. જિચકારને આપતો હોઈશ. આની

ખરાઈ કરવા મેં મારી બધી મેડિકલ ટેસ્ટ કરાવી, તો બધા રિપૉર્ટ નૉર્મલ આવ્યા. હું તદ્દન નિરોગી હતો. વળી મેં ઉલટો પ્રયોગ પણ કરી જોયો જેથી આ સિદ્ધાંતને બમણી પુષ્ટિ મળે. ફરીથી મેં એક મહિનો મારી જૂની જીવનશૈલી અપનાવી તો મને ઈનામ મળ્યું - વજનમાં એક કિલોનો વધારો. હવે મને ખાતરી થઈ ગઈ કે આ સિદ્ધાંત ખરેખર કામ કરે છે.

છેલ્લા ઘણા વર્ષોથી ડૉ. જિચકાર પુરસ્કૃત ડાયૅટ પ્લાન મેં અપનાવ્યો છે. મને એનાથી ઘણો ફાયદો થયો છે. મારા પેટનો ઘેરાવો બે ઇંચ ઓછો થયો. મારો સ્ટેમિના પહેલા જેટલો જ રહ્યો. કોઈપણ બહાના વગર હું રોજેરોજ કસરત કરું જ છું. જેવી આ સિદ્ધાંત વિશે મને ખાતરી થઈ કે તરત જ મેં બીજા અનેકને આ ડાયૅટ પ્લાન અપનાવવાની ભલામણ કરી. એ દરેકને -એકેય અપવાદ વિના - આ સલાહથી ચોક્કસ ફાયદો થયો. જેમને ફાયદો થયો છે તેવા આશરે 1200 જણની- કે જેમાંના 150 જેટલા ડૉક્ટરો છે - વિગતવાર નોંધ મારી પાસે છે. મારો ચોક્કસ મત છે કે આ સંદેશ દેશના દરેક નાગરિક સુધી પહોંચે કેમ કે આપણા બધા માટે સ્થૂળતા, હાઈપર ટૅન્શન. ડાયાબિટિસ, હ્રદયરોગ અને સ્ટ્રોક સંબંધિત સમસ્યાઓનો ખતરો ઊભો છે. નિરોગી જીવન જીવવા માટે આ અભિયાન ચલાવવું જ રહ્યું. આ પુસ્તક લખવા પાછળનો ચોક્કસ હેતુ એ જ છે. વજન ઘટાડવાનો સરળ ઉપાય જોતાં પહેલાં સ્થૂળતાનાં કારણો, ખોરાક અને કસરતોનું વજન ઘટાડા માટે મહત્ત્વ અને શરીરમાં પેદા થતાં જુદા-જુદા હૉર્મોન્સનાં કાર્ય આપણે સમજી લઈએ.

2

જાડાપણું (સ્થૂળતા)

જાડાપણું (સ્થૂળતા) એટલે વધારાની ચરબીનું શરીરમાં જમા થવું. શરીરમાં એડિપોસાઇટ્સ અથવા મેદકોષો નામના વિશિષ્ટ કોષોમાં આ ચરબીનો સંગ્રહ થાય છે. ચામડીની નીચે અને પેટમા મેઝેન્ટ્રી કહેવાતા આવરણમાં શરીરના જુદાજુદા અવયવોની ફરતે પણ મેદકોષોમાં ચરબીનો સંગ્રહ થાય છે. લોહીમાં અને યકૃત (લીવર)ના કોષોમાં પણ ચરબીની હાજરી હોય છે. શરીરના કોષો ઊર્જા મેળવવા માટે ગ્લુકૉઝ અથવા ચરબીમાંથી મળતાં મેદામ્લો (ફૅટી ઍસિડ્સ) વાપરી શકે છે. મેદપેશીઓનો આકાર અથવા સંખ્યા અથવા બંને વધવાથી સ્થૂળતા (જાડાપણું) આવે છે. શારીરિક ભારમાન (Body Mass Index)ની ગણતરી કરી જાડાપણાનું નિદાન કરી શકાય છે. ભારે વજવ હોવાનું મુખ્ય કારણ સ્થૂળતા છે છતાં કોઈકવાર સ્નાયુઓનો અનૈસર્ગિક વિકાસ અથવા શરીરમાં પ્રવાહી પદાર્થોનો ભરાવો પણ જવાબદાર હોઈ શકે છે.

ખાવાની ખોટી આદતોને કારણે ઉદભવતી આરોગ્ય સમસ્યાઓમાં જાડાપણું ટોચ પર છે. સ્થૂળતા વિકસીત અને વિકાસશીલ એમ બંને દેશોની મહત્ત્વની આરોગ્ય સમસ્યા છે. બાળકો અને પ્રૌઢ વ્યક્તિ એમ બંનેમાં આ સમસ્યા જોવા મળે છે. આરોગ્ય બગડવા માટે કારણભૂત ઘટકોમાં સ્થૂળતા મુખ્યસ્થાને છે. ઔદ્યોગિક રીતે પ્રગતિશીલ દેશોમાં શારીરિક વ્યાયામનો અભાવ અને ખોરાક લેવાની બદલાયેલી આદતો આ બંને સ્થૂળતા વધવાનાં મુખ્ય કારણો છે. ભારે શરીર અને જાડાપણું એ વિશ્વમાં થતાં મૃત્યુનાં કારણોમાં પાંચમા ક્રમે છે. 1980થી 2015 સુધીમાં વિશ્વમાં સ્થૂળતાની સમસ્યા છ ગણી વધી ગઈ છે. વર્ષ 2010માં પાંચ વર્ષની નીચેના ચાર કરોડ બાળકો સ્થૂળ હતાં તથા 2015માં વિશ્વમાં 64.5 કરોડ પ્રૌઢ વ્યક્તિઓ જાડી હતી. અગાઉ એમ માનવામાં આવતું કે ધનવાન દેશોમાં જ આ સમસ્યા વકરી રહી છે. પરંતુ હવે ગરીબ દેશોમાં પણ આ સમસ્યા જોવા મળે છે. વિકાસશીલ દેશોમાં 3.5 કરોડ બાળકો સ્થૂળ જોવા મળ્યાં જ્યારે વિકસીત

દેશોમાં સ્થૂળ બાળકોની સંખ્યા 80 લાખ જેટલી છે. નાની ઉંમરની સ્થૂળતાનો, પ્રૌઢ વયની સ્થૂળતા, અકાળે અવસાન તથા અપંગત્વ જેવી અવસ્થા સાથે નિકટનો સંબંધ છે. આ ઉપરાંત સ્થૂળતાનો સંબંધ શ્વાસની સમસ્યાઓ, ફ્રૅક્ચર, હાઈ બ્લડપ્રૅશર, ડીપ્રેશન જેવા વિકારો સાથે છે, એમ દેખાડવામાં આવ્યું છે. દુનિયામાં દર વર્ષે 28 લાખ પ્રૌઢ વ્યક્તિઓ વધુ વજન અથવા સ્થૂળતાને કારણે મરણ પામે છે. વિશ્વમાં 44 ટકા ડાયાબિટિસ, 23 ટકા હાર્ટ ઍટેક તથા સાત ટકાથી 41 ટકા જેટલા વિશિષ્ટકૅન્સરના રોગોમાં જાડાપણું તથા વધુ વજન ભાગ ભજવતા હોવાનું જણાયું છે. કુપોષણથી થતાં મોત કરતાં સ્થૂળતાને લીધે થતાં મોતનું પ્રમાણ વધારે છે.

ભારતમાં 2008માં અસાંસર્ગિક ગંભીર રોગોને લગતા જોખમી ઘટકોનો અભ્યાસ કરવા દેશવ્યાપી સર્વેક્ષણ હાથ ધરવામાં આવ્યું હતું, જેમાં આંધ્રપ્રદેશ, કેરળ, મધ્ય પ્રદેશ, મહારાષ્ટ્ર, તામિલનાડુ, ઉત્તરાખંડ તથા મિઝોરમનો સમાવેશ હતો. આ સર્વેક્ષણ અનુસાર, 15થી 24 વર્ષની વયની વ્યક્તિઓ સિવાય બધી વયની વ્યક્તિઓમાં ભારે શરીર તથા જાડાપણું વધારે હોવાનું જણાયું. પુરુષો કરતાં સ્ત્રીઓમાં સ્થૂળતાનું પ્રમાણ વધારે દેખાય છે. ગ્રામ્ય વિસ્તાર કરતાં શહેરી વિસ્તારોમાં સ્થૂળતાનું પ્રમાણ વધુ હોવાનું જણાયું. ઓછું ભણેલી વ્યક્તિઓ તથા ખેતીકામ અને શારીરિક શ્રમ કરતી વ્યક્તિઓમાં જાડાપણું ઓછું જણાઈ આવ્યું. વર્ષ 2015ના આંકડા અનુસાર, ભારતમાં 20 વર્ષથી વધુ ઉંમરની વ્યક્તિઓમાં 1.3 ટકા પુરુષો (98 લાખ) અને 2.5 ટકા સ્ત્રીઓ (બે કરોડ) સ્થૂળ છે. 1975માં સ્થૂળતાની ગણનામાં આપણો નંબર વિશ્વમાં 19મો હતો, જે 2015માં પુરુષો માટે પાંચમો અને સ્ત્રીઓ માટે ત્રીજા ક્રમનો થઈ ગયો.

જાડાપણાથી અનેક રોગોનો ખતરો ઊભો થાય છે. એમાંના કેટલાક નીચે પ્રમાણે છે.

1. મગજમાં રક્તસ્રાવ (બ્રૅન હેમરેજ- સ્ટ્રોક)
2. હાઈ બ્લડ પ્રૅશર
3. ડાયાબિટિસ
4. લોહીમાં ચરબીનું પ્રમાણ વધવું
5. આખમાં મોતીયો
6. લીવરના રોગો
7. પિત્તાશયના રોગો
8. સંધિવાત
9. ગાઉટ
10. શ્વસન રોગો

11. કેટલાક કૅન્સર
12. માસિકની અનિયમિતતા તથા વંધ્યત્વ

જાડાપણું અનેક બીમારીઓ માટે મુખ્ય ઘટક છે છતાં બીમારીનો ખતરો શરીરના કયા ભાગમાં ચરબી જમા થઈ છે તેના પર નિર્ભર છે. ચરબીના શરીરમાંના વિતરણ પરથી સ્થૂળતા (મેદસ્વિતા)ના બે પ્રકાર પડે છે. મધ્યવર્તી સ્થૂળતા (Central Obesity) અને દૂરવર્તી સ્થૂળતા (Peripheral Obesity), એટલે કે સફરજનના (Apple) આકારની સ્થૂળતા અને નાસપતિ આકારની (Pear) સ્થૂળતા. મધ્યવર્તી સ્થૂળતા માટે બીજો શબ્દ ઍન્ડ્રૉઈડ ઑબેસિટી (પુરુષોવાળી) અને દૂરવર્તી સ્થૂળતા માટે બીજો શબ્દ ગાયનૉઈડ ઑબેસિટી (સ્ત્રીઓવાળી) છે. મધ્યવર્તી સ્થૂળતાથી બીમારીનું જોખમ વધારે હોય છે.

જાડાપણું અને મોટી ઉંમરે થતા ડાયાબિટિસનો સંબંધ અનેક દાયકાઓથી સર્વજ્ઞાત છે. સ્થૂળતા અને ઈન્સ્યુલિન હૉર્મોન પ્રત્યે પેશીઓમાં પેદા થતો પ્રતિકાર (ઈન્સ્યુલિન રેઝિસ્ટન્સ) આ બંનેનો સંબંધ વિવિધ ઉંમરના, વિવિધ વજન ધરાવતાં સ્ત્રી-પુરુષોમાં જોવા મળ્યો છે. શરીરમાં ચરબીના વધતા પ્રમાણ સાથે ડાયાબિટિસ તેમ જ ઈન્સ્યુલિન રેઝિસ્ટન્સનું પ્રમાણ પણ વધતું જ જાય છે આ બાબત અનેક એપિડેમિયોલૉજિસ્ટના અભ્યાસ પરથી ફલિત થઈ છે.

શરીરના કોષોની-પેશીની ઈન્સ્યુલિન પ્રત્યેની સંવેદનશીલતા (Sensitivity) શરીરમાંની ચરબીની સ્પષ્ટ ટકાવારી પર આધાર રાખે છે. ઈન્સ્યુલિન પ્રતિકાર (અવરોધ) તેમ જ લોહીમાંના ગ્લુકૉઝ, ઈન્સ્યુલિન, ટોટલ કૉલેસ્ટ્રૉલ, ટ્રાયગ્લિસેરાઈડ્સ વગેરેના પ્રમાણમાં થયેલો વધારો તથા હાઈડેન્સિટી લાયપોપ્રોટિન કૉલ્સ્ટ્રૉલ (HDL)નો ઘટાડો - આ બધું મધ્યવર્તી સ્થૂળતા સાથે સંબંધિત છે. વ્યક્તિના સ્થૂળ હોવા કરતાં તેના શરીરમાં ચરબીનું વિતરણ કેવું છે તે રોગાના ખતરા માટે વધારે મહત્ત્વનું છે. મધ્યવર્તી સ્થૂળતા અથવા પેટ ફરતેનું જાડાપણું નીચેના કારણોસર આ પરિસ્થિતિ ઊભી કરે એમ કહી શકાય.

1. ચામડી નીચે આવેલા મેદકોષો કરતાં, પેટમાં આવેલા મેદકોષોમાં, હૉર્મોન ગ્રહણકર્તા (Adrenergic recaptors) અણુઓની સંખ્યા વધારે હોવાને લીધે, આ કોષો ચયાપચયની દષ્ટિએ વધુ સક્રિય હોય છે.
2. ચરબી એકમોનું વિઘટન કરતા ઈન્સ્યુલિન હૉર્મોન્સના પ્રભાવને, પેટની ચરબી વધારે અવરોધ કરે છે.
3. પેટની ચરબીમાં રહેલા 11 બીટા હાયડ્રૉક્સિ સ્ટીરૉઈડ ડિહાઈડ્રોજિનેસ ટાઈપ-1 એન્ઝાઈમને લીધે, કૉર્ટિસોલ હૉર્મોન સ્થાનિક રીતે વધુ પ્રમાણમાં પેદા થાય છે.

સ્થૂળતાનાં કારણોઃ

સ્થૂળતાનાં અનેક કારણો છે અને તેમનો અરસપરસ સંબંધ ખૂબ જ જટિલ છે. કેટલાંક મુખ્ય કારણો નીચે પ્રમાણે છે.

1. **ઉંમર :** જાડાપણું કોઈપણ ઉંમરે થઈ શકે છે, પણ સામાન્ય રીતે ઉંમર વધવાની સાથે સ્થૂળતાનું પ્રમાણ વધે છે. જન્મજાત વધુ વજન ધરાવતા શિશુઓને પ્રૌઢાવસ્થામાં સ્થૂળતાનું જોખમ વધારે હોય છે. કુલ જાડી વ્યક્તિઓમાંના ત્રીજા ભાગની વ્યક્તિઓ, બાળપણથી જ જાડી હોય છે. મેદકોષો-મેદપેશીઓ બાળપણમાં પેદા થાય છે. સ્થૂળ શિશુઓમાં મેદકોષોની સંખ્યા અન્ય શિશુઓ કરતાં વધારે હોય છે. મેદકોષોમાં વધુ પ્રમાણમાં સંગ્રહ થવાથી થયેલી સ્થૂળતા (Hypertopic Obesity) કરતાં, વધુ સંખ્યામાં મેદકોષો હોવાથી થયેલી સ્થૂળતા (Hyperplastic Obesity)ની સારવાર કરવી અઘરી છે.
2. **જાતિ :** સ્ત્રીઓ કરતાં પુરુષોમાં શરીર ભારે હોવાનું પ્રમાણ વધારે હોવા છતાં પુરુષોની સરખામણીએ સ્ત્રીઓમાં જાડાપણાનું પ્રમાણ વધારે હોય છે. પુરુષોનું વજન 29થી 35 વર્ષના ગાળામાં જ્યારે સ્ત્રીઓનું વજન 45થી 49 વર્ષ દરમિયાન એટલે કે રજોનિવૃત્તિ દરમિયાન સર્વાધિક વધતું હોય છે. દરેક ગર્ભાવસ્થા પછી સ્ત્રીનું વજન એક કિલો વધે છે. પરંતુ વારંવાર ગર્ભાવસ્થા રહેતી હોય તો વજન ઓછું થાય છે, એવું વિકાસશીલ દેશોમાં જોવા મળે છે.
3. **આનુવાંશિક ઘટકો :** જોડિયા વ્યક્તિઓના વૈજ્ઞાનિક અભ્યાસ પરથી જાણવા મળ્યું છે કે, સ્થૂળતા માટે આનુવાંશિક ઘટકો કેટલાંક અંશે જવાબદાર છે. અલગ અલગ પરિસ્થિતિમાં ઉછરેલા જોડિયા વ્યક્તિઓના વજનમાં સરખાપણું જોવા મળે છે. જેના પરથી જાડાપણામાં આનુવાંશિક ઘટકોની ભૂમિકાને પુષ્ટિ મળે છે. શરીરમાં ચરબીનું વિતરણ કયા પ્રકારે હશે એનો પચાસ ટકા આધાર આનુવાંશિક ઘટકો પર છે.
4. **શારીરિક હલનચલનનો અભાવ :** નિયમિત શારીરિક હલનચલન અને પરિશ્રમથી સ્થૂળતા નીવારી શકાય છે. કષ્ટરહિત બેઠાડુ વ્યવસાય તેમ જ સતત ટીવી જોયા કરવા જેવા નિષ્ક્રિય મનોરંજનમાં ડૂબેલા રહેવાથી વજન વધવાને તથા સ્થૂળતાને આવકાર મળે છે. કસરત કરનારા લોકો જો કસરત કરવાનું છોડી દે અને ખોરાક જેમનો તેમ ચાલુ રાખે તો તેઓ જાડા બને છે. શારીરિક હલનચલનના અભાવે સ્થૂળતા આવે છે અને સ્થૂળતાથી શારીરિક હલનચલન મંદ થઈ જાય છે. આવું આ વિષચક્ર છે.

5. **સામાજિક અને આર્થિક સ્તર :** સામાજિક અને આર્થિક સ્તર અને સ્થૂળતા એનું વ્યસ્ત પ્રમાણ આભ્યાસાંતે જોવા મળ્યું છે. કેટલાક ધનાઢ્ય દેશોમાં નીચલા સામાજિક-આર્થિક વર્ગમાં સ્થૂળતાનું પ્રમાણ વધુ હોવાનું જણાય છે.

6. **ખાવાની ટેવો :** ખાવાની આદતો વ્યક્તિના બાળપણથી જ વિકસિત થાય છે. બે ટંક જમવા ઉપરાંત ગમે ત્યારે ખાવું, ગળ્યા પદાર્થો, તળેલી વાનગીઓ અને જંક ફૂડ ખાવા આ એવી કેટલીક આદતો ખોરાકમાંના પોષક તત્વોઅને ખોરાકમાંથી મળતી કૅલેરી અને વારંવાર ખાવું - આ બધાં જાડાપણા માટેનાં જવાબદાર પરિબળો-કારણો છે. વ્યક્તિ જો શરીરની જરૂરિયાત કરતાં વધુ કૅલેરીવાળો ખોરાક લાંબા ગાળા માટે ખાય, તો લોહીમાંનું ચરબીનું પ્રમાણ વધે છે. આ ચરબી, શરીરના ચરબી કોષોમાં ટ્રાયગ્લિસેરાઈડ્સ સ્વરૂપે જમા થાય છે. વધુ કૅલેરી ધરાવતા પરંતુ નહીંવત્ પોષક મૂલ્ય ધરાવતા ખાદ્યપદાર્થોના વધતાં વેચાણ માટે જાહેર માધ્યમો પરની જબરદસ્ત અનૈતિક જાહેરાતબાજી જવાબદાર છે. રોજની 2000 કૅલેરીની જરૂરિયાતવાળું બાળક જો 100 કૅલેરી વધારાનો ખોરાક ખાશે તો વરસેદહાડે તેનું વજન પાંચ કિલો વધશે. શરીરમાં જમા થયેલી એક કિલો ચરબીનો અર્થ 7700 વધારાની કૅલેરી.

7. **મનોસામાજિક પરિબળો :** ઘણા મનો-સામાજિક પરિબળો સ્થૂળતા માટે જવાબદાર ગણી શકાય. નિરાશા, નિષ્ફળતા, બાળપણનું અને પ્રૌઢ વયનું એકાકીપણું આ બધાં વધુ ખાવાની ટેવનાં કારણ હોઈ શકે છે. અતિ-સ્થૂળતા ધરાવતી વ્યક્તિ એકલવાયી, લોકો સાથે મિલનસાર સ્વભાવ ન ધરાવતી, છાનામાના ખાવાની ટેવ ધરાવનારી હોય છે.

8. **કૌટુંબિક વલણ :** મા-બાપ જાડા હોય તો તેમનાં બાળકો જાડાં હોવાની શક્યતા વધુ હોય છે. આ વલણ માત્ર વારસાગત જ હોય એ જરૂરી નથી. પરંતુ રસોઈની અને ખાવાપીવાની કૌટુંબિક રીતરસમોનું પણ પરિણામ હોઈ શકે છે.

9. **હૉર્મોન્સ :** થાયરૉક્સિન અને શારીરિક વિકાસના હૉર્મોન્સના પ્રમાણમાં ઘટાડો વ્યક્તિની સ્થૂળતામાં પરિણમે છે.

10. **દારુ :** દારુના સેવનથી પુરુષોમાં સ્થૂળતાનું પ્રમાણ વધે છે.

11. **શિક્ષણ :** મોટા ભાગના વિકસિત દેશોમાં શિક્ષણનું સ્તર અને સ્થૂળતા વ્યસ્ત પ્રમાણમાં જોવા મળે છે.

12. **ધૂમ્રપાન :** ધૂમ્રપાનને લીધે વજનમાં ઘટાડો થાય છે એવા અહેવાલ પ્રસાર માધ્યમોમાં 100 વર્ષોથી પ્રસારિત થાય છે. વૈજ્ઞાનિક અહેવાલ માત્ર છેલ્લા દસ વર્ષમાં પ્રસિદ્ધ થયા છે. વિવિધ સમાજમાં ધૂમ્રપાન કરનારા માણસોનું વજન, ધૂમ્રપાન છોડી દેનારા માણસો કરતાં ઓછું હોય છે. ધૂમ્રપાન ન કરવાવાળા માણસોનું વજન આ બંને વચ્ચે હોય છે.

13. વંશ : કેટલાક વંશના લોકોમાં જાડાપણું અને તેને લઈને ઉદ્દભવતી ગૂંચવણો વધુ પ્રમાણમાં જોવા મળે છે. આધુનિક રહેણીકરણી અપનાવ્યા બાદ, આવા લોકોમાં વિશિષ્ટ આનુવાંશિક ઘટકોનો પ્રભાવ પડતો હોઈ શકે છે.

14. દવાઓ : કૉર્ટિકોસ્ટીરૉઈડ હૉર્મોન્સ, ગર્ભનિરોધક ગોળીઓ, ઈન્સ્યુલિન વગેરે દવાઓને લીધે વજનમાં વધારો થાય છે.

જાડાપણું કેવી રીતે માપવામાં આવે છે?

સ્થૂળતા અથવા વજનવધારો માપવાની અનેક પદ્ધતિઓ ઉપલબ્ધ છે. તેમાંથી સૌથી પ્રચલિત પદ્ધતિ શરીરભાર એટલે કે Body Mass Index (BMI) સામાન્ય રીતે બધે જ વપરાય છે.

$$\text{શરીરભાર (BMI)} = \frac{\text{કિલોગ્રામમાં વજન}}{(\text{મીટરમાં ઇંચાઈ})^2}$$

કોઈ એક વ્યક્તિનું વજન 66 કિ.ગ્રા. અને ઊંચાઈ 1.7 મીટર હોય તો તેનો શરીરભાર (BMI) 22.83 થાય.

વિશ્વ આરોગ્ય સંસ્થા (WHO) એ શરીરભાર સાથે જોખમ બતાવતું વર્ગીકરણ કોષ્ટક નીચે પ્રમાણે આપ્યું છે. (આમાં લિંગ અને ઉંમર ધ્યાનમાં લેવાતી નથી)

શરીરભાર અનુસાર પ્રૌઢોનું વર્ગીકરણ

વર્ગ	શરીરભાર BMI	બીમારીનું જોખમ
ઓછું વજન	18.50થી ઓછું	ઓછું
પ્રમાણસર વજન	18.50થી 24.99	સામાન્ય
વધારે વજન		
સ્થૂળતાની પૂર્વાવસ્થા	25થી 29.99	વધુ
સ્થૂળતા વર્ગ -1	30થી 34.99	મધ્યમ
સ્થૂળતા વર્ગ -2	35થી 39.99	ભારે
સ્થૂળતા વર્ગ -3	40થી વધારે	અતિભારે

ઍશિયન લોકોમાં BMI અંક 23થી ઓછો હોય તે યોગ્ય ગણાય છે.

BMI અંકની એક મર્યાદા એ છે કે વજનવધારો ચરબી જમા થવાને લીધે થયો છે કે સ્નાયુના વિકાસને લઈને છે તે સ્પષ્ટ થતું નથી. અલગ અલગ વંશના સમુદાયમાં એક જ BMI અંક માટે, ચરબીની ટકાવારી જુદી જુદી

જણાય છે. તે જ પ્રમાણે 60-65 વર્ષની ઉંમર સુધી શરીરમાં ચરબીનું પ્રમાણ વધતું રહે છે, સરખા BMI અંક માટે સ્ત્રીઓમાં ચરબીનું પ્રમાણ પુરુષો કરતાં વધુ હોય છે.

સ્થૂળતા માપવાની બીજી પદ્ધતિ છે બ્રોકા અંક પદ્ધતિ

બ્રોકા (Broca) અંક ગણતરીનું સૂત્ર

બ્રોકા અંક ઇં ઊંચાઈ સે.મી.માં - 100

દા.ત. એક વ્યકિતની ઊંચાઈ 160 સે.મી. હોય તો તેનું વધારેમાં વધારે વજન 60 કિલો હોવું જોઈએ.

ચામડીની ગડીની જાડાઈ માપીને પણ સ્થૂળતા માપી શકાય છે. શરીરના મધ્યભાગની સ્થૂળતા માપવા, કમર-નિતંબનો ગુણોત્તર મહત્વનો ગણી શકાય. કમરના હાડકાની ટોચથી છાતીની પાંસળીના નીચલા છેડાના મધ્યબિંદુ ફરતે કમરનો ઘેરાવો માપવો કમરના ઘેરાવા અને નિતંબના ઘેરાવાનો ગુણોત્તર પુરુષો માટે એક કરતાં વધુ અને સ્ત્રીઓ માટે 0.85 કરતાં વધુ હોય તો પેટમાં ચરબીનો જમાવ વધારે હોવાનું તારવી શકાય. પુરુષોમાં પેટનો ઘેરાવો 102 સે.મી. અથવા તેથી વધારે અને સ્ત્રીઓ માટે 8.8 સે.મી. અથવા તેથી વધારે હોય તો ચયાપચયની ક્રિયામાં ગૂંચવાડો થવાનો ભય વધે છે.

સ્થૂળતા નીવારણ અને નિયંત્રણઃ

શરીરનું વજન નિયંત્રણમાં રાખવા "શરીરભાર (BMI) 18.50 અને 24.99ની વચ્ચો રાખવું" એ મુખ્ય ધ્યેય બને છે. સ્થૂળતા નીવારણ માટે બાળપણથી જ પ્રયત્ન કરવા જરૂરી છે. પ્રૌઢ વયે સ્થૂળતા નીવારણ પ્રયાસો અથવા સારવાર કરવી ખૂબ જ અઘરી હોય છે.

સ્થૂળતા નીવારણ કરવા માટે વજન ઘટાડવું એ મુખ્ય બાબત છે. સ્થૂળતા નીવારના માટે નીચે મુજબ ઉપાય યોજના કરી શકાયઃ

1. **ખોરાકમાં ફેરફાર :** નીચે જણાવેલા માર્ગદર્શક સૂચનો, સ્થૂળતા નીવારણ અને નિયંત્રણ માટે ઉપયોગી છે.

   ક) ખૂબ ઊર્જા પૂરી પાડતા આહારમાંના કાર્બોહાઈડ્રેટ્સ અને ચરબીયુક્ત પદાર્થોનું પ્રમાણ ઘટાડવું.

   ખ) ખોરાકમાં રેસાયુક્ત (Roughage) પદાર્થોનું પ્રમાણ વધારવું.

   ગ) ઓછી કૅલેરીવાળો પરંતુ પોષક તત્વો ધરાવતો ખોરાક લેવો. (સામાન્ય રીતે વેઈટલોસ ડાયૅટ1000 કૅલેરી પૂરી પાડે છે)

ઘ) ખોરાકનું પ્રમાણ ઓછું કરતી વખતે રોજિંદા આહાર લેવાની ટેવો સાથે સુમેળ સાધવો જરૂરી છે.

સૌથી મહત્ત્વનું એ છે કે શરીરની ઊર્જાની જરૂરિયાત પૂરી કરે એવો અને એટલો જ આહાર લેવો જોઇએ. એ માટે દરદીના વર્તનમાં બદલાવ અને વજન ઓછું કરવાની ઇચ્છાશક્તિ જાગૃત રાખવા પ્રયત્નો કરવા જરૂરી છે. કમનસીબે, સ્થૂળ વ્યક્તિઓના વજન ઘટાડવા માટે, ફક્ત આહાર વિશેના સલાહ-સૂચનો કામયાબ થતા નથી.

2. **શારીરિક હલનચલનમાં વધારો :** વજન ઘટાડવા માટે, શારીરિક હલનચલન મુખ્ય ભાગ ભજવે છે. નિયમિત હલનચલન અને કસરતો કરવાથી વધારે ઊર્જા વપરાય છે.
3. **અન્ય ઉપાયોઃ** ભૂખ ઓછી કરવાની દવાના વપરાશથી, વજન ઘટાડવાના પ્રયાસ કરવામાં આવે છે પણ તે સફળ થતા નથી. ગૅસ્ટ્રિક બાયપાસ, ગૅસ્ટ્રોપ્લાસ્ટી તથા જડબું સીવવું - જેવી શસ્ત્રક્રિયા વજન ઘટાડવા માટે કરવામાં આવે છે, પણ તેમાં મર્યાદિત સફળતા મળી છે.

સરવાળે, વજન ઘટાડવા કરતાં, યોગ્ય ઉપાયો યોજી વજન નિયંત્રણમાં રાખવું ખરેખર હિતકારક છે.

શરીર ભારનો ચાર્ટ

ઊંચાઈ (સે.મી.)	16	17	18.5	20	23.0	25	30	40
140	31.4	33.3	36.2	39.2	45.1	49.0	58.8	78.4
142	32.3	34.3	37.3	40.3	46.4	50.4	60.4	80.7
144	33.2	35.3	38.4	41.5	47.7	51.8	62.2	82.9
146	34.1	36.2	39.4	42.6	49.0	53.3	63.9	85.3
148	35.0	37.2	40.5	43.8	50.4	54.8	65.7	87.6
150	36.0	38.2	41.6	45.0	51.8	56.3	67.5	90.0
152	37.0	39.3	42.7	46.2	53.1	57.8	69.3	92.4
154	37.9	40.3	43.9	47.4	54.5	59.3	71.1	94.9
156	38.9	41.4	45.0	48.7	56.0	60.8	73.0	97.3
158	39.9	42.4	46.2	49.9	57.4	62.4	74.9	99.9
160	41.0	43.5	47.4	51.2	58.9	64.0	76.8	102.4

ઊંચાઈ (સે.મી.)	16	17	18.5	20	23.0	25	30	40
162	42.0	44.6	48.3	52.5	60.3	65.6	78.7	105.0
164	43.0	45.7	49.8	53.8	61.9	67.2	80.7	107.6
166	44.1	46.8	51.0	55.1	63.4	68.9	82.7	110.2
168	45.2	48.0	52.2	56.4	64.9	70.6	84.7	112.9
170	46.2	49.1	53.5	57.8	66.5	72.3	86.7	115.6
172	47.3	50.3	54.7	59.2	68.0	74.0	88.8	118.3
174	48.4	51.5	56.0	60.6	69.6	75.7	90.8	121.1
176	49.6	52.7	57.3	62.0	71.2	77.4	92.9	123.9
178	50.7	53.9	58.6	63.4	72.9	79.2	95.0	126.7
180	51.9	55.1	59.9	64.8	74.5	81.0	97.2	129.6
182	53.0	56.3	61.3	66.2	76.2	82.8	99.4	132.5
184	54.2	57.6	62.6	67.7	77.9	84.6	101.6	135.4
186	55.5	58.8	64.0	69.2	79.6	86.5	103.8	138.4
188	56.6	60.1	65.4	70.7	81.3	88.4	106.0	141.4
190	57.8	61.4	66.8	72.2	83.0	90.3	108.3	144.4

158 સે.મી. ઊંચી વ્યક્તિનો શરીર ભાર (BMI) 16 હોય તો વજન 39.9 કિલો હોય અને 168 સે.મી. ઊંચી વ્યક્તિનો શરીરભાર 23 (BMI) હોય તો વજન 64.9 કિલો હોય છે.

3
આપણો આહાર

આપણે આહારમાંથી શરીર માટે જરૂરી ઊર્જા તથા પોષક દ્રવ્યો મેળવીએ છીએ. જરૂરિયાત કરતાં વધારે ઊર્જા શરીરને મળે તો વધારાની ઊર્જા શરીરમાં ચરબીરૂપે જમા થાય છે. ખોરાકમાંથી આપણને શારીરિક વૃદ્ધિ અને વિકાસ માટે 50 જુ દા જુદા પ્રકારના પોષકતત્વો મળે છે.

આ સેન્દ્રિય તથા અસેન્દ્રિય સંયુગો હોય છે. દરેક પદાર્થનું શરીરમાં વિશિષ્ટ કાર્ય હોય છે.

માનવ શરીર પ્રોટિન, ચરબીયુક્ત પદાર્થો, કાર્બોહાઈડ્રેટ્સ, ક્ષાર અને પાણી એમ પાંચ ઘટકોથી બનેલું છે. 65 કિલો વજન ધરાવતી વ્યક્તિમાં આ ઘટકોનું પ્રમાણ નીચેના કોઠામાં જણાવ્યું છે.

ટેબલ-1 માનવ શરીરમાંના ઘટકોનું પ્રમાણ

ઘટક	વજન (Kg)	ટકા
પ્રોટિન	11	17.0
ચરબી	09	13.8
કાર્બોહાઈડ્રેટ્સ	01	1.5
પાણી	40	61.6
ક્ષારો	04	6.1

ઘટકોનો મોટો ભાગ શરીરની સંરચના માટે જરૂરી છે અને કેટલોક સ્ટૉક તરીકે રહે છે. નવ કિલો ચરબીમાંથી લગભગ એક કિલો હંમેશાં જમા રહે છે. બાકીની આઠ કિલો ચરબી સંકટ સમયે ઊર્જા પૂરી પાડવા કામ લાગે છે. જાડા માણસોમાં ચરબીનું પ્રમાણ શરીરના વજનના 70 ટકા જેટલું ઊંચું રહે છે.

લગભગ બધા જ પ્રોટિન શરીર માટે ખૂબ જરૂરી છે પરંતુ જ્યારે શરીરને ખોરાક ન મળે ત્યારે શરીર બે કિલો જેટલું પ્રોટિન શક્તિ મેળવવા વાપરી શકે છે, અને તેવા વખતે તેની કોઈ ગંભીર અસર થતી નથી. ભૂખ્યા રહેવું પડે તેવી પરિસ્થિતિમાં શરીર પ્રોટિન અને ચરબીમાંથી કાર્બોહાઈડ્રેટ્સ બનાવી લે છે. શરીરમાંથી 10 ટકા જેટલું પાણી અને એક તૃતિયાંશ ક્ષારનું પ્રમાણ ઓછું થાય તો પણ તેની કોઈ આડઅસર થતી નથી.

70 કિલો વજન ધરાવતી વ્યક્તિના શરીરમાં નીચે દર્શાવ્યા પ્રમાણે ઊર્જાના સ્રોત હોય છે.

ટેબલ-2 શરીરમાંના ઊર્જા સ્રોત

	સ્રોત	વજન (ગ્રામ)	ઊર્જા (કિલો કૅલેરી)
ચરબી પેશીઓ	ટ્રાયગ્લિસેરાઈડ્સ	13,000	1,20,000
લીવર	ગ્લાયકોજેન	100	400
	ટ્રાયગ્લિસેરાઈડ્સ	50	450
સ્નાયુ	ગ્લાયકોજેન	500	2,000
	ટ્રાયગ્લિસેરાઈડ્સ	300	2700
લોહી	ગ્લુકૉઝ	15	60
	ટ્રાયગ્લિસેરાઈડ્સ	4	35
	ફ્રીફૅટી ઍસિડ્સ	0.5	5

એકવડા બાંધાની વ્યક્તિ 60 દિવસના ભૂખમરાથી મૃત્યુ પામે ત્યારે તેના શરીરના વજનમાં 35 ટકા ઘટાડો થયો હોય છે. સ્થૂળ વ્યક્તિ એક વર્ષથી વધારે સમય ઉપચાર સ્વરૂપે કોઈ આડઅસર વગર ભૂખ સહન કરી શકે છે. નોંધાયેલા મેડિકલ રેકૉર્ડ મુજબ 207 કિલો વજન ધરાવતી વ્યક્તિને, ઝીરો કૅલેરીવાળું પરંતુ વિટામિન અને ક્ષારયુક્ત પ્રવાહી 382 દિવસ આપવામાં આવ્યું તે થકી તેનું વજન 126 કિલો જેટલું ઓછું થયું હતું,

ઉપરના બે પરિશિષ્ટ પરથી માનવી શરીરને કુદરતે આપેલી (અલૌકિક) ઉત્તમ શક્તિનો ખ્યાલ આવે છે. બીજું કે શરીરમાંનું પાંચથી આઠ ટકા પાણી ઓછું થતાં (જે ઝાડા-ઊલટીમાં થાય છે), વજનમાં બેથી ત્રણ કિલોનો ઘટાડો થઈ શકે છે. ઝટપટ વજન ઓછું કરવા માટે આ મુદ્દો લઈ ઉપાય સૂચવાય છે. બે દિવસ ભૂખ્યા રહેવાથી એકથી દોઢ કિલો વજન ઓછું થાય છે. પણ આવા ઉપાયો કાયમી સ્વરૂપે રહેતા નથી. માણસ રોજિંદો આહાર લેવા માંડે એટલે વજન ફરી વધી જાય છે.

આપણા ખોરાકમાંના જુદા જુદા ઘટકો વિશે જાણી લઈએ.

1. કાર્બોહાઈડ્રેટ્સ : કાર્બોહાઈડ્રેટ્સ, કાર્બન, હાઈડ્રોજન અને ઑક્સિજનથી બનેલા ઑર્ગેનિક સંયોજકો છે. તેમનું મુખ્ય કામ શરીરને ઊર્જા પૂરી પાડવાનું છે. મગજ અને લોહીના રક્તકણોનો ઊર્જા માટે મુખ્ય આધાર કાર્બોહાઈડ્રેટ્સ છે. મગજના કોષોને થોડીક મિનિટો માટે પણ ગ્લુકૉઝ ન મળે તો તેમને કાયમી રીતે નુકસાન થઈ શકે છે. સ્ટાર્ચ, શર્કરા અને સેલ્યુલોઝ કાર્બોહાઈડ્રેટ્સના મુખ્ય સ્રોત છે. આપણા ખોરાકમાં સ્ટાર્ચ વિપુલ પ્રમાણમાં હોય છે. અનાજ અને કંદમૂળમાં સ્ટાર્ચ હોય છે. શર્કરામાં ગ્લુકૉઝ, ફ્રુકટોઝ અને ગૅલેક્ટોઝ જેવા મોનોસૅકરાઈડ્સ અને સુક્રોઝ (ખાંડ), લૅક્ટોઝ અને માલ્ટોઝ જેવા ડાયસૅકેરાઈઝ્ડનો સમાવેશ છે. કાર્બોહાઈડ્રેટ્સમાંના સેલ્યુલોઝ ઘટકનું પાચન થતું નથી. જે કૂચા કે રફેજ સ્વરૂપે રહે છે. તેમાંથી ખાસ ઊર્જા મળતી નથી. એમાયલેઝ, ગ્લાયકોજેન, આલ્કોહોલ, લૅક્ટિક ઍસિડ, પાયરૂવિક ઍસિડ, પેક્ટિન, ડેકસ્ટ્રીન ઈત્યાદિમાંથી પણ કાર્બોહાઈડ્રેટ્સ મળે છે.

ઘઉં, ચોખા, જુવાર જેવા અનાજ અને ચણા, વટાણા, મગ, અડદ જેવા કઠોળ, જુદાં-જુદાં ફળો, શાકભાજી, કંદમૂળ, મધ, ખાંડ અને ગોળ વગેરેમાં કાર્બોહાઈડ્રેટ્સ ભરપૂર પ્રમાણમાં હોય છે. ખોરાક ખાધા પછી તેમાંના કાર્બોહાઈડ્રેટ્સનું પાચનક્રિયા દરમિયાન, જુદા જુદા એન્ઝાઈમ્સ દ્વારા વિઘટન થઈ લોહીમાં ભળી જતા મોનો સૅકેરાઈડ્સ ગ્લુકૉઝ (80ટકા), ફ્રુકટોઝ (10 ટકા) અને ગૅલેક્ટોઝ (10 ટકા)માં રૂપાંતર થાય છે. વાચકો જાણી લો કે તમે રોટલી, રોટલા, ભાત, મીઠાઈ કે ફળોનો રસ એમ કંઈપણ ખાશો તોય શરીરમાં તેનું રૂપાંતર છેવટે ઉપરોક્ત ત્રણ શર્કરામાં જ થશે.

એક ગ્રામ કાર્બોહાઈડ્રેટ્સમાંથી આપણને ચાર કિલો કૅલેરી ઊર્જા મળે છે. ચરબીના ઑક્સિડેશન તેમ જ કેટલાક ઍમિનો ઍસિડ્સના નિર્માણમાં કાર્બોહાઈડ્રેટ્સ આવશ્યક હોય છે.

ગ્લાયસેમિક ઈન્ડેક્સ : કોઈ વ્યક્તિ જ્યારે 50 ગ્રામ ગ્લુકૉઝનું સેવન કરે છે ત્યારે તેના લોહીમાં ગ્લુકૉઝનું પ્રમાણ વધે છે. ગ્લુકૉઝ લીધા પછીના બેથી અઢી કલાકમાં લોહીમાંના ગ્લુકૉઝનું પ્રમાણ માપીને તેનો ગ્રાફ કાઢવામાં આવે છે. એ જ પ્રમાણે બીજો ખોરાક ખાધા પછી પણ ગ્રાફ કાઢવામાં આવે છે. આ બંને ગ્રાફની સરખામણી કરી જે-તે ખોરાકનો ગ્લાયસેમિક ઈન્ડેક્સ નક્કી થાય છે. 100 ટકા ગ્લુકૉઝ પ્રમાણે માપ કાઢી તેને આધારભૂત ગણી બીજા પદાર્થોનો ગ્લાયસેમિક ઈન્ડેક્સ બતાવાય છે. આપણા આહારમાંના કેટલાક ઘટકોના ગ્લાયસેમિક ઈન્ડેક્સ નીચેના કોઠામાં બતાવ્યા છે.

ટેબલ-૩ વિવિધ પદાર્થની ગ્લાયસેમિક ઈન્ડેક્સ

શ્રેણી	ગ્લાયસેમિક ઈન્ડેક્સ	ખાદ્ય પદાર્થો
નીચલી	55 ટકા અથવા ઓછો	મોટા ભાગનાં ફળો, શાકભાજી (બટેટાં, તરબૂચ, સ્વીટ કૉર્ન સિવાય પાપડી વર્ગ, છોતરાવાળા અનાજ, સોયાબીન, બધી દાળ, સિંગદાણા, દૂધ)
મધ્યમ	55 ટકાથી 69 ટકા	ખાંડ, બાસમતી ચોખા, બ્રાઉન રાઈસ
ઊંચી	70 ટકા અને તેનાથી વધારે	કૉર્ન ફ્લૅક્સ, રાંધેલા બટેટાં, ચૉકલેટ, મીઠાઈ, બ્રૅડ, બાજરો, પરાઠા

ઊંચા ગ્લાયસેમિક ઈન્ડેક્સ ધરાવતા ખાદ્ય પદાર્થો ખાવાથી લોહીમાંના ગ્લુકૉઝનું પ્રમાણ ઝડપથી વધે છે. જેના જવાબમાં શરીર વધારે પ્રમાણમાં ઈન્સ્યુલિન હૉર્મોન બનાવે છે. ડાયાબિટિસ ધરાવતી વ્યક્તિઓ માટે આ પરિસ્થિતિ ખતરારૂપ બની શકે છે. સામાન્ય નિરોગી વ્યક્તિઓએ પણ ઈન્સ્યુલિન સ્રાવ વધારાથી બચવા ઓછા ગ્લાયસેમિક ઈન્ડેક્સ ધરાવતા પદાર્થોનું સેવન કરવું જોઈએ.

પાચન પછી બનેલા ગ્લુકૉઝનો લોહી દ્વારા બધા કોષો-પેશીઓને ઊર્જા માટે, પુરવઠો થાય છે. વધારાના ગ્લુકૉઝનું યકૃત (લીવર) અને સ્નાયુઓમાં ગ્લાયકોજેન માં રૂપાંતર થાય છે. ભૂખ્યા હોવાની પરિસ્થિતિમાં આ ગ્લાયકોજેનનું ફરીથી ગ્લુકૉઝ બનીને લોહીમાંના ગ્લુકૉઝનું યોગ્ય પ્રમાણ જળવાઈ રહે છે. યકૃતમાંના ગ્લાયકોજેનને લીધે સૂક્ષ્મ જીવજંતુ સંસર્ગથી પેદા થયેલા ઝેરી પદાર્થો અને અન્ય નુકસાનકર્તા પદાર્થોથી યકૃતને સંરક્ષણ મળે છે. કાર્બોહાઈડ્રેટ્સ હૃદયના અને બીજા સ્નાયુઓના સંકોચન માટે જરૂરી ઊર્જા પૂરી પાડે છે. વધારાના ગ્લુકૉઝનું રૂપાંતર ચરબીમાં થાય છે.

કુદરતમાં લીલાં પાંદડાં ધરાવતાં વૃક્ષો-વનસ્પતિઓ કાર્બોહાઈડ્રેટ્સ બનાવે છે. સૂર્યપ્રકાશની હાજરીમાં વૃક્ષો પાણી, કાર્બનડાયોક્સાઈડમાંથી પાંદડામાં રહેલા ક્લોરોફિલની મદદથી કાર્બોહાઈડ્રેટ્સનું નિર્માણ કરે છે. આ પ્રક્રિયા ફોટો-સિન્થેસિસ - પ્રકાશ સંશ્લેષણ કહેવાય છે. પ્રાણીઓ પોતાનો ખોરાક જાતે બનાવી શકતા નથી, પ્રાણીઓ પોતાના ખોરાક માટે સીધી યા આડકતરી રીતે વનસ્પતિ પર આધાર રાખે છે આપણા ખોરાકમાંના કાર્બોહાઈડ્રેટ્સમાં પાચન થાય એવા સ્ટાર્ચની સાથોસાથ ન પચવાવાળું સેલ્યુલોઝ પણ હોય છે. આ ન પચનારો સેલ્યુલોઝ પદાર્થ અથવા તો રેસાદાર કૂચો આપણા આરોગ્ય માટે જરૂરી છે. જો આપણા આહારમાં કૂચાનો અભાવ

હશે તો કબજીયાત થઈ શકે છે. તેમ જ આંતરડાનું કૅન્સર થવાનો ભય પણ હોય છે.

2. પ્રોટિન્સ : આપણા આહારમાં સૌથી મહત્ત્વનાં ઘટક છે પ્રોટિન્સ. આપણા શરીર રૂપી મકાનમાં પ્રોટિન્સ જાણે કે ઈંટો જ કહેવાય. ઈંટો વગર મકાનને આધાર અને આકાર ક્યાંથી હોય? પ્રોટિન્સ, કાર્બન, નાઈટ્રોજન, હાઈડ્રોજન અને ઑક્સિજનના બનેલા હોય છે. ઉપરાંત તેમાં સલ્ફર અને ફૉસ્ફરસ પણ હોય છે. નાઈટ્રોજન ફક્ત પ્રોટિન્સમાં જ હોય છે. તેનું પ્રમાણ લગભગ 16 ટકા જેટલું હોય છે. શરીરના દરેક કોષમાં પ્રોટિન્સ હોય છે. શરીરના વૃદ્ધિ અને વિકાસ માટે તેમ જ ઘસારાની મરામત માટે પ્રોટિન્સ આવશ્યક છે. શરીરના જુદા-જુદા અવયવોમાં તેમ જ ગ્રંથિઓમાં ઉત્પન્ન થનારા જુદા-જુદા એન્ઝાઈમ્સ તથા હૉર્મોન્સ પ્રોટિન્સના જ બનેલા હોય છે.

પ્રોટિન્સનો મૂળભૂત ઘટક એમિનો ઍસિડ્સ છે. આ ઍમિનો ઍસિડ્સના એકમ એકમેક સાથે જોડાઈને અલગ અલગ પ્રોટિન્સ બને છે. કેટલાક પ્રોટિન્સમાં ઍમિનો ઍસિડ્સ ઉપરાંત ફૅટ (ચરબી) અથવા કાર્બોહાઈડ્રેટ્સના ઘટકો પણ હોય છે. ઍમિનો ઍસિડ્સ અનેક પ્રકારના હોય છે. એ પૈકી લાયસીન, ટ્રિપ્ટોફૅન, ફિનાઈલ ઍલેનીન, મેથિઑનિન, લ્યુસીન, આયસોલ્યુસીન, વૅલાઈન અને હિસ્ટીડીન આપણા શરીરમાં બનતા નથી, અને તેથી શરીરના યોગ્ય વિકાસ માટે આ પ્રોટિન્સ આપણા આહારમાંથી મળે તે જરૂરી છે. જો આહારમાંથઈ જરૂરી પ્રોટિન્સ ન મળે તો વ્યક્તિ કુપોષણનો ભોગ બને છે. પ્રોટિન્સના અભાવે શરીરની રોગપ્રતિકારક શક્તિ ઘટે છે અને તે સંસર્ગજન્ય રોગો-ચેપી રોગોનો શિકાર બને છે. ઉપર જણાવેલા ઍમિનો ઍસિડ્સવાળા પ્રોટિન્સ ઉચ્ચ ગુણવત્તા ધરાવતા પ્રોટિન્સ ગણાય છે, જે દૂધ, માંસ, માછલી, ઈંડાં વગેરેમાંથી મળે છે.

દર એક ગ્રામ પ્રોટિન્સમાંથી ચાર કિલો કૅલેરી મળે છે. વનસ્પતિજન્ય પ્રોટિન્સ ગુણવત્તામાં ઓછા પડે છે. ઘઉં, ચોખા, જુવાર વગેરે અનાજમાં લાયસીન હોતું નથી. તુવેર, મગ, ચણા જેવા કઠોળમાં મેથિઑનીન હોતું નથી. આવા પ્રોટિન્સને સંપૂર્ણ બનાવવા અનાજ તેમ જ કઠોળનું સંયોજન આહારમાં હોય એ જરૂરી છે. અને તેથી જ ભાત કરતાં ખીચડી અને રોટલી કરતાં ઢેબરાં વધુ પૌષ્ટિક છે.

3. ચરબી અથવા મેદપદાર્થો : આહારમાંનો આ એક મહત્ત્વનો ઘટક છે. આ પદાર્થો કાર્બન, હાઈડ્રોજન અને ઑક્સિજનના બનેલા હોય છે. એ પાણીમાં ઓગળતા નથી. તેલ અને ઘી એ ચરબીના બે પ્રકાર છે. સામાન્ય તાપમાનમાં તેલ પ્રવાહીરૂપે અને ઘી ઘન સ્વરૂપે હોય છે.

મેદપદાર્થો શરીરના પોષણ માટે આવશ્યક હોય છે. એક ગ્રામ ચરબીમાંથી નવ કિલો કૅલેરી જેટલી ઊર્જા મળે છે. આટલી ઊર્જા મેળવવા કાર્બોહાઈડ્રેટ્સ અને

પ્રોટિન્સ બમણા ખાવા પડે છે. પાણીમાં અદ્રાવ્ય એવા વિટામીન એ, ડી, ઈ અને કેના શોષણ માટે તૈલી પદાર્થ-ચરબી આવશ્યક છે. તેલ-ઘીને લીધે આહાર સ્વાદિષ્ટ અને લજ્જતદાર બને છે તથા ભોજનનો સંતોષ પણ આપે છે. મગજના મૂળભૂત રચનાત્મક માળખામાં ચરબી મહત્વનો ભાગ છે. શરીરમાંના વધારાના કાર્બોહાઈડ્રેટ્સ અને મેદપદાર્થોનો ચરબી સ્વરૂપે સંગ્રહ થાય છે. આ ચરબી કટોકટીના સમયે ઊર્જા મેળવવા વપરાય છે. શરીરના મહત્વના અંગો જેમ કે હૃદય, મૂત્રપિંડ ફરતેના આવરણમાં ચરબી હોય છે જે પ્રતિરોધક અને આઘાત સામે રક્ષણ પૂરું પાડે છે.

ફૅટી ઍસિડ્સ અને ગ્લિસેરોલ (ગ્લીસરીન) ચરબીના મુખ્ય ઘટકો છે. ફૅટી ઍસિડ્સના સંતૃપ્ત (સૅચ્યુરેટેડ) અને અસંતૃપ્ત (અનસૅચ્યુરેટેડ) એમ બે પ્રકાર હોય છે. ઉત્તમ આરોગ્યની દૃષ્ટિએ અસંતૃપ્ત ફૅટી ઍસિડ્સ હોય એવા મેદપદાર્થોનો આહારમાં ઉપયોગ કરવો જોઈએ. વનસ્પતિ ઘી અથવા ડાલડા ઘી વાપરવા કરતાં સૂર્યમુખી, કરડી, મગફળી અથવા સોયાબીન તેલ વાપરવું હિતાવહ છે. તેલ, ઘી, પ્રાણીજન્ય ચરબી તેમ જ ઘઉં, ચોખા, કઠોળમાં પણ તૈલી પદાર્થ હોય છે. આપણા આહારમાં મેદપદાર્થો મુખ્યત્વે નિષ્ક્રિય એવા ટ્રાયગ્લિરોરાઈડ્સ સ્વરૂપે હોય છે. જેના પ્રત્યેક અણુમાં ગ્લિસેરોલના કેન્દ્ર સાથે ત્રણ ફૅટી ઍસિડિસ જોડાયેલા હોય છે. આહારમાંના અન્ય મેદપદાર્થોમાં ફૉસ્ફોલિપીડ્સ, કૉલેસ્ટ્રોલ તથા કૉલેસ્ટ્રોલ એસ્ટર્સનો સમાવેશ થાય છે. ચરબી-મેદપદાર્થોનું પાચન થઈ તેમાંથી ફ્રી ફૅટી ઍસિડ્સ અને બે મોનો ગ્લિસેરાઈડ્સ બને છે.

શરીરને જોઈતી ઊર્જામાંથી આશરે પચીસથી ત્રીસ ટકા મેદપદાર્થોમાંથી મેળવવી જોઈએ. જો આ પ્રમાણ વધી જાય તો વધારાની ઊર્જા ચરબી સ્વરૂપે શરીરમાં જમા થાય છે અને વ્યકિત સ્થૂળ બનેછે. સ્થૂળતાથી વ્યક્તિની કાર્યક્ષમતા ઘટી જાય છે. આળસ ચડે છે. ઉત્સાહ જણાતો નથી. વળી જો ધૂમ્રપાન અને દારુનું વ્યસન હોય તો હાઈ બ્લડ પ્રૅશર, હૃદય રોગ, હાઈપર ટૅન્શન, ડાયાબિટિસ જેવી બીમારીઓનું જોખમ-શક્યતા વધી જાય છે. લોહીમાં કૉલેસ્ટ્રોલનું પ્રમાણ વધે છે, જે હૃદય અને લોહીની નસોની અંદરની ખરબચડી સપાટી પર બાઝી જાય છે. વધતી ઉંમરને લીધે લોહીની નસો કઠણ થતી જાય છે. પરિણામે લોહીના પ્રવાહમાં અવરોધ ઊભો થાય છે. અને અવયવોને થતા લોહીના પુરવઠા પર અસર થાય છે-ઘટી જાય છે. હૃદયને લોહી પહોંચાડતી ધમનીમાં અવરોધને લીધે જો હૃદયને લોહી ઓછું મળે તો હાર્ટ ઍટેક આવી શકે છે ચરબીવાળો ખોરાક વધુ ખાવાથી હાઈ બ્લડ પ્રૅશર થઈ શકે છે અને મગજમાં રક્તસ્રાવ થવાની સંભાવના વધે છે. એટલે સ્થૂળ વ્યક્તિ બહારથી તંદુરસ્ત દેખાય છે પણ વાસ્તવમાં આંતરિક રીતે નિરોગી હોતી નથી.

આપણે ફૅટી ઍસિડ્સના સંતૃપ્ત અને અસંતૃપ્ત એમ બે પ્રકાર જોયા. અસંતૃપ્ત ફૅટી ઍસિડ્સના પણ બે પ્રકાર છે- **MUFA** અને **PUFA** (મોનો અનસૅચ્યુરેટેડ

ફૅટી ઍસિડ અને પૉલી અનસૅચ્યુરેટેડ ફૅટી ઍસિડ). ઓમેગા-3 અને ઓમેગા -6 આ બે પૉલી અનસૅચ્યુરેટેડ ફૅટી ઍસિડના પ્રકાર છે. આરોગ્યની દષ્ટિએ 50 ટકા વત્તા 50 ટકા પ્રમાણમાં મિક્સ કરી નીચે જણાવેલા તેલ ખાવામાં વાપરવા સારા.

સિંગતેલ/તલનું તેલ/રાઈસ બ્રાન/કપાસિયા તેલ + રાઈનું તેલ
સિંગતેલ/તલનું તેલ/રાઈસ બ્રાન/ કપાસિયા તેલ + સોયાબીન તેલ
પામોલીન + સોયાબીન

સનફ્લાવર/કરડીનું તેલ + પામોલીન/ઑલિવ તેલ
સનફ્લાવર/કરડીનું તેલ + સિંગતેલ/તલનું તેલ/રાઈસ બ્રાન/કપાસિયા તેલ

4. ક્ષાર : મનુષ્યને જુદા જુદા ૫0 પ્રકારના ક્ષારોની જરૂરિયાત હોય છે. શરીરની વૃદ્ધિ અને વિકાસ, ઘસારાની દુરસ્તી અને જીવનાવશ્યક ક્રિયાઓના નિયંત્રણ માટે આ ક્ષારોની જરૂરિયાત હોય છે. કૅલ્શિયમ, ફૉસ્ફરસ, સોડિયમ અને પોટૅશિયમ વધુ માત્રામાં આવશ્યક છે જ્યારે લોહ, આયોડિન, ફ્લોરિન, ઝિંક, કૉપર, કોબાલ્ટ, ક્રૉમિયમ, મૅન્ગેનીઝ, મૉલિબ્ડેનમ, સિલેનીયમ, નિકલ. ટીન સિલિકૉન અને વૅનેડિયમ ક્ષારો અલ્પ માત્રામાં જરૂરી છે. આમાંથી ફક્ત કૅલ્શિયમ, ફૉસ્ફરસ, સોડિયમ, લોહ, ફ્લોરિન અને આયોડિન ક્ષારોનો માનવી રોગો સાથેનો સંબંધ પુરવાર થયો છે. અતિ અલ્પ માત્રામાં આવશ્યક તત્વો અને ક્ષારોની રોજિંદી જરૂરિયાત કેટલી એ નક્કી કરવું અશક્ય છે. તેથી આવા ક્ષારોવાળી આહારપૂરક દવાઓ લેવી નહીં કારણ કે આવા ક્ષારો વધુ પ્રમાણમાં લેવા શરીરને નુકસાનકારક છે.

5. પાણી : માનવીના શરીરમાં લગભગ 60 ટકા પાણી હોય છે. શિશુઓમાં લગભગ 70 ટકા જેટલું પાણી હોય છે. શરીરમાં દસ ટકાથી વધારે પાણી ઓછું થઈ જતાં (જેમ કે ઝાડા-ઉલટી વગેરે) મોત નીપજી શકે છે. વ્યક્તિ ખોરાક ખાધા વિના પાણી પીને બે મહિના જીવિત રહી શકે છે. પણ પાણી પીધા વિના આઠેક દિવસમાં જ મૃત્યુ પામશે. કદાચ આ જ કારણે સંસ્કૃતમાં પાણીને “જીવન” કહ્યું છે.

આપણા સારા કે નરસા આરોગ્યનો આધાર આપણા આહાર પર રહે છે. આથી આપણે યોગ્ય આહાર લઈશું તો નિરોગી અને સુદઢ રહી શકશું. આવા આહારને સમતોલ આહાર કહેવાય છે. સમતોલ આહારમાં બધાં જ ઘટકો- કાર્બોહાઈડ્રેટ્સ, ચરબી, પ્રોટિન્સ, વિટામિન્સ અને ક્ષાર વગેરે- યોગ્ય પ્રમાણમાં હોય અને એ ઉપરાંત કટોકટી વખતે જરૂરી પૌષ્ટિક પદાર્થોનો સમાવેશ હોય તે ઉત્તમ. વ્યક્તિને જોઈતી ઊર્જા પંચાવનથી સાંઈઠ ટકા કાર્બોહાઈડ્રેટ્સમાંથી, પચીસથી ત્રીસ ટકા ઊર્જા મેદપદાર્થો (ચરબી)માંથી અને બાકીની પ્રોટિન્સમાંથી મળવી જોઈએ.

વ્યક્તિના વજન, ઉંમર, લિંગ, વ્યવસાય, ગમા-અણગમા તેમ જ આર્થિક પરિસ્થિતિ અનુસાર સમતોલ આહાર બદલાય છે. મૂળ સિદ્ધાંત ધ્યાનમાં રાખી ખાવાના પદાર્થો-વસ્તુઓમાં ફેરફાર કરી શકાય. મોંઘા ખાદ્યપદાર્થો પૌષ્ટિક હોય છે એ માન્યતા સદંતર ભૂલભરેલી છે અને તેને કોઈ વૈજ્ઞાનિક પુષ્ટિ નથી. સિંગદાણા અને કાજુના પૌષ્ટિક મૂલ્યોમાં ખાસ ફરક નથી. ખાદ્ય પદાર્થો અંગે ગમા-અણગમાની વૃત્તિ બાળપણથી જ પોષવી જોઈએ નહીં, કેમ કે ઉંમર વધતા તેમાં બદલાવ લાવી શકવો અઘરો છે. ઉપરાંત આહારમાં બધી જ પૌષ્ટિક વસ્તુઓનો સમાવેશ કરવો સહેલો બને છે. સમતોલ આહારનો સિદ્ધાંત અપનાવશો તો સાચે જ નિરોગી જીવન જીવશો એમાં જરાય શંકા નથી.

4
ઊર્જા અને પૌષ્ટિક આહારની આપણી જરૂરિયાત

શરીરને જોઈતી કાર્યશક્તિ આહારમાંથી મળે છે. આપણે કોઈપણ બળતણ બાળીએ છીએ ત્યારે અગ્નિ પ્રગટે છે- ગરમી મળે છે. શરીરમાં આવો પ્રત્યક્ષ કોઈ અગ્નિ હોતો નથી. શરીરમાં મંદ રાસાયણિક જ્વલન થતું હોય છે. આ જ્વલન આંખે દેખાતું નથી પણ તેમાંથી કાર્યશક્તિ મળે છે. ખરેખરા જ્વલન કરતાં આ રાસાયણિક જ્વલનથી વધારે કાર્યશક્તિ પેદા થાય છે. શારીરિક કાર્ય માટે જોઈતી શક્તિ ઑક્સિડેશન પ્રક્રિયા દ્વારા થતાં ગ્લુકૉઝના વિઘટનથી મળે છે. આ ઊર્જા શક્તિ જરૂરિયાત પ્રમાણે જ્યાં-ત્યાં વપરાય છે. ઊર્જા શક્તિ પેદા કરવા માટે શર્કરા હોય છે. શરીરમાં આ ગ્લુકૉઝમાં મહત્વની શર્કરા છે. દૂધમાં લૅક્ટૉઝ અને ફળોમાં ફ્રુક્ટૉઝ શર્કરા હોય છે. શરીરમાં આ શર્કરા ગ્લુકૉઝમાં પરિવર્તિત થાય છે. મગજ, જઠર, કિડની, યકૃત, સ્નાયુઓ અને લોહીના કોષો ઊર્જા માટે ફક્ત ગ્લુકૉઝનો જ ઉપયોગ કરે છે. કાર્બોહાઈડ્રેટ્સનું પાચન થવાથી તે ગ્લુકૉઝમાં પરિવર્તિત થાય છે.

જુદાં-જુદાં આહાર ઘટકોમાંથી અલગ અલગ પ્રમાણમાં ઊર્જા મળે છે. કાર્બોહાઈડ્રેટ્સ અને પ્રોટિન્સના દરેક એક ગ્રામમાંથી ચાર કિલો કૅલેરી અને ચરબીયુક્ત પદાર્થના એક ગ્રામમાંથી નવ કિલો કૅલેરી જેટલી ઊર્જા પ્રાપ્ત થાય છે. શરીરને દરેક કાર્ય માટે ઊર્જાની જરૂર હોય છે. આપણે સૂતા હોઈએ ત્યારે પણ શ્વસન, હૃદયનું આકુંચન-પ્રસરણ, લોહીનું ભ્રમણ, કિડનીમાં મૂત્ર ઉત્પાદન, ગ્રંથિઓમાંથી હૉર્મોન સ્રાવ વગેરે પ્રવૃત્તિઓ-કાર્યો ચાલુ જ રહે છે, જેના માટે ઊર્જાની જરૂર હોય છે. આને જ પાયાનો ચયાપચયનો દર (Basal Metabolic Rate – BMR) કહેવાય છે. આ દરનો આધાર શરીરનું બાહ્ય ક્ષેત્રફળ, ઉંમર, લિંગ, વજન, સ્નાયુનો જથો, હવામાન, પોષણ, ઊંઘ, તાવ, શારીરિક શ્રમ, માનસિક તણાવ તથા થાયરૉક્ઝીન, એડ્રીનેલીન જેવા હૉર્મોન્સ ઉપર રહે છે. શરીરનું તાપમાન એક અંશ ફૅરનહિટ વધે તો ઉંડ સાત ટકા જેટલો વધે છે. ઊંઘમાં BMR દસ ટકા જેટલો ઘટે છે. દૈનિક ક્રિયાઓ જેવી કે બેસવું, ઊભા રહેવું, કપડાં બદલવાં, નહાવું,

ખાવાની ક્રિયા વગેરે વખતે શરીરને ઊર્જાની જરૂર પડે છે. રોજી-રોટી કમાવવા માટેના કામધંધા કરતી વખતે મુખ્યત્વે ઊર્જાની જરૂર હોય છે. જે લોકો ઓછી મહેનતવાળું બેઠાડુ કામકાજ કરતા હોય જેમ કે ઑફિસમાં કામ કરતાં માણસો, શ્રમજીવીઓ વગેરેને વધારે ઊર્જાની જરૂર હોય છે. ગર્ભાવસ્થા, સ્તનપાન કરાવતી મહિલાઓ, બીમારી જેવી અવસ્થામાં ઊર્જાની જરૂરિયાતો બદલાય છે.

કોઠો -1 ભારતીય સ્ત્રી-પુરુષોની ઊર્જાની જરૂરિયાત

	કામનો પ્રકાર	ઊર્જાની રોજિંદી જરૂરિયાત (કિલો કૅલેરી)	ઊર્જાની જરૂરિયાત કિલો કૅલેરી પ્રતિ કિલોગ્રામ
પુરુષ (60 કિલો)	શારીરિક શ્રમ નહીં કરતા મધ્યમ શ્રમ કરતા અતિશય શ્રમ કરતા	2320 2730 3490	38.66 45.50 58.16
સ્ત્રી (55 કિલો)	શારીરિક શ્રમ નહીં કરતી મધ્યમ શ્રમ કરતી અતિશય શ્રમ કરતી	1900 2230 2850	34.54 40.54 51.81
ગર્ભવતી સ્ત્રી		ઊર્જામાં 350 કિલો કૅલેરી વધારે	
સ્તનપાન કરાવતી માતા (0થી 6 મહિના)		ઊર્જામાં 600 કિલો કૅલેરી વધારે	
સ્તનપાન કરાવતી માતા (7થી 12 મહિના)		ઊર્જામાં 520 કિલો કૅલેરી વધારે	

પ્રૌઢાવસ્થામાં 40 વર્ષની વય પછી, દર દસ વર્ષે ઊર્જાની જરૂરિયાત પાંચ ટકા જેટલી અને 60 વર્ષની વય પછી દર દસ વર્ષે ઊર્જાની જરૂરિયાત દસ ટકા જેટલી ઘટે છે.

કોઠો-2 ભારતીય સ્ત્રી-પુરુષોની ખાદ્યપદાર્થોની રોજિંદી જરૂરિયાત

ખાદ્યપદાર્થો (વજન ગ્રામમાં)	પ્રૌઢ પુરુષ			પ્રૌઢ સ્ત્રી		
	બેઠાડુ કામ	મધ્યમ શ્રમ	ભારે શ્રમ	બેઠાડુ કામ	મધ્યમ શ્રમ	ભારે શ્રમ
અનાજ	460	520	670	410	440	575
કઠોળ	40	50	60	40	45	50
લીલાં ભાજી	40	40	40	100	100	50
શાકભાજી	60	60	70	80	40	100
કંદમૂળ	50	60	80	50	50	60
દૂધ	150	200	250	100	150	200
તેલ-ઘી	40	45	65	20	25	40
ખાંડ અનેગ ગોળ	30	35	55	20	20	40

કોઠો-3 ભારતીય સ્ત્રી-પુરુષોની વિટામિન્સની રોજિંદી જરૂરિયાત

વિટામિન્સ	પ્રૌઢ પુરુષ			પ્રૌઢ સ્ત્રી		
	બેઠાડુ કામ	મધ્યમ શ્રમ	ભારે શ્રમ	બેઠાડુ કામ	મધ્યમ શ્રમ	ભારે શ્રમ
એ- રેટિનૉલ	600	600	600	600	600	600
બીટા કૅરોટિન (માઇક્રો ગ્રામ)	4800	4800	4800	4800	4800	4800
થાયમિન (મિ. ગ્રામ)	1.2	1.4	1.7	1.0	1.1	1.4
રિબોફ્લેવીન (મિ.ગ્રામ)	1.4	1.6	2.1	1.1	1.3	1.7
નિયાસીન (મિ. ગ્રામ)	16	18	21	12	14	16
વિટામીન બી (મિ. ગ્રામ)	2.0	2.0	2.0	2.0	2.0	2.0
વિટામીન સી (મિ. ગ્રામ)	40	40	40	40	40	40
ફોલીએટ (માઇક્રો ગ્રામ)	200	200	200	200	200	200
સાયનો કોબાલેમીન (માઇક્રો ગ્રામ)	1.0	1.0	1.0	1.0	1.0	1.0
વિટામિન ડી (આઈ. યુનિટ)	400	400	400	400	400	400
વિટામિન-ઈ (ટેકોફેરૉલ સ્વરૂપે મિ. ગ્રામ)	8 થી 10	8 થી 10	8 થી 10	8 થી 10	8 થી 10	8 થી 10
વિટામિન-કે (મિ. ગ્રામ પ્રતિ કિલો વજન માટે)	0.03	0.03	0.03	0.03	0.03	0.03

કોઠો-4 કેટલાક ખાદ્યપદાર્થોનાં પોષણ મૂલ્યો
દર 100 ગ્રામ વજન પ્રમાણે

ખાદ્ય પદાર્થ	પ્રોટિન્સ (ગ્રામ)	ચરબી (ગ્રામ)	કૂચો (ગ્રામ)	કાર્બોહાઈડ્રેટ્સ (ગ્રામ)	ઊર્જા (કિલો કૅલેરી)	લોહ તત્વ (મિલી ગ્રામ)
ઘઉંનો લોટ	12.1	1.7	1.9	69.4	341	4.9
પૉલિશ્ડ ચોખા	6.8	1.5	0.2	78.2	345	0.7
બૉઈલ્ડ ચોખા (રાઈસ)	6.4	0.4	0.2	79.0	346	1.0
બાજરી	11.6	5.0	1.2	67.5	361	8.0
મકાઈ દાણા (સૂકા)	11.1	3.6	2.7	66.2	342	2.3
ચણાની દાળ	17.1	3.0	3.9	60.9	360	4.6
સોયાબીન	43.2	19.5	3.7	20.9	432	10.4
રાજમા	22.9	1.3	4.8	60.6	346	5.1
તુવેર દાળ	22.3	1.3	1.5	57.6	335	2.7
બીન્સ (સિંગ)	1.7	0.1	1.8	4.5	26	0.61
પાલક	2.0	0.7	0.6	2.9	26	1.14
ટમેટાં	0.9	0.2	0.8	3.6	20	0.64
ગાજર	0.9	0.2	1.2	10.6	48	1.03
કાંદા	1.2	0.1	0.6	11.1	50	0.6
બટેટાં	1.6	0.1	0.4	22.6	97	0.48
સિંગદાણા	25.3	40.1	3.1	26.1	567	2.5
જમરુખ	0.9	0.3	5.2	11.2	51	0.27
આમળાં	0.5	0.1	3.4	13.7	58	1.2
સંતરાં	0.7	0.2	0.3	10.0	48	0.32
કેળાં	1.2	0.3	0.4	27.2	116	0.36
લીંબુ	1.5	1.0	1.3	10.9	59	0.3
લીલી દ્રાક્ષ	0.5	0.3	2.9	16.5	71	0.52
કાળી દ્રાક્ષ	0.6	0.4	2.8	13.1	58	0.5
પપૈયું	0.6	0.1	0.8	7.2	32	0.5
ઈંડાં	13.3	13.3	-	-	173	2.1
માછલી (હિલસા)	21.8	19.4	-	2.9	273	2.1
ચિકન	25.9	0.6	-	-	109	-
ગાયનું દૂધ	3.2	4.1	-	4.4	67	0.2
ભેંસનું દૂધ	4.3	6.5	-	5.0	117	0.2
ઘી	-	100	-	-	900	-
માખણ	-	81	-	-	729	-
વેજિટેબલ ઑઈલ	-	100	-	-	900	-
ચીઝ	24.1	25.1	-	6.3	348	2.1
દહીં	3.1	4.0	-	3.0	60	0.2

કોઠો-5 ચા, કૉફી અને કોકોનાં પોષણ મૂલ્યો (પ્રતિ 150 મિ.લી.)

	કૉફી	ચા	કોકો
પ્રોટિન્સ (ગ્રામ)	1.8	0.9	7.2
મેદ પદાર્થ (ચરબી)	2.2	1.1	8.8
કાર્બોહાઇડ્રેટ્સ	17.8	16.4	26.2
ઊર્જા (કિલો કૅલેરી)	98.0	79.0	213.0

કોઠો-6 દૂધમાંનાં પોષણ મૂલ્યો (પ્રતિ 100 ગ્રામ)

	ભેંસનું દૂધ	ગાયનું દૂધ	માનવનું દૂધ
મેદપદાર્થ (ગ્રામ)	6.5	4.1	3.4
પ્રોટિન્સ (ગ્રામ)	4.3	4.1	3.4
દુગ્ધશર્કરા (ગ્રામ)	5.1	4.4	7.4
કૅલ્શિયમ (મિલીગ્રામ)	210.0	120.0	28.0
લોહ (મિલીગ્રામ)	0.2	0.2	0.0
વિટામિન સી (મિલીગ્રામ)	1.0	2.0	3.0
ક્ષાર (ગ્રામ)	0.8	0.8	0.1
પાણી (ગ્રામ)	81.0	87.0	88.0
ઊર્જા (કિલો કૅલેરી)	117.0	67.0	65.0

કોઠો-7 ફળોનાં પોષણ મૂલ્ય (ખાવાલયક 100 ગ્રામ જથામાં)

તાજાં ફળો	ઊર્જા (કિલો કૅલેરી)	કૅલ્શિયમ (મિ.ગ્રા)	લોહ (મિ. ગ્રા)	કૅરોટીન (માયક્રો ગ્રામ)	વિટામિન સી (મિ. ગ્રા)
દ્રાક્ષ	104	10	0.5	124	7
જમરુખ	71	20	1.5	0	1
કેરી	51	10	0.27	0	212
સંતરાં	74	14	1.3	2210	16
પપૈયાં	48	26	0.32	2240	68
સીતાફળ	32	17	0.5	2740	57
આમળાં	104	17	4.31	0	37
સૂકો મેવો	58	50	1.2	9	600
સિંગદાણા	567	90	2.5	37	0
ખજૂર	317	120	7.3	44	3
બદામ	655	230	5.09	0	0
કાજુ	596	50	5.81	0	0

કોઠો-8 કઠોળનાં પોષણ મૂલ્યો (પ્રતિ 100 ગ્રામ)

	ઊર્જા (કિ. કૅલરી)	પ્રોટિન્સ (ગ્રામ)	મેદ પદાર્થ (ગ્રામ)	કૅલ્શિયમ (મિ. ગ્રામ)	લોહ (મિ. ગ્રામ)
ચણા દાળ	360	17.1	5.3	202	4.6
અડદ	347	24.0	1.4	154	3.8
તુવેર દાળ	335	22.3	1.7	73	2.7
સોયાબીન	432	43.2	19.5	240	10.4
મગ	348	24.5	1.2	75	7.75
વટાણા	315	19.7	1.1	75	7.75
કળથી	321	22.0	0.5	287	6.77

કોઠો-9 અનાજનાં પોષણ મૂલ્યો (પ્રતિ 100 ગ્રામ)

	પ્રોટિન્સ (ગ્રામ)	મેદ પદાર્થ (ગ્રામ)	કાર્બોહાઇડ્રેટ્સ (ગ્રામ)	ક્ષાર (ગ્રામ)	ઊર્જા (કિ. કૅલેરી)
ઘઉં	11.81	1.5	71.2	1.5	346
ચોખા	6.8	0.5	78.2	0.6	345
મકાઈ	11.1	3.6	66.2	1.5	342
જુવાર	10.4	1.9	72.6	1.6	349
બાજરી	11.6	5.0	67.5	2.3	361
રાગી	7.3	1.3	72.0	2.7	328

કોઠો-10 મહત્વના વિટામિન, અને તેના સ્રોત

વિટામિન	સ્રોત
વિટામિન એ	વિવિધ માછલીના લીવર ઑઈલ, માખણ, ચીઝ, ઈંડાં, ગાજર, પાલક લીલી ભાજી, સરગવો, કેરી પપૈયાં, સંતરા
ડી	વિવિધ માછલીના લીવર ઑઈલ, માખણ, ઈંડાં, માછલીની ચરબી
ઈ	વનસ્પતિજન્ય તેલો, ઈંડાની જરદી, માખણ
કે	ઘેરાં લીલાં પાનાળી ભાજી, ગાયનું દૂધ
થાયમીન	છોતરાવાળા ઘઉં, ચોખા ચણા દાળશ, બદામ, સિંગદાણા
રિબોફ્લૅવિન	બકરીનું લીવર, ગાયનું દૂધ, ઈંડાં, માંસ, કઠોળ, અનાજ, લીલાં શાકભાજી
નિયાસીન	બકરીનું લીવર, મૂત્રપિંડ, માંસ, માછલી, બીન્સ, સિંગદાણા
પિરીડૉક્સિન	દૂધ, માંસ, ઈંડાં, છોતરાવાળા અનાજ, બીન્સ અને શાકભાજી

પૅન્ટોથેનિક ઍસિડ	બધા જ અનાજ
ફોલેટ	માંસ, દૂધ, દૂધના પદાર્થો, ઈંડાં, ફળો, અનાજ, લીલાં શાકભાજી
આઈનોકોબાલોમિન	માંસ, માછલી, ઈંડાં, દૂધ અને ચીઝ
સી	આમળાં, જમરુખ, સંતરા, કેળાં, ચણા દાળ, પાલક

કોઠો -11 રોજિંદા કામકાજમાં વપરાતી ઊર્જા
(કિલો કૅલેરી પ્રતિ કલાક, 60 કિલો વજન ધરાવતા પુરુષ માટે)

ઊંઘવું	57
બેસવું	86
ઊભા રહેવું	132
ટાઈપિંગ કરવું	108
ખરીદી કરવી	204
માછલાં પકડવાં	222
ટીવી જોવું	86
ઝાડુ-પોતાં કરવાં	210
બાગકામ કરવું	300
સાઈકલિંગ (કલાકમાં 15 કિ.મી.)	360
ચાલવું (કલાકમાં ચાર કિ.મી.)	160
દોડવું (કલાકમાં 12 કિ.મી.)	750
દોડવું (કલાકમાં 6 કિ.મી.)	353
નાચવું	372

કોઠો -12 રોજના આહારમાંના ખાદ્યપદાર્થોનાં પોષણ મૂલ્યો
(કિલો કૅલેરીમાં)

દસ બદામ	-	85	ત્રીસ દ્રાક્ષ	-	70
દસ કાજુ	-	95	કેળું -એક	-	90
લીલું નારિયેળ 1/4	-	130	જમરુખ એક	-	50
પચાસ સિંગદાણા	-	90	કેરી એક	-	180
સફરજન	-	65	ચીકુ	-	80
કલિંગર (એક ચીરી)	-	15	વેજ પફ	-	170
બીટ-એક	-	30	પિત્ઝા (ચીઝ, ટમેટાં)	-	200
ગાજર	-	20	બાફેલું ઈંડું	-	90
કાકડી	-	15	ઑમલેટ	-	160
કાંદો	-	25	દાળ (અડધો કપ)	-	100

મૂળો	-	10	સાંભાર (એક કપ)	-	110
ટમેટું	-	10	પરાઠા-એક	-	150
ભજિયાં (આઠ)	-	280	ફૂલકા રોટલી	-	80
દહીંપુરી (પાંચ)	-	220	ભાત (એક કપ)	-	170
દહીંવડાં (બે)	-	180	પુરી	-	100
વડાં (બે)	-	140	શીખંડ (અડધો કપ)	-	380
મસાલા ડોસા	-	200	આઈસક્રીમ (અડધો કપ)	-	200
કચોરી	-	190	લસ્સી (200 મિ.લી.)	-	110
બટાટાવડાં	-	100	લીંબુ સરબત (200 મિ.લી.)	-	60
સમોસાં	-	200	કોલ્ડ ડ્રિન્ક્સ (200 મિ.લી.)	-	250

કોઠો-13 ભારતીય પૌઢ સ્ત્રી-પુરુષની ક્ષારની રોજિંદી જરૂરિયાત

ક્ષાર	**પ્રૌઢ પુરુષ**			**પ્રૌઢ સ્ત્રી**		
	બેઠાડુ કામ	**મધ્યમ શ્રમ**	**ભારે શ્રમ**	**બેઠાડુ કામ**	**મધ્યમ શ્રમ**	**ભારે શ્રમ**
કૅલ્શિયમ (મિ. ગ્રા)	600	600	600	600	600	600
લોહ (મિ. ગ્રા)	17	17	17	21	21	21
જસત (મિ. ગ્રા)	12	12	12	10	10	10
મૅગ્નેશિયમ (મિ. ગ્રા)	340	340	340	310	310	310
સોડિયમ (મિ. ગ્રા)	5	5	5	5	5	5
પોટેશિયમ (મિ. ગ્રા)	5	5	5	5	5	5
આયોડિન (માઇક્રો ગ્રામ)	150	150	150	150	150	150
કૉપર (મિ. ગ્રા)	2	2	2	2	2	2

કોઠો-14 શ્રમ આધારિત વ્યવસાયોનું વર્ગીકરણ

ઓછી મહેનતવાળા વ્યવસાય	શિક્ષક, દરજી, હજામ, પૂજારી, અધિકારી, પટાવાળો (પ્યૂન), નિવૃત્ત વ્યક્તિ, મોચી, ગૃહિણી, ઘરકામ કરવાવાળી, પરિચારિકા, ડૉક્ટર, કારકૂન, દુકાનદાર, વ્યવસ્થાપક, સોની
મધ્યમ મહેનતવાળા વ્યવસાય	કુંભાર, વાંસકામ, સુથાર, કારીગર, ઇલેક્ટ્રિશિયન, ફિટર, ટર્નર, વૅલ્ડર, ડ્રાયઈવર, કોળી, હમાલ, સાઈટ સુપરવાઈઝર, પોસ્ટમેન
ભારે મહેનતવાળા વ્યવસાય	પથ્થરકામ કરવાવાળા, લુહાર, ખાણ કામદાર, કઠિયારો (લાકડા કાપનાર), ખેત મજૂર, સૈનિક

ઉપરના બધા કોઠા પરથી વાચકોને ખ્યાલ આવ્યો જ હશે કે સામાન્ય ભારતીય સ્ત્રી-પુરુષોની ઊર્જાની- ખાદ્યપદાર્થોની જરૂરિયાત કેટલી હોવી જોઈએ, તેમ જ તેની પૂર્તતા રોજિંદા ખોરાકમાંથી કેવી રીતે કરી શકાય. આહારમાં કાર્બોહાઈડ્રેટ્સ, પ્રોટિન્સ અને ચરબીયુક્ત પદાર્થોનું પ્રમાણ સુયોગ્ય રાખવાથી આવશ્યક ઊર્જાશક્તિ મળશે જ ઉપરાંત વિટામિન્સ અને ક્ષારોનું પ્રમાણ પણ જળવાશે, જેથી આરોગ્ય પણ સારું રહેશે.

5

વ્યાયામ

જરૂરિયાત કરતાં વધારે ખાવાથી અને વ્યાયામ-કસરત-મહેનત ન કરવાથી શરીરનું વજન વધે છે. આ પ્રકરણમાં આપણે જુદા-જુદા પ્રકારની કસરતો અને શારીરિક આરોગ્ય માટે તેનું મહત્ત્વ જાણીશું.

કસરત કરવી એ બિલકુલ કુદરતી વાત નથી! તમે માણસ સિવાય બીજા કોઈ પ્રાણીને ક્યારે કસરત કરતા જોયું છે? કમ સે કમ મેં કોઈ આખલાને જૉગિંગ કરતા કે હરણને વેઈટ ટ્રેનિંગ કરતા જોયા નથી. આ વાંચી કસરત વિશે નફરત ધરાવતા વાચકો બહુ ખુશ થયા હશે. હવે તમે જ મને કહો કે તમે આ પ્રાણીઓને પિત્ઝા, પાસ્તા, બર્ગર, મૅગી ખાતાં કે થમ્સ અપ, પૅપ્સી વગેરે પીતાં જોયા છે? સેંકડો વર્ષ થયાં પણ કોઈ પણ પ્રાણીની જીવનશૈલી બદલાઈ નથી -જેમ હતી તેમ જ છે. છેલ્લા કેટલાક દાયકાઓથી માણસની જીવનશૈલી નાટ્યાત્મક રીતે બદલાઈ છે. પચાસેક વર્ષ પહેલાં છોકરા-છોકરીઓને સ્કૂલે જવા માટે પાંચ-છ કિ.મી. ચાલીને જવું પડતું. સ્કૂલ કે કૉલેજ જવા માટે પગપાળા જવું કે સાઈકલ પર જવું એ સામાન્ય બાબત હતી. વાહન વ્યવહાર નહીંવત્ હોવાથી લોકોને રોજબરોજનાં કામ માટે ઘણું ચાલવું પડતું અને તેવી ટેવ પણ હતી. આ પરિસ્થિતિ આજે બદલાઈ છે. દરેક ઘરમાં આજે સ્કૂટર કે મોટર સાઈકલ છે. મધ્યમવર્ગીય ઘરમાં પણ મોટરકાર હોય છે.

હું મેડિકલ કૉલેજમાં ભણતો હતો ત્યારે 100 વિદ્યાર્થીઓમાંથી ફક્ત બે પાસે સ્કૂટર હતું. બીજા બધા પગપાળા અથવા સાઈકલ પર આવતા. આજે દરેકે જણ ટુ-વ્હીલર પર ફરે છે. એ દિવસોમાં બહાર ખાવાની સુવિધા મર્યાદિત હતી. આજે હૉટેલો અને લારી પર ગલીએ ગલીએ વડાપાઉં, પાણીપુરી, ભજિયાં, ડોસા વગેરે ચટાકેદાર પદાર્થો મળે છે. આનું દેખીતું પરિણામ એ આવ્યું છે કે લોકોનાં શારીરિક કષ્ટ ઓછાં થયાં છે અને સામે વધુ ખાવાની આદત પડી ગઈ છે. ઉપરાંત લોકો મસાલેદાર, ચટાકેદાર તેલ-ઘીવાળા વધુ કૅલેરી ધરાવતા, પોષણયુક્ત નહીં એવા

પદાર્થો (એટલે કે જંક ફૂડ) ખાતા થયા છે. પરિણામે પેટનો ફુગાવો અને વજન વધારો જોવા મળે છે. આસપાસ જ્યાં જુઓ ત્યાં તમને જાડા અને ફૂલેલા પેટવાળા લોકો સહજતાથી જોવા મળે છે. આવી અનૈસર્ગિક આદતો-જીવનશૈલી જે આપણે આપનાવી છે, તેને લીધે કસરત-વ્યાયામ જેવી અનૈસર્ગિક પ્રવૃત્તિ માણસ માટે નૈસર્ગિક બને એ અનિવાર્ય બન્યું છે.

કસરત જેવી અનૈસર્ગિક પ્રવૃત્તિ આ યુગમાં માણસજાત માટે આવશ્યક નૈસર્ગિક બાબત બની છે એ સત્ય છે. છતાં, ફક્ત કસરતથી જ શરીરનું વજન ઓછું થશે નહીં એ હકીકત સમજવી અઘરી છે અને સમય માગી લે એવી છે. મને આ બાબત સમજવામાં પાંચેક મહિના લાગ્યા. વર્ષ 2010માં મેં હાફ મૅરેથૉન માટે નામ નોંધાવ્યું હતું. જાન્યુઆરી 2011માં મારે લગભગ 21 કિ.મી. દોડવાનું હતું. પહેલી ઑગસ્ટ, 2010થી દોડ માટેની તૈયારી મેં શરુ કરી. પહેલી ઑગસ્ટથી માંડીને 31મી ડિસેમ્બર સુધી દરરોજ છ કિ.મી.થી 16 કિ.મી. દોડ લગાવી હતી. આશ્ચર્યની વાત એ કે તે દરમિયાન મારું વજન એક કિલો પણ ઘટ્યું નહોતું. સ્થૂળતા વિશે અભ્યાસ કરતી વખતે કસરતના ફાયદા અંગે જાણવા મળ્યું, કસરત અનેક રીતે ફાયદાકારક છે એ ખરું પણ માત્ર કસરત કરવાથી વજન ઓછું થતું નથી. એનું કારણ એ કે કસરત કરવાથી ઊર્જા વપરાય છે તે અને આપણા ખોરાકમાંથી મળતી ઊર્જા તેમાં ખાસ્સો તફાવત હોય છે. એક ઉદાહરણ જોઈએ -આપણે એક પ્લેટ પૌંઆ અથવા ઉપમા પાંચથી સાત મિનિટમાં ખાઈ શકીએ છીએ, પરંતુ તેમાંથી મળતી 270 કૅલેરી બાળવા માટે આપણે એક કલાક ટેબલ ટેનિસ રમવું પડશે અથવા એક કલાક ચાલવું પડશે! એક આઇસ્ક્રીમમાંથી મળતી 480 કૅલેરી ખતમ કરવા એક કલાક બૅડમિન્ટન રમવું પડે! આના પરથી સમજી શકાય કે વજન ઓછું કરવા માટે કસરત કરવા કરતાં ખાણીપીણી પર નિયંત્રણ હોવું વધારે મહત્વનું છે.

આરોગ્ય ઉત્તમ રાખવા વ્યાયામ જરૂરી છે જ. આજના જમાનામાં આધુનિકીકરણને કારણે શારીરિક મહેનતનાં કામ ઓછાં થયાં છે. યાંત્રિકીકરણને લીધે મહેનતવાળાં કામ ઓછાં થયાં છે. વળી જે લોકો શારીરિક શ્રમનાં કામ કરે છે તેઓ એકસરખાં કામ કરતાં હોવાને કારણે શરીરનાં બધાં અંગોને વ્યાયામ મળતો નથી. કામ કરવું અને કસરત કરવી એ બે જુદી ક્રિયાઓ છે, તે ધ્યાનમાં લેવું. આખો દિવસ પથ્થર તોડનાર માણસને હૃદય તેમ જ ફેફસાં માટે કસરત કરવી જ રહી.

કમનસીબે કેવા પ્રકારની કસરતની જરૂર છે, કસરત કેટલી, ક્યારે અને કેવી રીતે કરવી એ વિશે અજ્ઞાન તથા અનેક ગેરસમજો પ્રવર્તે છે. આપણા સમાજમાં યોગાસનો, દંડ-બેઠક, સૂર્યનમસ્કાર, દોડવું, તરવું અને ચાલવું એવી વિવિધ પારંપારિક કસરતો પ્રચલિત છે. કેટલાક લોકો સમજ્યા વિના આ કસરતોમાંથી

એકાદ-બે પર ભાર મૂકી "લાખ દુઃખોં કી એક દવા" જેવો દાવો કરે છે. બીજી તરફ, મોટા શહેરોમાં હૅલ્થ ક્લબ અને જીમના નામે ગલીએ ગલીએ દુકાનો ખૂલી છે, જેમાં દરેક વ્યક્તિને મોંઘા મશીનો પર એકસરખો ચીલાચાલુ વ્યાયામ- "વર્કઆઉટ્સ" -શીખવવામાં આવે છે. અહીં સામાન્ય માણસને પરવડે નહીં એવી તગડી ફી લેવાય છે. ખરી સમસ્યા ત્યારે ઊભી થાય છે જ્યારે તમે જીમમાં જવાનું બંધ કરો છો. તમારી કસરતો મશીન આધારિત અને ઈન્સ્ટ્રક્ટરના માર્ગદર્શન હેઠળ હોવાથી, તમારું વ્યાયામ કરવાનું જ બંધ થઈ જાય છે. અને તેથી આપણે સસ્તી અને સારી, કોઈની પણ મદદ વિનાની, કોઈપણ સમયે, ગમે ત્યારે કરી શકાય એવી કસરતો પસંદ કરવી જોઈએ, અર્થાત આવી કસરતો વિશે આપણે વૈજ્ઞાનિક માહિતી મેળવવી જોઈએ.

વૈજ્ઞાનિક રીતે કસરતો ત્રણ મુખ્ય પ્રકારની છે. આપણે ત્રણેય પ્રકારની કસરતો કરવી જોઈએ.

1. તાકાતવાળી કસરતો : જેમ કે ડિપ્સ, દંડ-બેઠક, વેઈટ લિફ્ટિંગ વગેરે. ઉત્તાન પાદાસન, મયુરાસન તથા નૌકાસન જેવા યોગાસનો આ પ્રકારનો વ્યાયામ છે. આ કસરતોથી સ્નાયુઓની તાકાત, ઝડપ અને સહનશક્તિ વધે છે. સ્નાયુઓ પર વજનની અસરથી તાણ શક્તિ વધે છે.

આ આસનો અને વેઈટ લિફ્ટિંગ જેવી કસરતો સ્થિર તાકાતવાળી કસરતો કહેવાય છે, કારણકે આમાં વજન ઉપાડતી સ્થિતિમાં સ્નાયુઓનું હલનચલન થતું નથી-સ્નાયુઓ સ્થિર રહે છે. સ્નાયુઓની લંબાઈ સ્થિર રહે છે પણ સ્નાયુઓનું આકુંચન થાય છે. સ્નાયુઓમાંની રક્તવાહિનીઓ દબાવાને કારણે સ્નાયુઓનો લોહીનો પુરવઠો ઘટે છે, જેને લીધે થોડીવારે સ્નાયુઓમાં દુખાવો થાય છે. તેથી આવી કસરતો લાંબા સમય સુધી કરી શકાતી નથી. ઉપરાંત આ કસરતો દરમિયાન બ્લેડપ્રૅશર કામચલાઉ વધે છે તેથી હાઈબીપી તથા હૃદયરોગ ધરાવતી વ્યક્તિઓએ તેમના ડૉક્ટરની સલાહ મુજબ જ કસરતો કરવી. વજન ખમીને શરીરના સ્નાયુઓના હલનચલનવાળી કસરતોને ગતિમાન તાકાતવાળી કસરતો કહેવાય છે. દંડ-બેઠક, હાથમાં વજન પકડીને હાથ-પગ હલાવવાની કસરતો, દોડવું, તરવું, સાઈકલ ચલાવવી વગેરે કસરતો આ શ્રેણીમાં આવે છે. આવી કસરતો કરવાથી હૃદય અને ફેફસાં પણ સુદૃઢ બને છે. ચઢાણ ચઢવો હોય, વજન ઊંચકી થોડે દૂર સુધી જવું હોય કે ઝડપથી ચાલીને દૂર જવું હોય તો ગતિમાન તાકાતવાળી કસરતો ઉપયોગી છે. ગતિમાન તાકાતવાળી આ કસરતો રોજ કરવામાં આવે તો સ્નાયુઓની સહનશક્તિ વધે છે. હાફ મૅરેથૉનની મારી પ્રૅક્ટિસથી મારા પગના સ્નાયુઓ સાચે જ મજબૂત બન્યા પરંતુ આપણા રોજબરોજના જીવનમાં આ મજબૂતી અને સહનશક્તિની ખાસ જરૂર હોતી નથી.

આ સ્થિર અને ગતિમાન તાકાતવાળી કસરતોથી સ્નાયુપેશીઓની સંખ્યા અને જાડાઈ વધે છે. સ્નાયુપેશીઓ, શરીરની બીજી પેશીઓ-કોષો કરતાં, ઊંઘ દરમિયાન પણ વધારે ઊર્જા વાપરે છે, તેથી શરીરની ચરબી ઘટાડવા સ્નાયુઓ ચોવીસે કલાક ઉપયોગી હોય છે. બીજી મહત્વની વાત એ કે વ્યાયામ વખતે સ્નાયુઓની સાથે-સાથે હાડકાં પણ તાણ અનુભવ છે. ચાળીસ વર્ષની ઉંમર પછી હાડકાંમાંનું કૅલ્શિયમ ઓછું થતું જાય છે અને હાડકાં બરડ અને નબળાં થતાં જાય છે. આથી મામૂલી ઈજા કે પડવાથી હાડકાં ભાંગી જાય છે. આ પ્રકારની કસરતોથી હાડકાં મજબૂત બને છે અને ફ્રૅક્ચર થવાની શક્યતા ઓછી થાય છે.

2. હૃદય અને ફેફસાં માટેની કસરતો : નૃત્ય, દોરડાં કૂદવા ઝડપથી ચાલવું, તરવું, દોડવું અને સાઈકલ ચલાવવી વગેરે કસરતો કરવાથી હૃદય અને ફેફસાં પ્રભાવિત થાય છે. હૃદયના ધબકારા અને શ્વાસોચ્છવાસની ગતિ વધે છે. આ કસરતોથી હૃદયને લોહી પહોંચાડનારી રક્તવાહિનીઓની સંખ્યા વધે છે અને હૃદયના સ્નાયુઓ મજબૂત થાય છે. ઍરોબિક્સ કરવાથી પણ ફાયદો થાય છે. બને ત્યાં સુધી આવી કસરતો ટાઈલ્સ કે પથ્થરની ફરસ પર કરવી નહીં, કારણ કે તેમ કરવાથી નિતંબ, પગના સાંધાઓને નુકસાન થઈ શકે છે અને સાંધાનો દુખાવો ઉપડી શકે છે. સ્નાયુઓને મજબૂત બનાવનારી તથા હૃદય અને ફેફસાં માટેની કસરતો કરવાથી ઘણી ઊર્જા વપરાય છે, તેથી શરીરની ચરબી ઓછી કરવા માટે આવી કસરતો ઘણી ઉપયોગી છે.

3. શરીરની સ્થિતિસ્થાપકતા માટે કસરતો : શાળામાં એક પિરિયડ પી.ટી. (ફિઝિકલ ટ્રેનિંગ)નો હોય છે. ઘણા વિદ્યાર્થીઓને આ પિરિયડ ત્રાસ જેવો લાગે છે. પરંતુ એમાં કરાવાતી કસરતો જીવનભર શરીરની સ્થિતિસ્થાપકતા જાળવી રાખવા ઉપયોગી હોય છે. ધનુરાસન અને હલાસન જેવા યોગાસનોથી પણ સ્થિતિસ્થાપકતા વધે છે. આ બધી કસરતોમાં શરીરને અલગ અલગ પ્રકારે વાળવાનું-તાણવાનું હોય છે. જન્મ સમયે આપણું શરીર રબરની જેમ સ્થિતિસ્થાપક હોય છે. વય વધે તેમ કડક થતું જાય છે. આજકાલ ઘણી પ્રૌઢ વ્યક્તિઓ પલાંઠી વાળી જમીન પર બેસી શકતી નથી તેમ જ સંડાસ માટે તેમને કમોડની જરૂર પડે છે. શારીરિક સ્થિતિસ્થાપકતા જાળવવા જો કસરતો ન કરીએ તો આપણું શરીર કડક થઈ જતાં મણકાની તેમ જ સાંધાની બીમારી થઈ શકે છે.

કસરતો ક્યારે કરવી, કઈ કરવી, કેટલો સમય કરવી અને કેટલી વખત કરવી એ બાબતે સમાજમાં અનેક માન્યતા-ગેરમાન્યતાઓ પ્રવર્તે છે. ઘણા લોકો એવું માને છે કે કસરત વહેલી સવારે કરવી સારી. આપણા 50થી 60 ટકા મિત્રો મોડા ઊઠે છે,

તેઓ કસરત જ કરતા નથી. ખરેખર તો કસરતો દિવસ દરમિયાન ગમે ત્યારે કરી શકાય તેનાથી ફાયદો જ થાય છે. અઠવાડિયામાં ચારથી પાંચ દિવસ કસરતો કરવી. કસરતોની તીવ્રતા મુજબ તે કેટલો સમય કરવી તે ઠરાવી શકાય.

વ્યાયામની તીવ્રતા માપવા માટે તેના ચયાપચયાત્મક અંક (MET - મૅટાબૉલિક ઈક્વિવેલન્ટ્સ)નો ઉપયોગ કરાય છે. એક MET એટલે એવી કસરત કે જેમાં વ્યક્તિના દર એક કિલો વજન માટે દર કલાકે એક કિલો કૅલેરી ઊર્જા વપરાય. એટલે કે 80 કિલો વજન ધરાવતી વ્યક્તિ એક MET માટે દર કલાકે 80 કિલો કૅલેરી વાપરે એમ ગણાય. આ અવસ્થા સામાન્ય રીતે વ્યક્તિ આરામ કરતી હોય ત્યારની હોય છે.

આવી અવસ્થામાં શરીરને 3.5 મિ.લી./કિલો વજનના હિસાબે ઑક્સિજનની જરૂર હોય છે. જેમ જેમ MET અંક વધે તેમ તેમ કસરતની તીવ્રતા વધે છે. નીચે આપેલા કોઠામાં કસરતોની તીવ્રતા અને તેની સમકક્ષ METની માહિતી આપી છે.

કોઠો -1 કસરતની તીવ્રતા અને MET

કસરતની તીવ્રતા	MET	
	પુરુષ	સ્ત્રી
આરામ	1	1
બહુ ઓછી તીવ્રતા	1-1.5	1-1.2
હળવી કસરત	1.5-3.9	1.3-2.7
હળવી મધ્યમ	4થી 5.9	2.8થી 4.3
ઉચ્ચ મધ્યમ	6થી 7.9	4.4થી 5.9
અતિ મધ્યમ	8થી 9.9	6થી 7.5
અતિ ભારે	7થી 10	7.6થી 9

બે METવાળી કસરતો કરતી વખતે એ જ 80 કિલો વજનવાળી વ્યક્તિ 2 × 80 = 160 કિલો કૅલેરી ઊર્જા વાપરશે. વધુ તીવ્રતાવાળી કસરતો ધારો કે નવ METવાળી કસરતો કરે, તો 9 × 80 = 720 કિલો કૅલેરી ઊર્જા વાપરશે.

વ્યાયામના પ્રકાર અને તેના MET નીચે દર્શાવ્યા પ્રમાણે છે.

કોઠો-2 કસરત અને MET

કસરત	MET
ધીરે ચાલવું (કલાકમાં 4.8 કિ.મી.)	3.0
બૅડમિન્ટન રમવું	3થી 6
ધીરે ચાલવું (કલાકમાં 5-4 કિ.મી.)	3.6
બૅડમિન્ટન સ્પર્ધા	7થી 9
ચાલવું (કલાકમાં 6 કિ.મી.)	4.3
નાચવું (નૃત્ય કરવું)	3થી 7
ઝડપથી ચાલવું (કલાકમાં 6.4 કિ.મી.)	4.6
દોડવું (કલાકમાં 8 કિ.મી.)	8.7
રોલર સ્કૅટિંગ	5થી 8
દોડવું (કલાકમાં 9.6 કિ.મી.)	10.0
સ્કવૉશની રમત	8થી 10
દોડવું (કલાકમાં 12 કિ.મી.)	12.5
સ્કવૉશ રમત સ્પર્ધા	11થી 12
સાઇકિલિંગ (કલાકમાં 16 કિ.મી.)	7.0
લૉન ટેનિસ રમત	6થી 8
તરવું (એક મિનિટમાં 20 મીટર)	6.0
લૉન ટેનિસ સ્પર્ધા	9થી 10
તરવું (એક મિનિટમાં 40 મીટર)	12.0
વૉલીબૉલ	3થી 6
બાસ્કેટબૉલ રમવું	3થી 9
બાસ્કેટબૉલ સ્પર્ધા	7થી 12
વેઇટ લિફ્ટિંગ	8થી 9

કસરત કરતી વખતે હૃદયની અપેક્ષિત ગતિ પ્રાપ્ત કરવા પરથી પણ કસરતોની તીવ્રતા નક્કી કરી શકાય. દરેક વ્યક્તિના હૃદયની મહત્તમ ગતિનો લક્ષ્યાંક હોય છે, જે આંક 220માંથી ઉંમરના વર્ષ બાદ કરવાથી મળે છે. જેમ કે 40 વર્ષ વયની વ્યક્તિનો Maximum Permissible Heart Rate - હૃદયની મહત્તમ ગતિનો

લક્ષ્યાંક 220-40 ઈ 180 જેટલો ગણાય. કસરત દરમિયાન આ ગતિ કેટલી વધે છે તેના પરથી કસરતની તીવ્રતા નક્કી કરી શકાય. નીચેના કોઠામાં કસરતનું MET મૂલ્ય અને તેની સમકક્ષ હૃદયગતિ દર્શાવેલી છે.

કોઠો 3 MET અને હૃદયગતિ લક્ષ્યાંક

MET	હૃદયની મહત્તમ ગતિના લક્ષ્યાંક
4થી 5.9	70થી 80 ટકા
6થી 7.9	81થી 90 ટકા
8થી 9.9	91થી 95 ટકા

કસરત માટે કેટલો સમય ફાળવવો એનો આધાર કસરતની તીવ્રતા પર હોય છે. ઓછી તીવ્રતાવાળી કસરત 60 મિનિટ, મધ્યમ તીવ્રતાવાળી 40થી 45 મિનિટ, વધુ તીવ્રતાવાળી કસરત 20થી 30 મિનિટ એ ઉચ્ચ તીવ્રતાવાળી કસરત 10થી 15 મિનિટ કરવી. અઠવાડિયામાં ચાર કે પાંચ દિવસ કસરત કરવી જોઈએ. રોજ રોજ કરો તો સૌથી સારું. રોજ એક જ પ્રકારની કસરતો કરવી નહીં. તાકાતવાળી, હૃદય માટેની અને શરીરની સ્થિતિસ્થાપકતા માટેની કસરતો- આ ત્રણેયનો યોગ્ય સમાવેશ કરવો જરૂરી છે. ચાલવું, સાઈકલિંગ, તરવું, યોગાસનો કરવા, વેઈટ લિફ્ટિંગ, દોડવું, દોરડાં કૂદવા, બૅડમિન્ટન તથા ટેબલ ટેનિસ રમવું -આ બધામાંથી જે ફાવે તે વ્યાયામ પસંદ કરી શકાય.

ફક્ત કસરતો કરવાથી વજન ઘટતું નથી એ ખરું, પણ એની સીધી અને આડકતરી અસરોને પરિણામે વ્યક્તિ નિરોગી રહે છે. કસરતોથી શરીરને થતાં લાભ આ પ્રમાણે છે

- વજન નિયંત્રિત રહે છે.
- ''ઈન્સ્યુલિન'' હૉર્મોનના કાર્યને સહાય મળે છે. એના લીધે શરીરની પેશીઓ ઈન્સ્યુલિન પ્રત્યે વધુ સંવેદનશીલ બને છે. પેશીઓનો ઈન્સ્યુલિન પ્રત્યેનો અવરોધ દૂર થતાં ''ઈન્સ્યુલિન રેઝિસ્ટન્સ સિન્ડ્રોમ'' તેમ જ પ્રૌઢ વયે થતા ડાયાબિટિસથી બચી શકાય છે. આ બંને વિકારોથી બચાવને લીધે ''હાર્ટ ઍટેક''ની શક્યતા ઓછી થાય છે.
- વ્યાયામ કરવાથી શરીરમાંની ચરબી ઊર્જા પેદા કરવામાં વપરાય છે. જેથી શરીરમાં ચરબી વધારાથી થતાં રોગો - જેવા કે લોહીમાં મેદપદાર્થોનું વધુ પ્રમાણ, હાર્ટ ઍટેક અને ડાયાબિટિસ- સામે રક્ષણ મળે છે.

- નિયમિત કસરત કરવાથી આરોગ્ય માટે લાભકારક એચડીએલ કૉલેસ્ટ્રોલનું લોહીમાંનું પ્રમાણ વધે છે, અને હાનિકારક ટ્રાયગ્લિસેરાઈડ્સ, એલડીએલ, કૉલેસ્ટ્રૉલ તથા ટોટલ કૉલેસ્ટ્રૉલનું પ્રમાણ ઓછું થાય છે.
- નિયમિત કસરત કરવાથી વ્યક્તિનું બ્લડપ્રૅશર ઘટે છે. એટલે કે હાઈપર ટૅન્શનથી રક્ષણ મળે છે.
- નિયમિત કસરત કરવાથી હૃદયને લોહી પહોંચાડનારી રક્તવાહિનીઓની સંખ્યા વધે છે, એનાથી હાર્ટ ઍટેકનો ભય ઓછો થાય છે.
- નિયમિત કસરત કરવાથી સુખની લાગણી અને સાજા-સારા હોવાનો અનુભવ થાય છે, એનાથી તાણ તણાવ ઓછો થઈ આત્મવિશ્વાસ વધે છે.
- નિયમિત કસરત કરવાથી સ્નાયુઓ મજબૂત બને છે અને શરીરની સ્થિતિસ્થાપકતા વધે છે. અને સામાન્ય પડી જવાથી કે ઈજા થવાથી થતી શારીરિક ઉપાધિઓથી બચી શકાય છે.
- કસરતને લીધે હાડકાંનો ઘસારો અટકે છે. અને ઑસ્ટિયોપોરોસીસ તથા તે સંબંધી વ્યાધિઓથી બચી શકાય છે.
- ગુદાશય, પ્રોસ્ટેટ ગ્રંથિ તેમ જ સ્તનના કર્કરોગ સામે રક્ષણ મળે છે.
- કમરનો દુખાવો તથા પીઠના દુખાવાથી મુક્તિ મળી શકે છે.

ઉપર જણાવેલા વિવેચન પરથી વાચકોને કસરતના ફાયદાઓનો ખ્યાલ આવ્યો જ હશે. કસરતોના અનેક પ્રકાર હોવા છતાં, "ચાલવાની" કસરત મારા માનવા પ્રમાણે ઉત્તમ કસરતોમાંની એક છે. સાથે જ યોગાસનો અને વેઈટલિફ્ટિંગ કરી શકાય. દરેક વ્યક્તિએ અઠવાડિયે 2500 કિલો કૅલેરી ઊર્જા કસરત કરી વાપરવી જોઈએ. જેના માટે 65 કિલો વજનવાળી વ્યક્તિએ દર અઠવાડિયે 35 કિ.મી. ચાલવું જોઈએ. એટલે કે પાંચ કિ.મી. દરરોજ અથવા અઠવાડિયાના પાંચ દિવસ સાત કિ.મી. ઝડપથી ચાલવું. દોડવા કરતાં ઝડપથી ચાલવું સલાહભર્યું છે કેમ કે દોડવામાં પડવા-આખડવાથી ઈજા થવાનો ડર હોય છે. પ્રૌઢ વ્યકિતઓ માટે આ ડર વધુ હોય છે, કારણ કે તેમનાં હાડકાં બરડ અને નબળાં હોય છે. શરુ શરુ માં શરીરની સ્થિતિસ્થાપકતા મોટેની કસરતો કરવી પછી જ હૃદય અને ફેફસાં માટેની કસરતો કરવી. કસરત શરુ કરતા પહેલાં શરીરને ગરમ કરવું (Warm-up) અને કસરત પૂરી કર્યા બાદ શરીરને વિરામ સ્થિતિમાં (Cooling Down) લાવવું મહત્વનું છે.

વૉર્મ-અપ અને કૂલિંગ ડાઉન માટે દરેકે પાંચ-પાંચ મિનિટ ફાળવવી જોઈએ. સ્વસ્થ અને નિરોગી રહેવા માટે મધ્યમ તીવ્રતાવાળી "ઝડપથી ચાલવાની" કસરત, રોજ 40થી 45 મિનિટ માટે અઠવાડિયાના ચારથી પાંચ દિવસ કરવી જોઈએ.

વ્યાયામનું મહત્વ તમને સમજાયું હશે જ. પણ એક વાત ધ્યાનમાં રાખો કે કસરત કંઈ થોડા દિવસ કે થોડા અઠવાડિયાનું અભિયાન નથી. આપણી રોજની દિનચર્યામાં ઓછામાં ઓછો એક કલાક કસરત માટે ફાળવવો જ જોઈએ. રોજીરોટી કમાવવા તથા મોજમજા કરવા માટે આપણી પાસે સમય છે. પણ આપણું શરીર સ્વસ્થ અને નિરોગી હશે તો જ આપણે જીવનનો આનંદ માણી શકીશું અને આથી રોજ એક કલાક આપણા કીમતી શરીર માટે ફાળવવો જરાય મુશ્કેલ નથી. ''સર સલામત તો પગડીયાં પચાસ'' - બરાબર ને?

6

શરીરમાંના જાદુગર - ઈન્સ્યુલિન અને બીજા હૉર્મોન્સ

ઈન્સ્યુલિન વિશે સૌ માહિતગાર હશે. ખાસ કરીને જેમના ઘરમાં અથવા પરિચિતોમાં ડાયાબિટિસ (મધુમેહ)ના રોગીઓ છે તેમને ઈન્સ્યુલિન વિશે ચોક્કસ જાણકારી હશે. ડાયાબિટિસના કેટલાક દરદીઓને ઈન્સ્યુલિનના ઈન્જેક્શન રોજ લેવા પડે છે એ પણ તમે જોયું હશે. ગોળીઓ કે મોઢા વાટે લેવાની દવાઓથી જ્યારે ડાયાબિટિસ કાબુમાં આવતો નથી ત્યારે ડૉક્ટરો ઈન્સ્યુલિન ઈન્જેક્શન ચાલુ કરાવે છે, એવી માન્યતા સમાજમાં પ્રવર્તે છે. આ પ્રકરણમાં આપણે શારીરિક ચયાપચયની ક્રિયાઓ પર વિશેષ અસરરૂપ ઈન્સ્યુલિન તથા બીજા હૉર્મોન્સ વિશે માહિતી મેળવશું.

આપણા શરીરમાં સ્વાદુપિંડ (પૅન્ક્રિયાસ) નામની એક ગ્રંથિ હોય છે, જેમાંથી આપણા ખોરાકના પાચન માટે જરૂરી પાચક રસોનો સ્રાવ થાય છે. આ ગ્રંથિમાં "લૅન્ગર હૅન્સ" નામે ઓળખાતા વિશિષ્ટ કોષોનો સમૂહ હોય છે. 0.3 મી.મી. આકાર ધરાવતા આ સમૂહોની સંખ્યા દસથી વીસ લાખ જેટલી હોય છે, જે લોહીની કેશવાહિનીઓ ફરતે ગોઠવાયેલી હોય છે. આ લૅન્ગર હૅન્સમાંથી થતો સ્રાવ સીધો કેશવાહિનીઓમાંથી લોહીમાં જાય છે. આ કોષસમૂહમાં ત્રણ પ્રકારના કોષો હોય છે. - આલ્ફા, બીટા અને ડેલ્ટા. બીટા કોષો 60 ટકા જેટલા હોય છે, જે ઈન્સ્યુલિન અને ઍમેલિન હૉર્મોન્સ ઉત્પન્ન કરે છે. ઍમિલીન વિશે ખાસ માહિતી ઉપલબ્ધ નથી.

કોષસમૂહમાં આલ્ફા કોષોની સંખ્યા પચીસ ટકા જેટલી હોચ છે અને આ કોષો ગ્લુકોગૉન નામનો અન્ય એક હૉર્મોન બનાવે છે. બાકીના દસ ટકા ડોલ્ટા કોષો છે. આ કોષો સોમૅટોસ્ટાટીન નામનો હૉર્મોન બનાવે છે. કોષસમૂહમાંના આ કોષો એકબીજાના નિકટના સંપર્કમાં હોવાને લીધે પરસ્પરના હૉર્મોન્સ સ્રાવ પર નિયંત્રણ રાખે છે. ઈન્સ્યુલિનને લીધે ગ્લુકોગૉનનું નિર્માણ અટકે છે જ્યારે ઍમિલીનને લીધે ઈન્સ્યુલિનનું નિર્માણ અટકે છે.

બેસ્ટ અને બેન્ટીંગની જોડીએ 1922માં ઈન્સ્યુલિનની શોધ કરી, જે તેની પહેલા ડાયાબિટિસને કારણે ઉદ્દભવતી જટિલ સમસ્યાઓને લીધે મૃત્યુ પામતાં રોગીઓ માટે સંજીવની પુરવાર થઈ. આવા રોગીઓ ઈન્સ્યુલિનને કારણે સામાન્ય જીવન જીવવા લાગ્યા. શરુઆતથી જ ઈન્સ્યુલિનનો સંબંધ લોહીમાંના ગ્લુકૉઝ સાથે જોડવામાં આવ્યો અને તે યોગ્ય જ છે. કારણ કે કાર્બોહાઈડ્રેટ્સના ચયાપચય પર ઈન્સ્યુલિનનો ખાસ્સો પ્રભાવ હોય છે. આવું હોવા છતાં મેદપદાર્થોના ચયાપચયમાં ખામી ઊભી થતાં લોહીમાં ઍસિડનું પ્રમાણ વધવું (Acidosis) તથા રક્તવાહિનીઓ કઠણ થઈ જવી - આ બે દોષો ઉદ્દભવતાં ઘણીવાર ડાયાબિટિસના દરદીઓ મૃત્યુ પામે છે. ઘણા લાંબા સમયથી ડાયાબિટિસથી પીડાતા લોકોના શરીરમાં પ્રોટિન્સ નિર્માણમાં બાધા ઉત્પન્ન થતાં, સ્નાયુઓ નબળા પડી જાય છે અને પેશીઓના ચયાપચય પર પણ અવળી અસર થાય છે. આના પરથી ખ્યાલ આવે છે કે ઈન્સ્યુલિનનો ફક્ત કાર્બોહાઈડ્રેટ્સ જ નહીં પણ મેદપદાર્થો અને પ્રોટિન્સના ચયાપચય પર પણ એટલો જ પ્રભાવ હોય છે.

જ્યારે શરીરને ભરપૂર ઊર્જા મળે છે ત્યારે ઈન્સ્યુલિન પોતાનું કાર્ય શરુ કરે છે. જ્યારે કાર્બોહાઈડ્રેટ્સથી ભરપૂર, ખૂબ શક્તિ આપનારો ખોરાક આપણે લઈએ છીએ ત્યારે શરીરમાં વધુ પ્રમાણમાં ઈન્સ્યુલિન (લૅન્ગર હૅન્સના કોષસમૂહમાંથી) ઉત્પન્ન થાય છે. શરીરને જરૂર હોય એના કરતાં વધુ પ્રમાણમાં મળેલી ઊર્જાનો સંગ્રહ કરવાનું મહત્વનું કાર્ય ઈન્સ્યુલિન કરે છે. કાર્બોહાઈડ્રેટ્સના પાચનથી ઉત્પન્ન થયેલા વધારાના ગ્લુકૉઝનું, ઈન્સ્યુલિનની ક્રિયાથી યકૃતમાં અને સ્નાયુઓમાં, ગ્લાયકોજેનમાં રૂપાંતર થાય છે અને તેનો શરીરની મેદપેશીઓમાં સંગ્રહ થાય છે. 70 કિલો વજન ધરાવતી વ્યક્તિના યકૃતમાં 100 ગ્રામ ગ્લાયકોજેન અને સ્નાયુઓમાં 400 ગ્રામ ગ્યાલકોજેન સંગ્રહિત હોય છે. જરૂર પડે ત્યારે આમાંથી 2000 કિલો કૅલેરી મળી શકે છે. ગ્લાયકોજેનના રૂપાંતર બાદ વધારાના ગ્લુકૉઝનું ઈન્સ્યુલિનના પ્રભાવ હેઠળ ચરબીમાં રૂપાંતર થાય છે. પ્રોટિન્સના પાચનથી ઉત્પન્ન થયેલા ઍમિનો ઍસિડ્સ, ઈન્સ્યુલિનની અસર હેઠળ, શરીરની પેશીઓમાં જઈ તેમાંથી જરૂરી પ્રોટિન્સ બને છે. સાથે સાથે પેશીઓમાંના પ્રોટિન્સનું અપચય (Catabolism) થંભી જાય છે. આના પરથી સમજી શકાય છે કે ઈન્સ્યુલિન સંગ્રાહક હૉર્મોન છે, જેના પ્રભાવથી શરીરમાં ઊર્જા અને પોષક પદાર્થોનો સંગ્રહ મેદપદાર્થો રૂપે થાય છે.

મગજ સિવાય શરીરના બીજા કોષો-પેશીઓ ઈન્સ્યુલિનની હાજરીમાં ગ્લુકૉઝનો ઉપયોગ કરી શકે છે. કોષ-પેશીઓની દીવાલ પર ઈન્સ્યુલિન સંગ્રહકો હોય છે. ઈન્સ્યુલિન આ સંગ્રાહકો સાથે જોડાય છે જે પછી ગ્લુકૉઝને કોષ-પેશીઓમાં દાખલ થવા દે છે. કોષ-પેશીઓની દીવાલના દરવાજાનાં તાળાં ખોલવા માટે ઈન્સ્યુલિન ચાવીની ભૂમિકા ભજવે છે. જો લોહીમાં ઈન્સ્યુલિનનો અભાવ હોય, તો

અને ત્યારે લોહીમાં ગ્લુકૉઝ ભરપૂર પ્રમાણમાં હોવા છતાં કોષ-પેશીઓ તે ગ્લુકૉઝ વાપરી શકતી નથી.

શરીરમાંના ઈન્સ્યુલિનનો સ્રાવ ચોવીસે કલાક થતો હોય છે. તેમાંનું 50 ટકા ઈન્સ્યુલિન પોતાની મેળે નિર્માણ થાય છે. જે આખા દિવસ દરમિયાન આશરે 18થી 32 યુનિટ અથવા 0.7થી 1.3 મિલી ગ્રામ જેટલું હોય છે. બાકીનું પચાસ ટકા ઈન્સ્યુલિન, દિવસ દરમિયાનના આપણા આહારના પ્રતિભાવરૂપે પેદા થાય છે. આપણે કંઈ પણ ખાઈએ ત્યારે ઈન્સ્યુલિન ઝડપથી ઝરવા માંડે છે. આ ઝડપ, સામાન્ય રીતે ઉત્પન્ન થતાં ઈન્સ્યુલિનની ઝડપ કરતાં પાંચ ગણી વધારે હોય છે. એક કલાકમાં ઈન્સ્યુલિનની માત્રા ઉચ્ચતમ સપાટીએ પહોંચે છે ત્યારબાદ ઝડપથી ઘટી જાય છે. નોંધવા જેવી વાત એ છે કે, જેટલી વાર ખોરાક ખાઈએ તે દરેક વખતે ઈન્સ્યુલિન સ્રાવનું પ્રમાણ લગભગ એકસરખું હોય છે - ખોરાક થોડો ખાવ કે વધારે - એટલે કે ખોરાકના જથા પર ઈન્સ્યુલિન નિર્માણનો આધાર નથી.

ઈન્સ્યુલિનના સ્રાવ માટે ગ્લુકૉઝ સૌથી પ્રબળ ઉદ્દીપક છે. તેથી આહારમાં કાર્બોહાઈડ્રેટ્સ વધારે હોય તો ઈન્સ્યુલિન વધુ પ્રમાણમાં પેદા થાય છે. પ્રોટિન્સમાંના ઍમિનો ઍસિડ્સ મંદ ઉદ્દીપક છે. પરંતુ કાર્બોબાઈડ્રેટ્સનું પ્રમાણ વધુ હોય તો ઍમિનો ઍસિડ્સ ફીકા પડે છે. આનાથી વિપરિત ચરબી અને મેદપદાર્થોની ઈન્સ્યુલિન નિર્માણ પર નહીંવત્ અસર થાય છે. આનો અર્થ એ કે જો આપણા ખોરાક કાર્બોહાઈડ્રેટ્સ વધારે હશે તો ઈન્સ્યુલિન વધુ પ્રમાણમાં ઉત્પન્ન થશે. જો આપણા ખોરાકમાં ફક્ત પ્રોટિન્સ કે ચરબીયુક્ત પદાર્થો હશે તો ઈન્સ્યુલિન ઓછામાં ઓછું ઉત્પન્ન થશે. હવે આપણા આહારમાંના જુદા જુદા ઘટકોના ચયાપચય પર ઈન્સ્યુલિન શું અસર કરે છે, તે સમજી લઈએ.

કાર્બોહાઈડ્રેટ્સના ચયાપચય પર ઈન્સ્યુલિનની અસર

મોટા ભાગની ભારતીય આહારપ્રણાલિમાં કાર્બોહાઈડ્રેટ્સ વધુ પ્રમાણમાં હોય છે. આવો આહાર ખાઈએ ત્યારે ઈન્સ્યુલિન સ્રાવ શરુ થાય છે. લોહીમાં ઈન્સ્યુલિનનું પ્રમાણ વધવાથી શરીરમાંના બધા કોષ-પેશીઓમાં- ખાસ કરીને સ્નાયુ, ચરબી અને યકૃતમાંની પેશીઓ - ગ્લુકૉઝ ઝડપથી પ્રવેશે છે. આ બધા કોષોમાં ગ્લુકૉઝનો વપરાશ વધે છે. દિવસના મોટા ભાગના સમયે સ્નાયુકોષો, ઊર્જા માટે ફૅટી ઍસિડ્સ પર આધાર રાખે છે, નહીં કે ગ્લુકૉઝ પર. આની પાછળનું કારણ એ છે કે, આરામની અવસ્થામાં સ્નાયુપેશી ફરતેનું આવરણ ગ્લુકૉઝને અંદર પ્રવેશતું અટકાવે છે. લોહીમાં ઈન્સ્યુલિનનું પ્રમાણ વધે ત્યારે ગ્લુકૉઝ સરળતાથી અને ઝડપથી આ સ્નાયુપેશીઓમાં પ્રવેશે છે. બે ટંક ભોજન વચ્ચેના ગાળામાં લોહીમાં

ઈન્સ્યુલિનનું પ્રમાણ ઘટી જવાને લીધે, સ્નાયુકોષોમાં ગ્લુકૉઝ પ્રવેશી શકતું નથી. બે પરિસ્થિતિમાં સ્નાયુકોષો મોટા પ્રમાણમાં ગ્લુકૉઝનો ઊર્જા માટે ઉપયોગ કરે છે. એક - વ્યક્તિ જ્યારે મધ્યમ અથવા તીવ્ર સ્વરૂપની કસરતો કરી હોય ત્યારે - કસરત કરતી વખતે સ્નાયુકોષોનું આવરણ ગ્લુકૉઝના પ્રવેશ માટે પૂરક બને છે. અને તેથી લોહીમાં ઈન્સ્યુલિનનું પ્રમાણ ઓછું હોવા છતાં, ગ્લુકૉઝ કોષોમાં પ્રવેશે છે. જમ્યા પછીના કેટલાક કલાકોમાં જ સ્નાયુકોષો મોટા પ્રમાણમાં ગ્લુકૉઝનો ઉપયોગ કરે છે. આ પરિસ્થિતિમાં લોહીમાં ગ્લુકૉઝનું પ્રમાણ ઘણું વધારે હોય છે. જેના પ્રતિભાવ સ્વરૂપે પૅન્ક્રિયાસ મોટા પ્રમાણમાં ઈન્સ્યુલિનનું ઉત્પાદન કરે છે. ઈન્સ્યુલિનના ઊંચા પ્રમાણને લીધે સ્નાયુપેશીઓમાં ગ્લુકૉઝ સરળતાથી પ્રવેશે છે તથા ગ્લુકૉઝનો વપરાશ પણ વધે છે. જમ્યા પછી સ્નાયુઓ કોઈપણ પ્રકારની કસરતો કરતા ન હોવા છતાં મોટા પ્રમાણમાં ગ્લુકૉઝ સ્નાયુપેશીઓમાં પ્રવેશે છે. આવા વખતે ગ્લુકૉઝનું રૂપાંતર ગ્લાયકોજેનમાં થાય છે. અને તેનો સ્નાયુપેશીમાં સંગ્રહ થાય છે. આ ગ્લાયકોજેનનો ઉપયોગ જરૂર જણાય ત્યારે સ્નાયુઓ ઊર્જા માટે કરી શકે છે. ખાસ કરીને જ્યારે વ્યક્તિ ટૂંકા સમય માટે તીવ્ર કસરતો કરતી હોય ત્યારે આ સંગ્રહ ઊર્જા માટે ઉપયોગી થઈ પડે છે.

ઈન્સ્યુલિનનું બીજું મહત્વનું કાર્ય એ છે કે જમ્યા પછી લોહીમાં મોટા પ્રમાણમાં આવેલા ગ્લુકૉઝના જથાનું યકૃતમાં ગ્લાયકોજેનમાં રૂપાંતર કરવું. બે ટંકના ભોજન વચ્ચે જ્યારે આપણે કંઈ ખાતા નથી ત્યારે લોહીમાં ગ્લુકૉઝનું પ્રમાણ ઘટી જાય છે. જેના પ્રતિભાવરૂપે ઈન્સ્યુલિનનું પ્રમાણ પણ ઘટી જાય છે. પરિણામે યકૃતમાંના ગ્લાયકોજેનનું વિઘટન થઈ ગ્લુકૉઝમાં રૂપાંતર થાય છે. આ ગ્લુકૉઝ યકૃતમાંથી લોહીમાં ભળે છે, જેનાથી લોહીમાંના ગ્લુકૉઝનું યોગ્ય સ્તર જળવાઈ રહે છે. યકૃતમાંના વધારાના ગ્લુકૉઝનું ઈન્સ્યુલિન ફૅટી ઍસિડ્સમાં પરિવર્તન કરે છે. આ ફૅટી ઍસિડ્, ટ્રાયગ્લિસેરાઈડ્સના રૂપમાં, બહુ ઓછી ઘનતાવાળા લાયપો પ્રોટિન્સની મદદથી લોહી દ્વારા, ચરબી પેશીઓમાં (એડિપોઝ) સંગ્રહ માટે પહોંચે છે. ગ્લુકૉઝમાંથી ઍમિનો ઍસિડ્સ બનવાની પ્રક્રિયાનો ઈન્સ્યુલિન પ્રતિબંધ કરે છે.

મેદપદાર્થોના ચયાપચય પર ઈન્સ્યુલિનની અસર

કાર્બોહાઈડ્રેટ્સના ચયાપચય પર ઈન્સ્યુલિનની મોટા પ્રમાણમાં દેખીતી અસર થાય છે તેવી દેખીતી નહીં પરંતુ નોંધપાત્ર એવી અસર મેદપદાર્થોના ચયાપચય પર પણ નિશ્ચિત થાય છે. અનેક ક્રિયા-પ્રક્રિયાઓ દ્વારા ઈન્સ્યુલિન ચરબીના કોષો અથવા પેશીઓ (એડીપોઝ)માં, ચરબીના સંગ્રહને પ્રોત્સાહિત, કરે છે. એક તો શરીરની જુદી-જુદી પેશીઓમાં ગ્લુકૉઝનો પ્રવેશ અને વપરાશ વધારીને ઈન્સ્યુલિન મેદપદાર્થોનો ઊર્જા માટે ઉપયોગ થતા અટકાવે છે. બીજું એ કે, ઈન્સ્યુલિનને

કારણે આહારમાંના વધારાના કાર્બોહાઈડ્રેટ્સનું રૂપાંતર ફૅટી ઍસિડ્સમાં થાય છે. ફૅટી ઍસિડ્સના નિર્માણની પ્રક્રિયા મુખ્યત્વે યકૃતમાં થાય છે. પછી આ ફૅટી ઍસિડ્સ ચરબીની પેશીઓમાં મોકલવામાં આવે છે, અને ત્યાં તેનો ચરબી સ્વરૂપે સંગ્રહ થાય છે. ઈન્સ્યુલિનને લીધે હૉર્મોન્સ પ્રત્યે સંવેદનશીલ એવા લાયપેજ ઉત્સેચક (એન્ઝાઇમ)નું કાર્ય અટકી જાય છે. મેદકોષોમાંના ટ્રાયગ્લિસેરોઈડ્સનું હાયડ્રોલિસિસ કરવાનું કામ આ ઉત્સેચક કરે છે. આ ઉત્સેચકનું કામ થંભી જવાથી મેદકોષોમાંથી લોહીમાં મોકલવામાં આવતા ફૅટી ઍસિડ્સનું પ્રમાણ ઘટી જાય છે. જેમ ઈન્સ્યુલિનને લીધે શરીરની બધી પેશીઓમાં ગ્લુકૉઝ દાખલ થવાનું પ્રમાણ વધી જાય છે તેમ મેદપેશીઓમાં પણ ગ્લુકૉઝ વધુ પ્રમાણમાં દાખલ થાય છે. આમાંના થોડા ગ્લુકૉઝનો ઉપયોગ, અલ્પ પ્રમાણમાં ફૅટી ઍસિડ્સ બનાવવામાં થાય છે. મોટા ભાગના ગ્લુકૉઝમાંથી આલ્ફા ગ્લિસેરોલ ફૉસ્ફેટનું નિર્માણ થાય છે. જેમાંથી ગ્લિસેરોલનું નિર્માણ થાય છે. ફૅટી ઍસિડ્સ અને ગ્લિસેરોલના સંયોજનથી ટ્રાય ગ્લિસેરાઈડ્સ બને છે. મેદપદાર્થોના સંગ્રહ માટે તેમનું ટ્રાયગ્લિસેરાઈડ્સમાં રૂપાંતર આવશ્યક હોય છે, લોહીમાં ઈન્સ્યુલિનનું પ્રમાણ ઘટી જાય ત્યારે, યકૃતમાંથી ગમે એટલા પ્રમાણમાં ફૅટી ઍસિડ્સ લોહીમાં દાખલ થાય તો પણ તેનો સંગ્રહ અશક્ય બને છે.

લોહીમાં ઈન્સ્યુલિનનું પ્રમાણ ઓછું થવાથી, ચરબીના વિઘટનની પ્રક્રિયા અને તેનો ઊર્જા માટે ઉપયોગ થવાની ક્રિયા ગતિમાન બને છે. ડાયાબિટિસના દરદીઓમાં જ્યારે ઈન્સ્યુલિનનું નિર્માણ બંધ થાય છે ત્યારે ઊર્જા માટે ચરબીનો વપરાશ થવાને લીધે દરદીનું વજન ઘટે છે. શરીર નબળું દેખાય છે. લોહીમાં ઈન્સ્યુલિનનું પ્રમાણ ઘટી જતાં હૉર્મોન સેન્સિટિવ લાયપેઝ ઉત્સેચકની સક્રિયતા વધી જાય છે. જેને લીધે મેદપેશીઓમાંના ટ્રાયગ્લિસેરાઈડ્સનું હાઈડ્રોલિસીસ થઈ ફૅટી ઍસિડ્સ અને ગ્લિસેરોલ મોટા પ્રમાણમાં લોહીમાં ભળે છે. પછી શરીરના બધા કોષો-પેશીઓ ઊર્જા મેળવવા ફૅટી ઍસિડ્સનો ઉપયોગ મોટા પાયે કરે છે. ઈન્સ્યુલિનનો અભાવ અને લોહીમાં વધેલા ફૅટી ઍસિડ્સના જથાને કારણે યકૃતમાં થોડા ફૅટી ઍસિડ્સનું ફૉસ્ફોલિપીડ્સ અને કૉલેસ્ટ્રૉલમાં રૂપાંતર થાય છે. આ બંને લિપોપ્રોટિન્સની મદદથી લોહીમાં ભળે છે. ઈન્સ્યુલિનના અભાવે કેટલીક વાર લોહીમાં લિપોપ્રોટિન્સનું પ્રમાણ સામાન્ય કરતાં ત્રણ ગણું થઈ જાય છે અને મેદપદાર્થોનું પ્રમાણ સામાન્ય 0.6 ટકા કરતાં અનેકગણું વધી જાય છે. લોહીમાં ચરબીનું પ્રમાણ વધવાને લીધે રક્તવાહિનીઓની દીવાલ પર કૉલેસ્ટ્રોલ જામવાની શક્યતા ખૂબ વધી જાય છે. પરિણામે રક્તવાહિનીઓ સાંકડી થઈ જાય છે અને મહત્વના અવયવોને થતો રક્ત પુરવઠો ઘટી જાય છે. જો હૃદયમો રક્ત પુરવઠો ઘટી જાય તો હાર્ટ ઍટેકની શક્યતા વધી જાય છે. ઈન્સ્યુલિનના અભાવે યકૃતમાં ઍસિટો ઍસિટીક ઍસિડ વધુ પ્રમાણમાં પેદા થાય છે, અને દૂરવર્તી કોષો અને પેશીઓ દ્વારા થતો ઍસિટો

ઍસેટિક ઍસિડનો વપરાશ અટકી જાય છે. પરિણામે લોહીમાં અમ્લતા (ઍસિડિટી) વધી જાય છે.

પ્રોટિન્સના ચયાપચય પર ઈન્સ્યુલિનની અસર

જમ્યા પછીના થોડાક કલાકોમાં, પોષક ઘટકો પુષ્કળ પ્રમાણમાં સરળતાથી ઉપલબ્ધ હોવાને કારણે કાર્બોહાઇડ્રેટ્સ અને મેદપદાર્થોની જેમ પ્રોટિન્સનો પણ પેશીઓમાં સંગ્રહ થાય છે. આ પ્રક્રિયા માટે ઈન્સ્યુલિન આવશ્યક છે. ઈન્સ્યુલિનના પ્રભાવ હેઠળ ઍમિનો ઍસિડ્સ પેશીઓમાં પ્રવેશે છે. શારીરિક વૃદ્ધિ માટે જવાબદાર હૉર્મોન્સની અસર પણ આવી જ છે. ઈન્સ્યુલિનને લીધે પ્રોટિન્સનું નિર્માણ ગતિમય બને છે. આ પ્રોટિન્સમાં, કાર્બોહાઇડ્રેટ્સ, ચરબીવાળા પદાર્થો અને પ્રોટિન્સના સંગ્રહને પ્રોત્સાહિત કરતા અનેક ઉત્સેચકોનો સમાવેશ થાય છે. ઈન્સ્યુલિન પ્રોટિન્સના અપચયનો પ્રતિબંધ કરે છે. વળી યકૃતમાં ઍમિનો ઍસિડ્સમાંથી ગ્લુકૉઝ બનાવવાની પ્રક્રિયા પણ ઈન્સ્યુલિન થંભાવી દે છે. ટૂંકમાં, ઈન્સ્યુલિનને લીધે નવા પ્રોટિન્સનું નિર્માણ થાય છે અને પ્રોટિન્સનું અપચય થંભી જાય છે.

આનાથી ઊલટું, ઈન્સ્યુલિનના અભાવે પ્રોટિન્સનો સંગ્રહ થવાનું બંધ થાય છે. પ્રોટિન્સનું અપચય (Catabolism) વધી જાય છે અને નિર્માણ પામેલા ઍમિનો ઍસિડ્સ મોટા પ્રમાણમાં લોહીમાં ભળે છે. લોહીમાં ઍમિનો ઍસિડ્સનું પ્રમાણ ખૂબ વધી જાય છે અને શરીરના કોષો ઊર્જા મેળવવા માટે આ ઍમિનો ઍસિડ્સ વાપરવાનું શરુ કરે છે. પરિણામે લોહીમાં યુરિયાનું પ્રમાણ વધી જાય છે. ડાયાબિટિસના દરદીઓમાં સ્નાયુઓ નંખાઈ જવાનું આ મુખ્ય કારણ છે. આનાથી વ્યક્તિને થાક વધુ લાગે છે અને અનેક ઈન્દ્રિયોનાં કાર્યોમાં બગાડ પેદા થાય છે. પ્રોટિન્સના નિર્માણમાં ઈન્સ્યુલિન જવાબદાર હોવાને કારણે શરીરના વિકાસ માટે ગ્રૉથ હૉર્મન્સની સાથે સાથે ઈન્સ્યુલિન પણ આવશ્યક છે. પ્રાણીઓ પર હાથ ધરવામાં આવેલા પ્રયોગો પરથી જાણવા મળ્યુ છે કે પ્રાણીઓને ફક્ત ઈન્સ્યુલિન અથવા માત્ર ગ્રૉથ હૉર્મોન આપતાં, તેમનો વિકાસ નહીંવત્ જોવા મળે છે. પણ જો આ બંને હૉર્મોન્સ એકસાથે આપવામાં આવે તો તેમનો નોંધપાત્ર વિકાસ થાય છે, જેના પરથી ફલિત થાય છે કે આ બંને હૉર્મોન્સ પરસ્પર પૂરક કાર્ય કરે છે. બંને હૉર્મોન્સમાંના દરેક હૉર્મોન થકી, પેશીઓમાં વિશિષ્ટ પ્રકારના ઍમિનો ઍસિડ્સ દાખલ થાય છે. વળી બધા જ ઍમિનો ઍસિડ્સ વિકાસ-વૃદ્ધિ માટે આવશ્યક છે એટલે કે બંને હૉર્મોન્સ વિકાસ માટે જરૂરી છે.

લોહીમાં ગ્લુકૉઝનું વધેલું પ્રમાણ, લોહીમાં મુક્ત ફૅટી-ઍસિડ્સનું વધેલું પ્રમાણ પાચનતંત્રમાંના ગૅસ્ટ્રીન, કોલેસિસ્ટોકાયનીન, સેક્રેટીન હૉર્મોન્સ-ગ્લુકેગૉન, કૉર્ટિસૉલ અને વિકાસ માટેના હૉર્મોન્સ, પેશીઓનો ઈન્સ્યુલિન અવરોધ સ્થૂળતા

તથા સલ્ફોનીલયુરિયા પ્રકારની દવાઓને કારણે ઈન્સ્યુલિનનું નિર્માણ વધે છે. ઉપવાસ, લોહીમાં ગ્લુકૉઝનું ઘટેલું પ્રમાણ, સોમૅટોસ્ટૅટિન અને લેપ્ટિન જેવા હૉર્મોન્સને લીધે ઈન્સ્યુલિનનું નિર્માણ ઘટે છે.

શરીરને ઊર્જા પૂરી પાડવા માચે કાર્બોહાઈડ્રેટ્સ વપરાશે કે ચરબીયુક્ત પદાર્થો વપરાશે તે નક્કી કરવામાં ઈન્સ્યુલિન અને સાથેના બીજા હૉર્મોન્સ મહત્ત્વનો ભાગ ભજવે છે. ઈન્સ્યુલિનને લીધે શરીરમાં ચરબીનો સંગ્રહ થાય છે જ્યારે કાર્બોહાઈડ્રેટ્સ ઊર્જા-શક્તિ માટે વપરાય છે. આનાથી વિપરિત ઈન્સ્યુલિનનું પ્રમાણ ઘટવાથી શરીરના મગજ સિવાયના બધા જ કોષો, ઊર્જા માટે કાર્બોહાઈડ્રેટ્સને બદલે ચરબી પદાર્થો વાપરવાનું શરુ કરે છે. ઊર્જા માટે કાર્બોહાઈડ્રેટ્સ વાપરવા કે મેદપદાર્થો વાપરવા એની સૂચના આપવાનું કામ વોહીમાંનાગ્લુકૉઝની માત્રા કરે છે. લોહીમાંના ગ્લુકૉઝનું પ્રમાણ ઘટી જાય ત્યારે ઈન્સ્યુલિનનું નિર્માણ અને લોહીમાંનું પ્રમાણ પણ ઘટી જાય છે. આના પરથી ઊર્જા માટે કાર્બોહાઈડ્રેટ્સને બદલે ચરબીનો ઉપયોગ કરવાની સૂચના મળે છે. જો લોહીમાં ગ્લુકૉઝનું પ્રમાણ વધી જાય તો ઈન્સ્યુલિન નિર્માણ વધે છે અને લોહીમાં ઈન્સ્યુલિનનું પ્રમાણ પણ વધે છે. આ પરિસ્થિતિમાં ઊર્જા માટે કાર્બોહાઈડ્રેટ્સનો ઉપયોગ કરવાની સૂચના મળે છે. ઉપરાંત વધારાના ગ્લુકૉઝનું સ્નાયુઓમાં, લીવરમાં તથા ચરબીમાં ગ્લાયકોજેનમાં રૂપાંતર થાય છે. આના પરથી સમજાશે કે શરીરમાં ઊર્જા માટે કાર્બોહાઈટ્રેડ્સ વાપરવા કે ચરબી પદાર્થો એ નકકી કરવાનું કામ ઈન્સ્યુલિન કરતું હોય છે. ઈન્સ્યુલિન ઉપરાંત બીજા હૉર્મોન્સ જેમ કે ગ્રૉથ હૉર્મોન્સ, કૉર્ટિસૉલ, એપીનેફ્રીન અને ગ્લુકૅગૉન- નો પણ આ કામમાં મહત્વનો ફાળો હોય છે. લોહીમાં ગ્લુકૉઝનું પ્રમાણ ઘટવાથી ગ્રોથ-હૉર્મોન્સ અને કૉર્ટિસૉલનો સ્રાવ વધે છે-નિર્માણ વધે છે. આ બંને હૉર્મોન્સને કારણે શરીરના કોષો ઊર્જા માટે કાર્બોહાઈડ્રેટ્સને બદલે ચરબી વાપરવાનું શરુ કરે છે. પરંતુ ઈન્સ્યુલિનની સરખામણીએ આ બે હૉર્મોન્સની અસર ધીમી છે અને તેની અસર થતાં લાંબો સમય લાગે છે.

માનસિક તાણ-તણાવ પેદા થતાં શરીરમાં એપિનેફ્રીન હૉર્મોનનો સ્રાવ થાય છે. જેના પ્રભાવથી લોહીમાં ગ્લુકૉઝનું પ્રમાણ વધે છે, અને ફૅટી ઍસિડ્સનું પ્રમાણ પણ વધે છે. એપિનેફ્રીનથી યકૃતમાંના ગ્લાયકોજેનનું ગ્લુકૉઝમાં રૂપાંતર થાય છે. સાથે જ ચરબીના કોષો પર થતાં પ્રભાવને કારણે ટ્રાયગ્લિસેરાઈડ્સનું વિઘટન થઈ ઍમિનો ઍસિડ્સ બને છે. ગ્લુકૉઝના નિર્માણની સરખામણીએ ફૅટી ઍસિડ્સનું નિર્માણ અનેક ગણું વધારે હોય છે. પરિણામે એપિનેફ્રીનના પ્રભાવ હેઠળ, ઊર્જા માટે, શરીર ફૅટી ઍસિડ્સનો વધુ પ્રમાણમાં ઉપયોગ કરે છે.

સ્વાદુપિંડ (પેન્ક્રિયાઝ)માં ઉત્પન્ન થતું બીજું મહત્વનું હૉર્મોન એટલે ગ્લુકૅગૉન. લૅન્ગર હૅન્સ પેશીસમૂહમાંના આલ્ફા કોષોમાંથી આ હૉર્મોન બને છે, લોહીમાં ગ્લુકૉઝનું પ્રમાણ ઘટી જતાં આ હૉર્મોનનો સ્રાવ થવા માંડે છે. ગ્લુકૅગૉનની

અસરો, ઈન્સ્યુલિનની અસરોથી તદ્દન વિરુદ્ધ છે. સૌથી મહત્વની અસર એ છે કે તે લોહીમાંના ગ્લુકૉઝનું પ્રમાણ વધારી મૂકે છે. જો કોઈ વ્યક્તિને એક માઈક્રોગ્રામ પ્રતિ કિલોગ્રામ શરીરના વજન પ્રમાણે, ગ્લુકૅગૉનનો ડોઝ આપવામાં આવે તો લોહીમાં ગ્લુકૉઝનું પ્રમાણ 20 મિનિટમાં 100 મિલી લીટરમાં 20 મિલિગ્રામ જેટલું વધી જાય છે. ગ્લુકૅગૉન યકૃત (લિવર)માંના ગ્લાયકોજેનનું ગ્લુકૉઝમાં પરિવર્તન કરે છે. તેની સાથે ગ્લુકૅગૉન યકૃતમાંના ઍમિનો ઍસિડ્સનું પણ ગ્લુકૉઝમાં સંશ્લેષણ કરે છે. ગ્લુકૅગૉનનું પ્રમાણ જો અનેકગણું વધી જાય (એ ભાગ્યે જ બને છે) તો તેની બીજી અસરો પણ જોવા મળે છે. તેમાંની એક અસર છે - હૉર્મોન સૅન્સિટિવ લાયપેઝ ઍન્ઝાઈમ સક્રિય થવાથી, એડિપોઝ પેશીઓમાંથી ફૅટી ઍસિડ્સ બને છે જેનો ઉપયોગ શરીર ઊર્જા માટે કરી શકે છે. ગ્લુકૅગૉન, યકૃતમાં ટ્રાયગ્લિસેરાઈડ્સના સંગ્રહ થવા પર પ્રતબિંધ કરે છે. તેનાથી લોહીમાંના ફૅટી ઍસિડ્સનો યકૃત દ્વારા વપરાશ થવા પર પ્રતિબંધ થાય છે. જેના પરિણામે શરીરને ઊર્જા માટે વધારાના ફૅટી ઍસિડ્સ ઉપલબ્ધ થાય છે. લોહીમાં વધુ પ્રમાણમાં ગ્લુકૉઝ હોય તો ગ્લુકૅગૉનનું નિર્માણ અટકે છે. લોહીમાં ઍમિનો ઍસિડ્સનું પ્રમાણ વધુ હોય તો ગ્લુકૅગૉનનું નિર્માણ વધે છે. તીવ્ર કસરતો વધારે પ્રમાણમાં કરવાથી લોહીમાં ગ્લુકૅગૉનનું પ્રમાણ ચારથી પાંચ ગણું વધે છે. કસરત કરવાથી આવું બનતું હોવા છતાં લોહીમાંના ગ્લુકૉઝનું પ્રમાણ ઘટતું નથી. કસરત કરવાનો આ એક ફાયદો છે કે લોહીમાંના ગ્લુકૉઝનું પ્રમાણ ઘટ્યા વગર ગ્લુકૅગૉનનું પ્રમાણ વધે છે.

સ્વાદુપિંડમાંના લૅન્ગરહૅન્સ પેશીસમૂહમાંની ડૅલ્ટા પેશીઓમાંથી સોમૅટોસ્ટૅટીન હૉર્મોન પેદા થાય છે. લોહીમાં ગ્લુકૉઝ, ઍમિનો ઍસિડ્સ અને ફૅટી ઍસિડ્સના પ્રમાણમાં વધારો થતાં આ હૉર્મોનનું નિર્માણ સક્રિય થાય છે. સોમૅટોસ્ટૅટીનથી ઈન્સ્યુલિન અને ગ્લુકૅગૉન એમ બંને હૉર્મોનના નિર્માણ પર પ્રતિબંધ થાય છે. વાચકોને સમજાયું હશે કે આહારમાંથી મળતાં કાર્બોહાઈડ્રેટ્સ, પ્રોટિન્સ અને મેદપદાર્થોના ચયાપચયમાં શરીરમાંના હૉર્મોન્સની ખૂબ મહત્વની ભૂમિકા હોય છએ. સ્વાભાવિક રીતે આ હૉર્મોન્સ વજન વધારા અથવા વજન ઘટાડાની સાથે ન જીકથી સંકળાયેલા છે. આ માહિતીનો ઉપયોગ તમને પોતાના વજન વિશેની કારણમીમાંસા કરવા માટે તો થશે જ પણ સાથે જ વધેલું વજન ઘટાડીને નિરોગી અને સ્વસ્થ જીવન જીવવા માટેનો રાહ પણ ચીંધશે!

7
સ્થૂળતા વિશે સંશોધન

સાચું કહુંતો આ પ્રકરણ આ પુસ્તકમાં રાખવું કે નહીં એ બાબતે હું દ્વિધામાં હતો. છેલ્લાં કેટલાંક વર્ષોથી સ્થૂળતા વિષયમાં મારું વાંચન ચાલુ છે. જેમ જેમ હું વધારે વાંચતો જાઉં છું, તેમ તેમ મારી મૂંઝવણ વધતી જ જાય છે. એક ક્ષણે એવો વિચાર આવ્યો કે આ પ્રકરણનું મથાળું લખી નીચે એક મોટું પ્રશ્નાર્થ ચિહ્ન મૂકી સાથે એક ઉદ્‌ગારવાચક ચિહ્ન મૂકી દેવું.

અહીં મારે એક ખાસ પ્રસંગની વાત કરવી છે. રમેશભાઈએ મને વ્યાખ્યાન આપવા નિઝામાબાદ આવવાનું નિમંત્રણ આપ્યું. હું એમના ઘરે ગયો. રમેશભાઈ કૉમર્સ ગ્રેજ્યુએટ છે અને તેમનો પોતાનો વ્યવસાય ધરાવે છે. તેમના દીવાનખંડમાં પુસ્તકથી ભરેલા બે કબાટ મેં જોયા. ઉત્સુકતાથી જોતાં હું ચકિત થઈ ગયો કે આશરે 1000 પુસ્તકો સરસ રીતે ગોઠવેલાં. બધાં પુસ્તકો આરોગ્ય, તંદુરસ્તી, પોષક આહાર અને વ્યાયામ વિષયના-દેશવિદેશના જાણીતા ડૉક્ટરો, આહાર તજ્ઞો અને નિષ્ણાંતોએ લખ્યાં હતાં. રમેશભાઈએ જણાવ્યું કે વજન નિયંત્રણમાં રાખી તંદુરસ્ત જીવન જીવવાના અભરખાથી તેમણે આ પુસ્તકો વસાવ્યાં હતાં, અને નવાઈની વાત કે તેમણે બધાં પુસ્તકો વાંચી નાખ્યાં હતાં. મેં પ્રામાણિકતાથી કહ્યું કે આમાંના માંડ પાંચ ટકા જેટલાં પુસ્તકો મેં વાંચ્યાં હશે. નિખાલસ ભાવે મેં તેમને પૂછ્યું કે, "તમે પોતે આટલાં બધાં પુસ્તકો વાંચ્યાં છે, તો પછી મને વ્યાખ્યાન માટે શા માટે બોલાવ્યો. હું વળી આ બધાથી અલગ શું કહેવાનો હતો?" તેમણે જવાબ આપ્યો, "સર. આ બધાં પુસ્તકોથી મૂંઝવણ ઓર વધી ગઈ છે. એક પુસ્તકમાં લખ્યું છે કે આહારમાં તેલ-ઘી વર્જ્ય કરવા તો બીજું પુસ્તક કહે છે કે ઘી-તેલ આરોગ્ય માટે ફાયદાકારક છે. એક પુસ્તકમાં લખ્યું છે કે કૉલેસ્ટ્રોલ શરીર માટે નુકસાનકર્તા છે, તો વળી બીજું પુસ્તક કહે છે કૉલેસ્ટ્રોલ જીવનાવશ્યક છે. આ બધાં પુસ્તકો વાંચી હું એટલો બધો મૂંઝાઈ ગયો છું કે હવે મેં ઑશોના પુસ્તકો વાંચવાનું શરુ કર્યુ છે."

મને ખાતરી છે કે સ્થૂળતા વિષેનાં સંશોધન પુસ્તકો અને નિબંધો વિશે વાચનારાઓની હાલત રમેશભાઈ જેવી થશે.

પણ ઘણીવાર મને વિચાર આવે છે કે સરળતાથી વજન ઓછું કરવા માટે માર્ગદર્શન આપતાં આ પુસ્તકમાં સ્થૂળતા વિષયક સંશોધનની થોડીક માહિતી હોવી જોઈએ. આ ક્ષેત્રમાં થયેલા સંશોધનો સંબંધિત જે માહિતી મેં વૈજ્ઞાનિક પુસ્તકો, વિવિધ વેબસાઈટ્સ તથા જર્નલોમાં વાંચી છે, તે ટૂંકમાં અહીં રજૂ કરું છું. ખોરાક ક્યારે ખાવો, શું ખાવું અને કેટલીવાર ખાવું એ વિશેની માહિતી આપતાં સંશોધન લેખો મેં વાંચ્યા. હું એમાંના મહત્વના લેખો વિશે ટૂંકમાં લખીશ. એક વાત ચોક્કસ કે "સ્થૂળતાનો ઘટાડો" અને "સ્થૂળતા અંગેના સંશોધન" અથવા "દાર્શનિક ચર્ચા" એ બંને અલગ પાસાં છે. આથી, આ બધું સમજાશે કે નહીં એની ચિંતા કર્યા વિના આ પ્રકરણ વાંચવું...

વધારે પડતું ખાવાથી વજન વધે છે એ સાબિત કરવા, સાચું કહું તો કોઈ સંશોધનની જરૂર જ નથી. પરંતુ "ઍનલ્સ ઑફ ઈન્ટર્નલ મેડિસિન"ના ઑક્ટોબર 1965માં પ્રગટ થયેલા સંશોધનાત્મક લેખમાં આનાથી ઊલ્ટું જણાવવામાં આવ્યું છે. એ મુજબ દસ દિવસ ભૂખી રહેલી વ્યક્તિ કરતાં, રોજના 1000 કિલો કૅલેરીયુક્ત ખોરાક (જેમાં ચરબીયુક્ત આહાર વધુ અને કાર્બોહાઈડ્રેટ્સ માત્ર 10 ગ્રામ હતા) ખાતી વ્યક્તિના વજનમાં વધારે ઘટાડો જોવા મળ્યો. સન 1990થી 2000 દરમિયાન "ઓછા કાર્બોહાઈડ્રેટ્સવાળો ખોરાક ખાવો" એ વજન ઓછું કરવાનો ઉત્તમ ઉપાય છે, એ સિદ્ધાંત પ્રચલિત કરતાં અનેક સંશોધનાત્મક લેખો પ્રસિદ્ધ થયા. આજે આ સિદ્ધાંતની લોકપ્રિયતા ઓછી થઈ છે છતાં હજી પણ અનેક લોકો તેની ભલામણ કરે છે. ઓછા કાર્બોહાઈડ્રેટ્સ અને વધુ ચરબી ધરાવતો ખોરાક લેવાથી વ્યક્તિનું વજન ઘટે છે એ સંદર્ભના અનેક સંશોધન નિબંધો ઉપલબ્ધ છે. કેટલાક સંશોધન નિબંધોમાં આવો આહાર લેવાથી મૂત્રપિંડોને હાનિ પહોંચી શકે છે તથા હૃદયને લોહીનો પુરવઠો કરતી ધમનીઓની દીવાલ પર ચરબી જામી જતાં હાર્ટઍટેક આવવાનું જોખમ વધી જાય છે, એવું દર્શાવવામાં આવ્યું છે. સન 2002માં જર્નલ ઑફ અમેરિકન કૉલેજ ઑફ ન્યૂટ્રિશનમાં પ્રગટ થયેલા બોમન દ્વારા પુખ્ત વયની 10014 વ્યક્તિઓ પર હાથ ધરવામાં આવેલા સંશોધનના તારણો કહે છે કે આહારમાં વધુ પડતા કાર્બોહાઈડ્રેટ્સનો સમાવેશ ફાયદાકારક છે. 1996થી 2003 દરમિયાન પ્રકાશિત થયેલા લેખોના આધારે, ઓછા કાર્બોહાઈડ્રેટ્સવાળા આહારની તરફેણમાં કે તેની વિરુદ્ધ ભલામણ કરતા પૂરતા પુરાવા નથી એવું બ્રૅવાટાએ કરેલા સંશોધનમાં 2003માં જર્નલ ઑફ મેડિકલ એસોસિએશનમાં પ્રસિદ્ધ થયું છે. હાર્વર્ડ યુનિવર્સિટીના ગ્રીન તથા અન્ય સંશોધકોએ 2003માં એક સંશોધન હાથ ધર્યું હતું. જેમાં લોકોને ત્રણ જૂથમાં વહેંચી દરેક જૂથને અલગ અલગ પ્રકારનો આહાર 12 અઠવાડિયાં સુધી આપવામાં આવ્યો. પહેલા પ્રકારમાં ઓછી ચરબીવાળો આહાર

અને બીજા પ્રકારમાં ઓછા કાર્બોહાઈડ્રેટ્સવાળા આહાર. આ બંને પ્રકારના આહારની કૅલેરી એકસરખી રાખવામાં આવી. ત્રીજા પ્રકારમાં કાર્બોહાઈડ્રેટ્સ ઓછા હતા પણ પહેલા અને બીજા પ્રકારના આહાર કરતાં કૅલેરીમૂલ્ય 300 કિલોકૅલેરી જેટલું વધારે હતું. 12 અઠવાડિયાં પછી એવું જણાયું કે પહેલા પ્રકારનો આહાર લેતી વ્યક્તિઓના વજનમાં સરેરાશ 17 પાઉન્ડનો ઘટાડો નોંધાયો. બીજા પ્રકારનો આહાર લેનારાઓનું વજન સરેરાશ 23 પાઉન્ડ જેટલું ઘટ્યું. આશ્ચર્યની વાત એ કે 300 કિલો કૅલેરી વધારે વાળો ત્રીજા પ્રકારનો આહાર લેતી વ્યક્તિઓનું વજન સરેરાશ 20 પાઉન્ડ જેટલું ઘટેલું જોવા મળ્યું. એટલે કે વધારે ઊર્જા ધરાવતો ઓછા કાર્બોહાઈડ્રેટ્સવાળો આહાર લેતી વ્યક્તિઓનું વજન, ઓછી ચરબીવાળો આહાર લેતી વ્યક્તિઓ કરતાં વધારે પ્રમાણમાં ઘટેલું જોવા મળ્યું.

ઍનલ્સ ઑફ ઇન્ટર્નલ મેડિસિનમાં વર્ષ 2004માં પ્રગટ થયેલા વિલિયમ્સ અને યૅન્સીના શોધનિબંધમાં ભારે વજનવાળી 120 વ્યક્તિઓ બાબતે હાથ ધરવામાં આવેલા અભ્યાસના તારણો નોંધાયેલા છે. આ વ્યક્તિઓના લોહીમાં લિપીડ્સ અથવા ચરબીનું પ્રમાણ વધેલું હતું. આ વ્યક્તિઓના બે જૂથ બનાવી ને એક જૂથને ઓછા કાર્બોહાઈડ્રેટ્સવાળો તો બીજા જૂથને ઓછી ચરબીવાળો આહાર આપવામાં આવ્યો. તેમના નિષ્કર્ષ પ્રમાણે ઓછી ચરબીવાળો આહાર લેતી વ્યક્તિઓ કરતાં, ઓછા કાર્બોહાઈડ્રેટ્સવાળો આહાર લેતી વ્યક્તિઓના વજનમાં વધુ ઘટાડો નોંધાયો. વળી ઓછા કાર્બોહાઈડ્રેટ્સવાળો આહાર લેતી વ્યક્તિઓને તેમના આહારનું નિયોજન કરવું વધારે સુલભ જણાયું. આ જૂથની વ્યક્તિઓના લોહીમાં, વજન ઓછું થવાના સમયગાળા દરમિયાન, ટ્રાયગ્લિસેરાઇડ્સનું પ્રમાણ બીજા જૂથ કરતાં વધારે ઓછું થયું અને હાઈ ડૅન્સિટી લાયપોપ્રોટિન કૉલેસ્ટ્રૉલનું લોહીમાંનું પ્રમાણ વધેલું જણાયું.

વર્ષ 2006માં અમેરિકન જર્નલ ઑફ ક્લિનિકલ ન્યુટ્રિશનમાં પ્રગટ થયેલા શોધનિબંધમાં જૉહનસ્ટને, ખોરાકમાં બહુ ઓછા પ્રમાણમાં કાર્બોહાઈડ્રેટ્સ તથા મધ્યમ પ્રમાણમાં કાર્બોહાઈડ્રેટ્સ લેવાથી આરોગ્ય પર થતી અસરો વિશે વર્ણન કર્યું છે. તેમના પ્રમાણે આહારમાં બહુ ઓછા કે મધ્યમ પ્રમાણમાં કાર્બોહાઈડ્રેટ્સ લેતી વ્યક્તિઓના વજનમાં થતો ઘટાડો સરખો જ હોય છે, અને પેશીઓમાં થતો ઈન્સ્યુલિન અવરોધ પણ એકસરખો જ ઘટે છે. પરંતુ બહુ ઓછા પ્રમાણમાં કાર્બોહાઈડ્રેટ્સ લેવાથી શારીરિક ચયાપચય પર તથા ભાવનાત્મક દુષ્પરિણામ થાય છે, તેથી વજન ઓછું કરવા માટે આહારમાં કાર્બોહાઈડ્રેટ્સનું પ્રમાણ બહુ ઓછું કરવું યોગ્ય નથી.

નીલ્સને પ્રૌઢ ઉંમરે ડાયાબિટિસ થયેલા રોગીઓના બે જૂથ બનાવી, એક જૂથને ઓછા કાર્બોહાઈડ્રેટ્સવાળો આહાર તથા બીજા જૂથને વધારે કાર્બોહાઈડ્રેટ્સવાળો આહાર આપ્યો. આ પ્રમાણે બાવીસ મહિના સુધી અભ્યાસ

કર્યો. છ મહિના બાદ એવું જણાયું કે વધારે કાર્બોહાઈડ્રેટ્સવાળો આહાર લેતા બીજા જૂથ કરતાં ઓછા કાર્બોહાઈડ્રેટ્સવાળો આહાર લેતા જૂથના વજનમાં થયેલો ઘટાડો વધારે હતો.

પ્રથમ જૂથની વ્યક્તિઓના લોહીમાં ગ્લુકૉઝનું પ્રમાણ પણ યોગ્ય મર્યાદામાં જળવાયું હતું. થોડા સમય બાદ બીજા જૂથના રોગીઓએ ઓછા કાર્બોહાઈડ્રેટ્સવાળો આહાર લેવાનું શરુ કર્યું. આ સંશોધન 2006માં ન્યુટ્રિશન ઍન્ડ મૅટાબોલિઝમમાં પ્રસિદ્ધ થયું હતું. વર્ષ 2006માં, યુરોપિયન જર્નલ ઑફ ક્લિનિકલ ન્યુટ્રિશનમાં 22944 પ્રૌઢ વ્યક્તિઓ પર હાથ ધરવામાં આવેલા અભ્યાસના આધારે પ્રસિદ્ધ થયેલા સંશોધનમાં લાંબા સમય સુધી ઓછા કાર્બોહાઈડ્રેટ્સવાળો આહાર અને વધારે પ્રોટિનવાળો આહાર લેતી વ્યક્તિઓમાં મૃત્યુદર વધારે હોય છે, એવી નોંધ કરવામાં આવી હતી.

વર્ષ 2012માં જર્નલ ઑફ અમેરિકન મેડિકલ એસોસિએશનમાં પ્રગટ થયેલા એક લેખમાં ઓછા કાર્બોહાઈડ્રેટ્સવાળો આહાર લેવાથી વજન ઘટાડો લાંબા સમય સુધી ટકી શકે છે, એવું જણાવાયું હતું. વર્ષ 2012માં બ્રિટિશ મેડિકલ જર્નલમાં પ્રકાશિત થયેલા એક સંશોધનમાં એવું નિરીક્ષણ નોંધવામાં આવ્યું હતું કે ઓછા કાર્બોહાઈડ્રેટ્સ અને વધારે પ્રોટિન્સવાળો ખોરાક અનેક વર્ષો સુધી લેવામાં આવે તો હૃદય રોગ (હાર્ટ ઍટેક)ની શક્યતા વધી જાય છે. જાન્યુઆરી 1980થી ફેબ્રુઆરી 2005 તથા જાન્યુઆરી 2000થી માર્ચ 2007 વચ્ચેના સંશોધનોનું મહા વિશ્લેષણ કરી તારવેલા સંશોધનમાં એવું જણાયું કે ઓછા કાર્બોહાઈડ્રેટ્સવાળો આહાર લેવાથી, ઓછી ચરબીવાળા આહારની સરખામણીએ વજનમાં થતો ઘટાડો વધારે હોય છે અને લોહીમાંના મેદપદાર્થોના પ્રમાણમાં લાભદાયક ફેરફાર થાય છે. આ વિષય પર હાલમાં પણ સંશોધન ચાલુ જ છે.

શું ખાવું અને કેટલું ખાવું એ વિશે સંશોધન અભ્યાસ કર્યા બાદ હવે ક્યારે ખાવું તથા કેટલીવાર ખાવું એ વિશે આપણે થોડું જાણી લઈએ. 19 એપ્રિલ, 2009ના રોજ "અમેરિકન સોસાયટી ફૉર ન્યુટ્રિશન" સંસ્થાએ "ખાવાના પ્રકાર (પૅટર્ન) અને ઊર્જાનું સંતુલન - વારંવાર ખાવું, નાસ્તો અને બ્રૅકફાસ્ટની બાદબાકી પર એક નજર" વિષય પર એક કાર્યશાળા (વર્કશૉપ) આયોજિત કરી હતી. જેમાં આહારશાસ્ત્ર નિષ્ણાંતોએ ઉપલબ્ધ તમામ સંશોધનોની સમીક્ષા કરી વારંવાર ખાવાની (સંખ્યા), નાસ્તો કરવાની તથા સવારનો નાસ્તો ન કરવા વિશે વિવિધ પ્રસ્તુતિઓ કરી.

દિવસમાં ત્રણ કરતાં ઓછી વખત ખાવાથી વ્યક્તિની ભૂખ પર અસર થાય છે જ્યારે દિવસમાં છ વખત ખાવાથી ભૂખ પર, ત્રણ વખત ખાવાથી થતી અસરની તુલનાએ, કોઈ અસર થતી નથી, એવું નિરીક્ષણ આ કાર્યશાળામાં નોંધવામાં આવ્યું. દિવસ દરમિયાન બે ભોજનની વચ્ચેના સમયે, ભૂખ ન લાગી હોવા છતાં

ખાવાથી શરીરમાં ઊર્જાનું સંતુલન બગડે છે અને વજન વધી શકે છે, એવું નિરીક્ષણ પણ નોંધવામાં આવ્યું હતું. દિવસમાં કેટલી વખત ખાવાથી વજન નિયંત્રણમાં રહી શકે એ વિશે પ્રાપ્ત સંશોધનોના આધારે ચોક્કસપણે કહેવું અઘરું છે એવું નિરીક્ષણ પણ નોંધવામાં આવ્યું. આ વિષયમાં વધુ ઊંડાણપૂર્વક સંશોધન કરવાની જરૂર હોવા પર નિષ્ણાંતોએ ભાર મૂક્યો. ઑસ્ટ્રેલિયામાં પણ વારંવાર ખાવાની, વજન અને આરોગ્ય પર થતી અસર વિશે અભ્યાસ હાથ ધરાયો હતો. આ સંશોધનમાં 176 અભ્યાસ પ્રકરણોનો સમાવેશ કરાયો હતો. આ સંશોધન મુજબ વ્યક્તિ કેટલી વાર જમે કે ખાય છે તેનો તેના વજન કે આરોગ્ય સાથે કોઈ સંબંધ નથી એવું નિરીક્ષણ નોંધવામાં આવ્યું.

ઑગસ્ટ 2001માં 17મી ''ઈન્ટરનૅશનલ ન્યુટ્રિશન કૉન્ફરન્સ'' દરમિયાન વિયેનામાં ''વારંવાર ખાવા વિશે- ચોથું ભોજન'' અંગે એક કાર્યશાળા આયોજિત કરાઈ હતી, જેમાં યુરોપના અનેક દેશોના અનેક નિષ્ણાંતોએ ભાગ લીધો હતો. એ વખતે એવું નિરીક્ષણ નોંધવામાં આવ્યું કે યુરોપમાં લોકો સામાન્ય રીતે ત્રણથી ચાર વખત ખાતાં હોય છે. પરંતુ વારંવાર ખાવાથી કે કેટલી વખત ખાવાથી અથવા સવારનો નાસ્તો ન કરવાથી, વ્યક્તિના આરોગ્ય પર શું નિર્ણાયક અસર થાય છે એ વિશે ચોક્કસપણે તેઓ કંઈ કહી ન શક્યા. અંતે આ વિષયમાં વધુ ગહન સંશોધન આવશ્યક છે એવા નિર્ણય સાથે કાર્યશાળા સમાપ્ત થઈ.

ડિસેમ્બર, 2012માં ''સેલ મૅટાબોલિઝમ'' નામની સાયન્સ જર્નલમાં ઊંદરો પરના એક સંશોધન અંગે લખાયું હતું. ઊંદરોને વધારે પડતો ચરબીયુક્ત આહાર આપતાં, સામાન્ય ઊંદરો જાડા થઈ ગયા પરંતુ સામાન્ય ઊંદરો કરતાં અડધા પ્રમાણમાં ઈન્સ્યુલિન નિર્માણ કરતા ઊંદરો દુબળા-પાતળા રહી ગયા. ડૉ. જૅમ્સ જૉન્સન (એસોસિએટ પ્રોફેસર ઑફ સેલ ઍન્ડ ફિઝિયોલૉજી)ના મતે, બે ટંકના ભોજન સમય વચ્ચે પર્યાપ્ત લાંબું અંતર રાખવાથી, લોહીમાંના ઈન્સ્યુલિનનું યોગ્ય પ્રમાણ જાળવી શકાય છે. આનાથી શરીર ઊર્જા માટે ચરબીનો ઉપયોગ કરવા પ્રેરાય છે. વારંવાર ખાવાથી આ પ્રક્રિયામાં વિક્ષેપ ઊભો થાય છે. તેમના આ સંશોધન પ્રમાણે ઓછામાં ઓછી વખત ખાવું તેમ જ બે ભોજન વચ્ચે લાંબો સમયગાળો રાખવો એ જ સ્થૂળતા નિવારવા નો સૌથી સરળ ઉપાય છે.

સારાંશ રૂપે કહેવાનું હોય તો - સ્થૂળતા કયા કારણે નિર્માણ થાય છે અને તે કઈ રીતે નીવારી કે ઓછી કરી શકાય તે વિશે સંશોધકોમાં મતભિન્નતા છે. તેથી જ સ્થૂળતા નિવારણ કે વજન ઘટાડવા વિશે પરસ્પર વિરોધી સલાહ આપનારા ફિટનેસ ઍક્સપર્ટ, સંશોધકો અને સામાન્ય લોકો આપણને સમાજમાં બધે જોવા મળે છે. એ પછી ''હાથી અને પાંચ આંધળા''ની વાર્તા જેવો ઘાટ થાય છે. ઈન્ટરનેટ પર અનેક વેબસાઈટ્સ પરથી સ્થૂળતા અને તેના નિવારણ વિશે સાચી-ખોટી ઢગલાબંધ માહિતીનું મહાપૂર રેલાય છે. ટેલિવિઝન પર એવી ઘણી જાહેરાતો જોવા

મળે છે, જે દેખાડે છે કે ચોક્કસ સાધન અથવા ચોક્કસ દવાઓ લો, તેનાથી વગર પ્રયાસે તમારું વજન ઘટશે. તમે સોફા ઉપર આરામ કરો અથવા અમુક પટ્ટો વાપરો જેનાથી તમને પરસેવો છૂટશે અને તમારું વજન ઘટશે. મને ખાતરી છે કે આવા ઉત્પાદકો આપણા દેશના લાખો સ્થૂળ લોકોની કૃપાથી અઢળક નાણાં કમાતાં હશે. મોટા ભાગના જાડા માણસો વગર મહેનતે પોતાનું વજન ઓછું કરવા માગતા હોય છે અને પરિણામે આવી જાહેરાતોનો શિકાર બને છે. વહાલા વાચકો, સ્થૂળતા વિશેના સંશોધનો અંગે આવી માહિતી વાંચી નિરાશ ન થશો કેમ કે આ પછીના પ્રકરણમાં વિનાપ્રયાસ વજન અંકુશમાં રાખવાની સરળ રીત વિશે હું વિવેચન કરીશ.

8

વજન ઘટાડવા અને ડાયાબિટિસ નિવારવા માટેનો સરળ ઉપાય

વજન ઘટાડવાનો આ ઉપાય 18 વર્ષથી નીચેની વ્યક્તિઓ માટે ઉપયોગી નથી. કારણ કે આ ઉંમર સુધી બધા પ્રકારના હૉર્મોન્સ જેમ કે ગ્રૉથ હૉર્મોન્સ, ટેસ્ટોસ્ટેરોન, ઈસ્ટ્રોજેન અને પ્રોજેસ્ટેરોનનું નિર્માણ વધુ પ્રમાણમાં થાય છે, જેથી આ વયની વ્યક્તિ ગમે એટલું ખાય તો પણ વજન વધવાની શક્યતા ઓછી હોય છે. શરીરમાં ચરબીનો સંગ્રહ થાય તો પણ તે શરીરમાં સપ્રમાણ રીતે ફેલાય છે, તેથી આવી વ્યક્તિ બેડોળ દેખાતી નથી. પુખ્ત વયની વ્યક્તિઓમાં પેટની ફરતે ચરબી જમા થવાથી પેટ ફૂલે છે અને પેટનો પટારો બની જાય છે. જુવાનિયાઓ જો આ પદ્ધતિ અપનાવે અને પોતાની જીવનશૈલી માટે લાભકારક એવી ખાણી-પીણીની ટેવો પાડે તથા કસરતનો રોજબરોજના જીવનમાં સમાવેશ કરે, તો ભવિષ્યમાં વજન ઘટાડવા માટે અને ડાયાબિટિસ તથા હાઈપર ટૅન્શન જેવા રોગો સામે ઝઝૂમવું નહીં પડે.

આ પુસ્તકમાં વજન ઘટાડવા તેમ જ ડાયાબિટિસ નિવારણ માટે સૂચિત કરેલો "ડાયૅટ પ્લાન", ડાયાબિટિસ થયો હોય એવા રોગીઓ માટે પણ ઘણો ઉપયોગી થઈ પડશે.

દરેક જણે એચબીએ1સી અને ફાસ્ટિંગ ઈન્સ્યુલિન (ગ્લુકૉઝ નહીં) આ બંને તપાસ કરાવી લેવી જરૂરી છે. એચબીએ1સી તપાસવાથી છેલ્લા ત્રણ મહિના દરમિયાન લોહીમાં સુગરનું સરેરાશ પ્રમાણ જાણી શકાય છે. ફાસ્ટિંગ ઈન્સ્યુલિન તપાસથી ઈન્સ્યુલિન રેઝિસ્ટન્સ અને ડાયાબિટિસના સંભાવિત જોખમ વિશે જાણી શકાય છે. આ ટેસ્ટ્સ બધાએ કરાવી લેવી જોઈએ, જેથી ડાયાબિટિસ થવાના સંકેત જણાઈ આવતાં રોગનું નિદાન કરવાનું કામ સરળ બને. નિરોગી વ્યક્તિ અને ડાયાબિટિસ થયો હોય એવી વ્યક્તિમાં આ બંને ટેસ્ટ્સનાં પરિણામ નીચેના કોઠામાં દર્શાવ્યા છે.

એચબીએ1સી અને ફાસ્ટિંગ ઈન્સ્યુલિનનું પ્રમાણ

	નિરોગી વ્યક્તિ	પૂર્વ ડાયાબિટિસ અવસ્થા	ડાયાબિટિસવાળી વ્યક્તિ
એચબીએ1સી	5.6 સુધી	5.7થી 6.4	6.5 અથવા વધુ
ફાસ્ટિંગ ઈન્સ્યુલિન	10 સુધી	10થી ઉપર	--

ડાયાબિટિસ ધરાવતી વ્યક્તિઓએ આ બે ટેસ્ટના રિઝલ્ટ અને જે દવા લેતા હોય તેની વિગત મને અથવા અમારા ઍડમિન્સમાંથી કોઈને પણ મોકલવી. અમે તમને પરવાનગી આપીએ તો જ તમારે આ ''ડાયૅટ પ્લાન'' ચાલુ કરવો. આ સરળ ''ડાયૅટ પ્લાન''ના ઉપાયથી ડાયાબિટિસ થવાની શક્યતા ધરાવતી (પ્રી-ડાયાબેટિક) વ્યકિતઓ ત્રણથી છ મહિનામાં ડાયાબિટિસમુક્ત થઈ શકે છે. કોઈ દવા શરુ કરી ન હોય તેવી ડાયાબિટિસ ધરાવતી વ્યક્તિ છથી નવ મહિનામાં ડાયાબિટિસથી મુક્ત થઈ શકે છે. દવા લેવા છતાં ડાયાબિટિસ નિયંત્રણમાં ન હોય એવા રોગીઓનો ડાયાબિટિસ કન્ટ્રોલમાં આવી શકે છે ઉપરાંત દવાનો ડોઝ પણ ઓછો થઈ શકે છે. આ સંદર્ભે વિવિધ જર્નલોમાં પ્રસિદ્ધ થયેલા અમારા સંશોધનોના આધારે તથા છેલ્લા ત્રણ-ચાર વર્ષો દરમિયાન આવેલા પૅશન્ટ્સના અનુભવોના આધારે હું ઉપર પ્રમાણેના નિવેદનો વિશ્વાસપૂર્વક કરી શકું છું.

અત્યાર સુધી અમે ટાઈપ-2 ડાયાબિટિસ ધરાવતા દરદીઓ બાબતે સંશોધન કર્યું છે. બાળપણમાં થતાં ટાઈપ-1 ડાયાબિટિસ માટે આ ''ડાયૅટ પ્લાન'' સફળ થશે કે કેમ એ બાબતે આજે અમારી પાસે પૂરતા વૈજ્ઞાનિક પુરાવા નથી. આવા પૅશન્ટ બાબતે પણ અમારા સંશોધન-પ્રયોગો ચાલી રહ્યા છે. આ બાબતે નજીકના ભવિષ્યમાં જરૂર સફળતા મળશે એવી અમને આશા છે.

''શરીરમાંના જાદુગર...'' નામના પ્રકરણમાં તમે ઈન્સ્યુલિન, ગ્લુકૅગૉન વગેરે હૉર્મોન્સ વિશે વાંચી ગયા છો. વજન ઓછું કરવાના સરળ ઉપાય સમજતાં પહેલા, ઈન્સ્યુલિનની શરીર પર થતી અસરો તેમ જ લોહીમાંના ઈન્સ્યુલિનના પ્રમાણ વિશે સમજવું જરૂરી છે. લોહીમાં ઈન્સ્યુલિનનું વધેલું પ્રમાણ (હાઈપર ઈન્સ્યુલિનેમિયા), પેશીઓમાં થતો ઈન્સ્યુલિન પ્રતિકાર, સ્થૂળતા અને પ્રૌઢ વયે થતો ડાયાબિટિસ આ બધી ઘટનાઓ એકબીજા સાથે સંકળાયેલાં દુષ્ચક્રનાં પાસાં છે.

આપણે જોયું છે કે ગ્લુકૉઝનો કોષોમાં પ્રવેશ તથા ઊર્જા માટે ગ્લુકૉઝના થતાં વપરાશ માટે લોહીમાંનું ઈન્સ્યુલિન જવાબદાર છે. ઈન્સ્યુલિન પ્રભાવ હેઠળ, યકૃત તથા સ્નાયુઓમાં ગ્લુકૉઝનું રુપાંતર ગ્લાયકોજેનમાં થઈ તેનો સંગ્રહ થાય છે. વળી ઈન્સ્યુલિન થકી વધારાના ગ્લુકૉઝનું ફૅટી ઍસિડ્સમાં રૂપાંતર થઈ મેદ પેશીઓમાં

ટ્રાયગ્લિસેરાઇડ્સ સ્વરૂપે તેનો સંગ્રહ થાય છે. ઈન્સ્યુલિન સંગ્રાહક હૉર્મોન હોવાથી તે ઊર્જાના સ્રોતોનો સંચય કરે છે. ઈન્સ્યુલિનની હાજરી કે ગેરહાજરીથી, શરીર ઊર્જા માટે બળતણ તરીકે કાર્બોહાઈડ્રેટ્સનો ઉપયોગ કરશે કે ચરબી વાપરશે એ નક્કી થાય છે. લોહીમાંનું ઈન્સ્યુલિનનું પ્રમાણ વધારે હોય તો શરીર ઊર્જા માટે હાર્બોહાઈડ્રેટ્સ વાપરે છે અને વધારાના ગ્લુકૉઝનું ચરબીમાં રૂપાંતર થઈ મેદ કોષોમાં તેનો સંગ્રહ થાય છે. આનાથી ઊલટું લોહીમાં ઈન્સ્યુલિનનું પ્રમાણ ઘટી જતાં, શરીરમાંની ચરબીનું વિઘટન થઈ ફૅટી ઍસિડ્સ બને છે, જેનો ઉપયોગ ઊર્જા પેદા કરવા માટે થાય છે. આના પરથી તમે સમજી શકશો કે સ્થૂળતાનું મૂળ કારણ, લોહીમાં ઈન્સ્યુલિનનું વધેલું પ્રમાણ જ છે.

હવે આપણે રોજિંદી જીવનશૈલી તપાસી જોઈએ (હવે તમે તમારો નિત્યક્રમ તપાસો). સવારે ઊઠીને આપણે ચા-કૉફી કે દૂધ, તેમાં વધતા-ઓછા પ્રમાણમાં ખાંડ નાખીને લઈએ છીએ. સાડા આઠથી 10 વાગ્યાના અરસામાં નાસ્તો (બ્રેકફાસ્ટ) કરીએ છીએ. સામાન્ય રીતે નાસ્તામાં પૌંઆ, ઉપમા, ઈડલી, શીરો, રોટલી, ભાત, ફળો, બ્રૅડ, ડોસા, પરાઠા, પુરી વગેરે લેતા હોઈએ છીએ. આ બધા પદાર્થોમાં કાર્બોહાઈડ્રેટ્સ ભરપુર પ્રમાણમાં હોય છે. એ પછી બપોરે એકથી બે વાગ્યા દરમિયાન જમીએ છીએ. બપોરે સાડા ત્રણ-ચાર વાગ્યે ફરી ચા-કૉફી. સાંજે સાડા પાંચ-છ વાગ્યે કંઈક નાસ્તો અને ચા-કૉફી. આ નાસ્તામાં પણ કાર્બોહાઈડ્રેટ્સ ભરપુર હોય છે. પછી રાત્રે નવ વાગ્યે રાતનું જમણ. કેટલાક લોકો જમ્યા પછી વળી આઈસ્ક્રીમ ખાય છે તો કેટલાક પાન ખાય છે. તમે જોઈ શકો છો કે સવારથી માંડીને રાત્રે સૂતા સુધીમાં પાંચથી સાત વખત આપણે કંઈક ને કંઈક ખાતાં રહીએ છીએ. આ ખાદ્યપદાર્થોમાં કાર્બોહાઈડ્રેટ્સનું પ્રમાણ વધારે હોય છે. દૂધ, સોયાબીન, સિંગદાણા, ઈંડાં, ચિકન, મટન અને ફિશ સિવાયના બધા ખાદ્યપદાર્થોમાં કાર્બોહાઈડ્રેટ્સનું પ્રમાણ 70થી 93 ટકા જેટલું હોય છે. ભારતીય આહારમાં કાર્બોહાઈડ્રેટ્સનું પ્રમાણ વધારે હોય છે, કદાચ એ કારણે કે વધુ પ્રોટિન્સ અને ફૅટ્સવાળા પદાર્થો મોંઘા પડતા હશે.

આપણા મોંમાં ખોરાકનો એક કોળિયો જાય કે તરત જ (આમાં ચા, કૉફીમાં નખાતી ખાંડ પણ ગણાય) વિશિષ્ટ પ્રમાણમાં ઈન્સ્યુલિન પેદા થાય છે. એક મુદ્દો ધ્યાનમાં રાખવો કે તમે એક કપ ચા પીઓ કે એક સફરજન ખાવ કે બે રોટલી ખાવ, તો પણ શરીરમાં લગભગ એકસરખા પ્રમાણમાં ઈન્સ્યુલિન પેદા થાય છે. આપણે ઉપર જોયું તે પ્રમાણેની દિનચર્યા મુજબ આખા દિવસમાં આપણા શરીરમાં પાંચથી સાત વખત ઈન્સ્યુલિન પેદા થાય છે.

ખોરાકનું પાચન થયા બાદ બનતા પદાર્થોનો ઉપયોગ કરવાનું કામ આ ઈન્સ્યુલિન કરે છે. પણ જરૂરિયાત કરતાં વધારે પ્રમાણમાં બનેલા ઈન્સ્યુલિનની હાનિકારક અસરો હોય છે. પહેલું તો, તે ગ્લુકૉઝનું રૂપાંતર ચરબીમાં કરે છે જે

એડિપોઝ પેશીઓમાં સંગ્રહિત થાય છે અને આપણને જાડા બનાવે છે. આ ચરબી સામાન્ય રીતે આખા શરીરમાં બધે અને ખાસ કરીને પેટમાં જમા થાય છે. બીજું એ કે, શરીરના કોષો-પેશીઓ આ રીતે વધુ પ્રમાણમાં બનતા ઈન્સ્યુલિનથી ટેવાયેલા ન હોવાને કારણે ધીમે ધીમે તેઓ આ વધારાના ઈન્સ્યુલિનનો વિરોધ કરવા માંડે છે. ટેક્નિકલ શબ્દોમાં આને "ઈન્સ્યુલિન અવરોધ" અથવા "Insulin Resistance" કહે છે. આવી વ્યક્તિના લોહીની, સવારે ઉઠ્યા પછી તરત, ઈન્સ્યુલિનની તપાસ કરાવતાં - એટલે કે ફાસ્ટિંગ ઈન્સ્યુલિન લેવલ - ઈન્સ્યુલિનનું પ્રમાણ વધારે હોવાનું જોવા મળે છે. વાસ્તવિક રીતે આ પ્રમાણ શૂન્યની આસપાસ હોવું જોઈએ. જો આ પ્રમાણ 20 યુનિટથી વધારે હોય તો આને "હાઈપર ઈન્સ્યુલિનેમિયા" કહેવાય છે. હવે ઈન્સ્યુલિનના ઊંચા પ્રમાણને લીધે થયેલા ઈન્સ્યુલિન અવરોધને કારણે લોહીમાં ગ્લુકૉઝ હાજર હોવા છતાં શરીરના કોષો-પેશીઓ ઊર્જા માટે ગ્લુકૉઝનો ઉપયોગ કરી શકતી નથી. બીજી તરફ, ગ્લુકૉઝમાંથી ચરબી બનવાની પ્રક્રિયા ચાલુ જ રહે છે. આના જવાબમાં પૅન્ક્રિયાઝ શરીરમાં વધારે ને વધારે ઈન્સ્યુલિન બનાવતું રહે છે. પછીથી આ સ્થિતિ ડાયાબિટિસમાં પરિણમે છે. આના પરથી તમે સમજ્યા હશો કે સ્થૂળતા, ઈન્સ્યુલિન અવરોધ અને ડાયાબિટિસ- આ બધા માટે લોહીમાંનું ઈન્સ્યુલિનનું ઊંચું પ્રમાણ જ જવાબદાર હોય છે. ઈન્સ્યુલિન અવરોધ કે લોહીમાંનું ઈન્સ્યુલિનનું ઊંચું પ્રમાણ આ બેમાંથી પહેલી અવસ્થા કઈ એ બાબતે ભલે વિવાદ છે છતાં ઈન્સ્યુલિન અવરોધનું નિદાન કરવા લોહીમાંના સવારના ઈન્સ્યુલિનના ઊંચા પ્રમાણની તપાસ (ફાસ્ટિંગ ઈન્સ્યુલિન લેવલ)નો જ ઉપયોગ થાય છે. લોહીમાંના ઈન્સ્યુલિનના ઊંચા પ્રમાણને લીધે બીજી અનેક હાનિકારક અસરો થાય છે. જેમ કે લોહીમાંના મેદપદાર્થોનું (ચરબીનું) પ્રમાણ વધે છે. ધમનીઓની આંતરિક સપાટી પર ચરબી જામી જાય છે, જેને લીધે ધમનીઓ કઠણ થવા માંડે છે તથા તેમાંનું પોલાણ સાંકડું થાય છે. તેથી ધમની ફાટવાનો તથા આંતરિક રક્તસ્રાવ થવાનો ભય રહે છે. હૃદયનો રક્ત પુરવઠો ઓછો થાય તો હાર્ટ ઍટેક આવી શકે છે. મગજમાં રક્તસ્રાવ થતાં પૅરેલિસિસ થઈ શકે છે. સ્થૂળતા, હાઈ બ્લડ પ્રૅશર, હાર્ટ ઍટેક, તથા ડાયાબિટિસ આ બધા વિકાર થવા પાછળનું કારણ લોહીમાં ઈન્સ્યુલિનનું ઊંચું પ્રમાણ છે એ ખરું...

આ વિકારો થવા પાછળનું મુખ્ય કારણ- લોહીમાંનું ઈન્સ્યુલિનનું ઊંચું પ્રમાણ- જાણી લીધા બાદ "વજન ઓછું કરવાની સરળ પદ્ધતિ" સમજવી સહેલી થઈ પડશે. આખા દિવસ દરમિયાન લોહીમાં ગ્લુકૉઝનું યોગ્ય મર્યાદિત પ્રમાણ જાળવવા, પૅન્ક્રિયાઝ અલ્પ પ્રમાણમાં ચોવીસે કલાક ઈન્સ્યુલિનનું નિર્માણ કરતું રહે છે. જેને **Basal Secretion** કહેવાય છે. જે 24 કલાક દરમિયાન 18થી 32 યુનિટ જેટલું હોય છે. આ સ્રાવને ઓછું કરવું એ આપણા હાથની વાત નથી, અને તે જરૂરી પણ નથી. આપણે ખોરાક ખાઈએ છીએ ત્યારે દરેક વખતે ઈન્સ્યુલિનનું

નિર્માણ થાય છે. આ પરિસ્થિતિમાં આપણે ચોક્કસપણે ઈન્સ્યુલિન નિર્માણ પર નિયંત્રણ કરી શકીએ છીએ. આપણે ઓછું ખાઈએ કે વધારે, તો પણ એક વિશિષ્ટ પ્રમાણમાં ઈન્સ્યુલિન સ્રાવ થાય છે જ. માટે દિવસમાં ઓછામાં ઓછી વખત ખાવું યોગ્ય ગણાશે. સામાન્ય રીતે દિવસમાં બે વખત ખાવું પૂરતું ગણાય વ્યક્તિને દિવસમાં બે વાર ભૂખ લાગતી હોય છે, તે અનુસાર બપોરે 12થી બે અને સાંજે સાતથી દસ વાગ્યા દરમિયાન (મોટા ભાગના લોકોનો જમવાનો સમય) ભોજન લેવાથી, ઈન્સ્યુલિનનું નિર્માણ પણ દિવસમાં બે જ વખત થશે. વળી જમ્યા બાદ ખોરાકના પાચન પછી બનેલા પોષક પદાર્થોનો વપરાશ કરવા માટે એટલું ઈન્સ્યુલિન પૂરતું થઈ પડશે.

લોહીમાંના ઈન્સ્યુલિનનું પ્રમાણ ઘટી જાય ત્યારે, પહેલા યકૃત અને સ્નાયુઓમાં ગ્લાયકોજેનનું વિઘટન થઈ ગ્લુકૉઝ બને છે, ત્યાર બાદ એડિપોઝ પેશીઓમાંની ચરબીમાંથી ફૅટી ઍસિડ્સ બને છે, જેનો ઉપયોગ ઊર્જા માટે થાય છે. આમ કુદરતી રીતે શરીરમાંની ચરબી ઓછી થઈ વજન ઓછું થાય છે. લોહીમાંના ગ્લુકૉઝનું પ્રમાણ ઓછું થતાં, ગ્લુકૅગૉનનો સ્રાવ થવા માંડે છે, જેનો પણ આ પ્રક્રિયામાં સહકાર મળે છે.

દિવસમાં ફક્ત બે વાર જમવાની મારી સલાહ બાદ વાચકોના મનમાં અનેક સવાલો ઊભા થશે. બે ટંક ખાવાની વચ્ચે ભૂખ લાગે તો શું કરવું? આ મહત્વનો સવાલ હોઈ શકે છે. એક વાત ધ્યાનમાં રાખો કે, ભૂખ મોટા ભાગે માનસિક હોય છે, આથી બને ત્યાં સુધી બે ટંકના ભોજન વચ્ચે કશું જ ખાવું નહીં. જો ભૂખ સહન ન થાય તો છાસ પી શકાય, વગર ખાંડની ચા કે પછી ટમેટાંના બે-ત્રણ કટકા ખાઈ શકાય. આ સિવાય લીંબુ પાણી કે નારિયળ પાણી પી શકાય. સારાં પરિણામો મેળવવા માટે કશું જ ન ખાવું. બે ટંકના ભોજનમાં તમે તમને જે ભાવે તે ખાઈ શકો છો- તેના પર કોઈ બંધન નથી. આ સૂચના ગમી કે નહીં? તમે શાકાહાર કે માંસાહાર લઈ શકો છો. તમે ફળો, શાકભાજી, મીઠાઈ, ફરસાણ, મસાલેદાર, તેલવાળી કે ગમે તે જે ભાવે તે ખાઈ શકો છો, વજન વધવાનો ભય રાખ્યા વિના.

તમે આહારને ત્રણ પ્રકારમાં વહેંચો. એક તો લીલાં શાકભાજી, ફણગાવેલા કઠોળ, કાકડી, ટમેટાં, ગાજર વગેરે. બીજામાં શાક, દાળ, ઈંડાં, ચિકન, ફિશ વગેરે. ત્રીજા ભાગમાં રોટલી, પરાઠા, ભાત વગેરે. ધ્યાન રાખો કે આ બધી ચીજોમાંથી તમને જે ભાવે તે અને તમારી આદત હોય તે મુજબ લઈ શકો છો. રોટી-પરાઠા-ભાત ઓછા કરી કઠોળ, શાકભાજી, દાળનું પ્રમાણ વધુ રાખો તો વજન ઝડપથી ઘટે છે. મારા નિરીક્ષણ મુજબ પહેલા મહિનામાં બેથી સાડા ચાર કિલો જેટલું વજન ઓછું થાય છે. સૌથી મહત્ત્વની વાત એછે કે આ સાદી અને સરળ પદ્ધતિથી વ્યક્તિના પેટની ચરબી સૌપ્રથમ ઓછી થાય છે. બે મહિનામાં તો પેટનો ઘેરાવો ઓછો થઈ જશે, અને પૅન્ટ ઢીલી પડશે. વજન ઘટાડવાની બીજી પદ્ધતિઓમાં પહેલા

ચહેરાની-ગાલની ચરબી ઉતરતાં "તમે માંદા છો?" એવા સવાલ લોકો પૂછવા માંડે છે. પેટની ચરબી ઉતરતાં વ્યક્તિ તંદુરસ્ત અને સ્માર્ટ દેખાવા લાગે છે અને તેનો આત્મવિશ્વાસ પણ વધે છે.

હવે હું ચા-કૉફી અને દૂધ વિશે વાત કરીશ. બે ટંકના ભોજન વચ્ચે તમે ખાંડ વગરની ચા-કૉફી લઈ શકો છો. દૂધ લેવું નહીં . દૂધ પીવું જ હોય તો જમતી વખતે લઈ શકાય. દૂધ અને ખાંડ વગરના ચા-કૉફી લેવા ઉત્તમ, ગ્રીન ટી કે લૅમન ટી પણ સરસ છે. "મારું સંશોધન" પ્રકરણમાં અમારા ઈન્સ્યુલિન સ્રાવ વિશેનાં સંશોધનો વાંચી, તે મુજબના ખાદ્યપદાર્થો નક્કી કરવા. ફળો ફક્ત જમવાના સમયે જ ખાવાં. કેટલાક લોકો પૂછશે કે "નાસ્તાનું શું?" જવાબ છે માત્ર "નહીં" અને "ના". તમારે દિવસમાં ફક્ત બે જ વાર ખાવાની છૂટ છે. આ ભોજનને તમે બ્રૅકફાસ્ટ કહો, બ્રાન્ચ કહો, લન્ચ, ડિનર કે સપર કહો - જે ગણો તે પણ ખાવાનું માત્ર બે જ વખત છે. બીજી મહત્વની વાત જે યાદ રાખવાની છે, તે એ કે, "ભોજન વધુમાં વધુ એક કલાક (60 મિનિટ)માં જ પૂરું કરવાનું છે." આ એટલા માટે જરૂરી છે કે તમે જો એક કલાક કરતાં વધુ સમય ખાવાનું ચાલુ રાખશો (આવું પાર્ટી અથવા બુફે જમણમાં થઈ શકે છે) તો શરીરમાં ઈન્સ્યુલિનનું નિર્માણ ફરીથી શરુ થાય છે. ચા, કૉફી જેવાં પીણાંમાં "સુગર-ફ્રી" કે "ઇક્વલ" એવું કશું જ વાપરવું નહીં, કેમ કે તેના સ્વાદને લીધે ફરીથી ઈન્સ્યુલિનનું નિર્માણ થવા માંડે છે.

આહાર અંગેના આ ફેરફાર સાથે જ વ્યાયામ કરવો પણ આવશ્યક છે. દિવસમાં એક કલાક કસરત કરવા માટે ફાળવો. તેમાં એક-શરીરના લચીલાપણા માટે, બીજું-હૃદય અને ફેફસાંને તાકાતવાન બનાવવા માટે અને ત્રીજું-સ્નાયુઓ સશક્ત અને મજબૂત બનાવવા માટેની કસરતોનો સમાવેશ કરવો. શાળાઓમાં પી.ટી.માં શીખવવામાં આવેલી કવાયતો રોજ કરવાથી શરીર લવચિક રહે છે. 45 મિનિટમાં 4.5થી પાંચ કિ.મી. ચાલવાનો વ્યાયામ હૃદય અને ફેફસાં માટે ઉત્તમ ગણાય છે. આ ઉપરાંત યોગાસનો, સૂર્યનમસ્કાર, દંડ-બેઠક, વેઈટ લિફ્ટિંગ, તરવું, સાઈકલિંગ જેવા વ્યાયામ પણ કરી શકાય છે. રોજ એક જ પ્રકારની કસરતો કરવી નહીં પણ વારાફરતી અદલાબદલી કરવી. વ્યાયામ કરવાથી સીધી રીતે અને આડકતરી રીતે વજન ઘટાડવામાં ફાયદો થાય છે. એકાદ દિવસે ડુંગર ચડવો કે ત્રણેક કિ.મી. વધારે ચાલી નાખવું એમ વધારાની કસરત કરવાથી ચરબી ઉતારવામાં ફાયદો થાય છે. આ સાદી અને સરળ પદ્ધતિ પ્રમાણે માત્ર બે વાર ભોજન કરવાનું છે. પણ ધ્યાન રાખવું કે આહાર સમતોલ હોવો જોઈએ. આહારમાંથી 60 ટકા કૅલેરીઝ કાર્બોહાઈડ્રેટ્સમાંથી, પચીસથી ત્રીસ ટકા કૅલેરીઝ ચરબીયુક્ત પદાર્થોમાંથી અને બાકીની પ્રોટિન્સમાંથી મળવી જોઈએ, આહારમાં પ્રોટિન્સ માટે કઠોળ, ચીઝ, દૂધ, સિંગદાણા, સોયાબીન, ઈંડાં, માંસ-મચ્છીનો સમાવેશ કરવો. વિટામિન્સ અને જરૂરી ક્ષાર મેળવવા આહારમાં લીલાં શાકભાજી અને ઋતુ અનુસાર મળતાં ફળો નિયમિત લેવાં.

વિના પ્રયાસ વેટલૉસ અને ડાયાબિટિસ પ્રતિબંધ માટે સરળ ઉપાયઃ વજન ઘટાડવા માટે "ડાયૅટ પ્લાન"

મિશનઃ સ્થૂળતા અને ડાયાબિટિસમુક્ત ભારત

સિદ્ધાંતઃ ડૉ. દીક્ષિત/ જિચકાર સરની જાદુઈ ફૉર્મ્યુલા વધુ પડતા ઈન્સ્યુલિન સ્રાવને નિયંત્રિત કરે છે અને પેટ તથા નિતંબ ભાગ પર જમા થયેલી ચરબી ઘટાડી વજનઘટાડો કરે છે. શરીરની ઈન્સ્યુલિન સેન્સિટિવિટી વધારી, ડાયાબિટિસ થવાની શક્યતા ઘટાડે છે અથવા તે થતો અટકાવે છે.

પરિણામઃ વજન ઓછું થાય છે, પેટનો ઘેરાવો ઓછો થાય છે. ડાયાબિટિસ પ્રતિબંધ અને અન્ય ફાયદા.

1. આ ઉપાય કે આહાર યોજના 18 વર્ષથી ઓછી ઉંમરની વ્યક્તિ માટે નથી. ડાયાબિટિસના દરદીઓએ ડૉ. દીક્ષિત સર અથવા અમારા કોઈપણ ઍડમિન જોડે વાત કરવી અને પરવાનગી મળે પછી જ આ ડાયૅટ પ્લાન અમલમાં મૂકવો.
2. તમને ખરેખર કકડીને ભૂખ ક્યારે લાગે છે એ બે સમય જાણી લો. આ બે સમય પર જ જમી લેવું. આ સમય વ્યક્તિ પ્રમાણે અલગ-અલગ હોઈ શકે છે. સામાન્ય રીતે સવારે નવ અને સાંજે છ અથવા બપોરે એક અને રાત્રે નવ વાગ્યે મોટા ભાગના લોકોને ભૂખ લાગતી હોય છે. તમારે જે ખાવું-પીવું હોય તે પંચાવન મિનિટના ગાળામાં પૂરું કરી લેવું.
3. બે ટંકના ભોજન વચ્ચે ભૂખ લાગે તો જ- નીચે જણાવેલા પદાર્થ ખાઈ શકાય
   - અ) ટમેટું (માત્ર એક)
   - બ) પાતળી છાસ (હાર્ટ પ્રૉબ્લેમ ન હોય તો મીઠું ઉમેરી શકાય)
   - ક) પચીસ ટકા દૂધ અને 75 ટકા પાણીથી બનેલી ચા (ખાંડ, ગોળ, સાકર, સુગર-ફ્રી, મધ -એવું કંઈપણ ઉમેરવું નહીં)
   - ડ) બ્લૅક ટી, ગ્રીન-ટી, બ્લૅક કૉફી, લૅમન ટી
   - ઈ) લીંબુ પાણી
   - ઈ) નાળિયેર પાણી (મલાઈ ખાવી નહીં)
4. જમવાનો સમય ફિક્સ રાખો. 15-20 મિનિટ વહેલું-મોડું ચાલશે.
5. વ્યાજબી કારણ હોય તો દિવસ પૂરતો "ડાયૅટ પ્લાન" મુલતવી રાખી શકો છો પણ બીજા દિવસે પ્રમાણિકપણે અનુસરવું.
6. દરરોજ 45 મિનિટ કસરત કરવી. હૃદયની ગતિ વધારે એવી કોઈપણ કસરતો કરી શકો છો. અમારી સલાહ છે કે ઝડપથી ચાલવાની કસરત ઉત્તમ છે. 45 મિનિટમાં 4.5 કિ.મી. ચાલવું. અઠવાડિયામાં પાંચ દિવસ કસરત કરવાની જ.

7. શરૂઆત કરવાના પહેલા દિવસે નીચે સૂચવ્યા મુજબ કરો.
   અ) સવારે પેટ સાફ થયા પછી વજન કરવું, ત્યાર પછી દર મહિને એ મુજબ એક જ કાંટા પર વજન કરો.
   બ) પેટનો ઘેરાવો માપો. ત્યાર બાદ દર મહિને માપો.
   ક) લૅબોરેટરીમાં જઈ ભૂખ્યા પેટે લોહીમાં ઈન્સ્યુલિન (ફાસ્ટિંગ ઈન્સ્યુલિન) અને એચબીએ1સીની તપાસ કરાવો. ત્રણ મહિના પછી ફરી તપાસ કરાવો.
8. તમારું ઈષ્ટતમ વજન કેટલું હોવું જોઈએ તે આ રીતે નક્કી કરો
   તમારું મહત્તમ વજન ઈં તમારી ઊંચાઈ (સે.મીમાં) - 100
   દા.ત. તમારી ઊંચાઈ 170 સે.મી. હોય તો 170-100 ઈં70 કિલો. એટલે કે તમારું વજન વધારે માં વધારે 70 કિલો હોવું જોઈએ.
9. જો આ યોજનાનો ફાયદો તમને થાય તો બીજાઓને પણ તેમાં સહભાગી થવા કહો અને ''સ્થૂળતા અને ડાયાબિટિસમુક્ત ભારત'' અભિયાનમાં સામેલ થાવ.

   આ ડાયૅટ પ્લાન (આહાર યોજના)થી થતાં ફાયદાઃ
   1) વજન ઓછું થાય છે
   2) પેટનો ઘેરાવો ઘટે છે.
   3) એચબીએ1સી અને ફાસ્ટિંગ ઈન્સ્યુલિન ઓછું થાય છે.

ફાયદા થતા જાણવા માટે ઉપર મુજબ તપાસ નિયમિત કરાવવી એચબીએ1સી અને ફાસ્ટિંગ ઈન્સ્યુલિનની તપાસ દર ત્રણ મહિને કરાવવી.

- **ડાયાબિટિસના દરદીઓ માટે ડાયૅટ પ્લાનમાં કરવાના ફેરફારઃ**
  - ગળી વસ્તુઓ બિલકુલ ખાવી નહીં (ખાંડ, ગોળ, સાકર, મધ, સુગર ફ્રી વગેરેનો ઉપયોગ કરવો નહીં)
  - ગળ્યાં ફળો ખાવાં નહીં
  - બે ભોજનની વચ્ચે જરૂર પડે તો પાતળી છાસ, પાણી, લીંબુ પાણી, ગ્રીન ટી, બ્લૅક ટી (ખાંડ-સુગર-ફ્રી વગર) લઈ શકો.
  - હાયપૉગ્લીસેમિયા (લોહીમાં ગ્લુકૉઝ ઘટી જવું) ન થાય તેના કાળજી રાખવી
  - એચબીએ1સી અને ફાસ્ટિંગ ઈન્સ્યુલિનની તપાસ દર મહિને કરાવવી

આપણી સંસ્કૃતિ અને ધર્મોમાં પણ દિવસમાં બે વાર ભોજન કરવાની ટેવને પુષ્ટિ મળે છે. આયુર્વેદમાં કહ્યું છે કે ''દ્વૌ કાલ ભુંજતિ'' અર્થાત બે વાર જમવું. વેદોમાં લખ્યું છે કે ''જે વ્યક્તિ બે વાર જમે છે તેને ઉપવાસ કર્યાનું પુણ્ય મળે

છે.'' જૈન ધર્મમાં ''બે આસના''ની સંકલ્પના છે, જેનો અર્થ દિવસમાં બે વાર એક જગ્યાએ બેસો અને જમો. વચ્ચે માત્ર હૂંફાળું પાણી પીવું. એક જૈન મુનિએ મને માહિતી આપી હતી કે અમારા ધર્મમાં માત્ર 48 મિનિટમાં ભોજન પૂરું કરવું એમ કહ્યું છે.

એક પુસ્તકમાં વાંચવા મળ્યું કે પ્રાચીન ગ્રીક લોકોની શારીરિક અને માનસિક સુદઢતા રહસ્ય ''તેઓ દિવસમાં બે વાર જમે છે એ છે.''

આધુનિક ડૉ. મૅટસન જેવા નિષ્ણાંતો પણ હાલના વારંવાર ખાવાના વલણની વિરુદ્ધ છે. ડૉ, મૅટસન કહે છે કે આજકાલ ત્રણવાર જમવું અને એકવાર નાસ્તો કરવાનું જે વલણ છે તે ઉત્ક્રાંતિની દષ્ટિએ કુદરતી નથી.

આપણા સંતો પણ સલાહ આપતા કે ''બે-વાર જમવું''. ''જે માણસ એકવાર જમે તે યોગી, બે વાર જમે તે ભોગી અને ત્રણ વાર જમે તે રોગી કહેવાય.''

ધર્મ, સંસ્કૃતિ, સંતો અને આધુનિક સંશોધકોનું કહેવું છે કે વારંવાર ખાવું નહીં. આ સલાહ આપણે અનુસરવી જોઈએ.

તો વાચકો, આ છે વિના પ્રયાસ વજન ઓછું કરવાનો સાદો અને સરળ ઉપાય. આ પદ્ધતિ અપનાવવાથી ફક્ત વજન જ ઘટશે એવું નથી પણ સાથે જ ડાયાબિટિસ, હાઈ બીપી, હૃદયરોગ જેવી સમસ્યાઓને પણ આપણે દૂર રાખી શકીશું.

9
શંકા સમાધાન

"વજન ઓછું કરવાનો અને ડાયાબિટિસથી દૂર રહેવાનો એક સરળ અને સહેલો ઉપાય" વિષય ઉપર મેં આપેલા વ્યાખ્યાનો દરમિયાન શ્રોતાઓએ આ પદ્ધતિ વિશે પૂછેલા પ્રશ્નોના જવાબ આ પ્રકરણમાં આપ્યા છે. આનાથી વાચકોના મનમાં ઉદ્ભવેલી શંકાઓ દૂર થશે એની મને ખાતરી છે અને તેઓ આ પદ્ધતિ સારી રીતે સમજીને વિશ્વાસપૂર્વક અપનાવી શકશે.

1) સવારે નાસ્તો ન કરવાથી આરોગ્યને કોઈ નુકસાન ખરું?

એક વાત જાણી લો કે દિવસમાં એક જ વાર જમનારા ઘણા લોકો છે જે તંદુરુસ્ત અને સ્ફૂર્તિલા છે. સામાન્ય વ્યક્તિઓ દિવસમાં બે વાર જમે તે પૂરતું છે. વધારે વખત ખાવાથી શરીરમાં ઈન્સ્યુલિનનું નિર્માણ વધતું જ જશે. તેનાથી બચવા બે વાર જ ખાવું મહત્ત્વનું અને જરૂરી છે. બે વાર ખાવાનો-જમવાનો સમય તમારે નક્કી કરવાનો છે. સંસ્કૃત ભાષામાં "બ્રેકફાસ્ટ કે નાસ્તો" અર્થવાળો શબ્દ જ નથી તેના પરથી સ્પષ્ટથાય છે કે આપણે ત્યાં આ પ્રથા જ અસ્તિત્વમાં નહોતી. તમે જો નાસ્તો ન કરો તો શરીરમાં ઊર્જા માટે પહેલાં ગ્લાયકોજેન અને ત્યારબાદ ચરબી વપરાય છે. જેને લીધે શરીરમાંની ચરબી ઓછી થઈ વજન ઓછું થાય છે. એટલે કે નાસ્તો ન કરવાથી શરીરને ઊલટો ફાયદો જ થાય છે. જો કોઈને નાસ્તા વગર ચાલતું ન હોય તો તેમણે તે જ ટાઈમે જમી લેવું. પછી બપોરે ખાવું નહીં અને સીધું રાત્રે જ જમવું. ભૂખ લાગે ત્યારે જમવું એ કુદરતી છે. જેને સવારે નવ વાગ્યે ભૂખ લાગતી હોય તેણે ત્યારે જ જમી લેવું. બ્રેકફાસ્ટ ગણો કે લંચ. ટૂંકમાં કહું તો દિવસમાં બે જ વાર જમવાનું.

2) બે વાર ખાવાની વચ્ચે 12 કે 14 કલાકનું અંતર યોગ્ય છે?

માનવ શરીર અત્યંત વિપરીત પરિસ્થિતિમાં પણ કાર્યક્ષમ રહી શકે છે. ખરેખર તો બે વખત ખાવાની વચ્ચેના આવા લાંબા સમયાંતરને લીધે જ લોહીમાંના

ઈન્સ્યુલિનનું પ્રમાણ ઓછું થાય છે, જેને લીધે અને ગ્લુકૅગૉન જેવા બીજા હૉર્મોનની અસરને લીધે શરીરમાંની ચરબીનો ઊર્જા માટે વપરાશ થવા માંડે છે. જેનાથી ફાયદો જ થાય છે. નુકસાન થતું નથી.

3) કેટલાક નિષ્ણાતો દર ત્રણ ચાર કલાકે ખાવ એવું કહે છે. શું આ ખોટું છે?

જો તમે દર ત્રણ ચાર કલાકે ખાશો તો લોહીમાં ગ્લુકૉઝનું સામાન્ય પ્રમાણ જળવાઈ રહે છે. અલબત્ત, વારંવાર ખાવાથી ઈન્સ્યુલિનનું નિર્માણ દરેક ખોરાક વખતે થતું જ રહેશે. આ ઈન્સ્યુલિન, પચેલા ખોરાકથી ઉત્પન્ન થતા પોષક પદાર્થોનો ઉપયોગ કરવામાં વપરાતું રહે છે. પરંતુ આને લીધે શરીર કોર્બોહાઈડ્રેટ્સનો જ ઊર્જા માટે ઉપયોગ કરવાનું ચાલુ રાખશે અને ઊર્જા માટે ચરબી વપરાશે જ નહીં. બીજું કે માણસ બીજા કામોને બદલે ખાવાના કામમાં જ વ્યસ્ત રહેશે અને વધારે વખત ખાવાથી શરીરમાં વધારે પ્રમાણમાં ખોરાક જવાની શક્યતા વધી જાય છે.

4) બે જ વખત જમવામાં, બહુ વધારે પડતું ખવાઈ જવાનો ભય રહે કે નહીં?

ઊલટું, વારંવાર ખાવાથી વધારે ખવાઈ જવાનો ડર રહે છે. ઉપલબ્ધ સંશોધનો અનુસાર જમવાના ટાણાં ઓછાં કરો તો પણ જમવામાં ખોરાકનો જથો બદલાતો નથી.

5) બે જ વખત જમવાથી શરીરમાં વિટામિન્સ અને ક્ષારની ખોટ ઊભી થાય ખરી?

બે જ વખત જમવાની આ સરળ પદ્ધતિમાં તમારે સમતોલ આહાર જ લેવાનો છે, જેમાં પ્રોટિન્સ, કૅલરીઝ, વિટામિન્સ અને ક્ષાર યોગ્ય પ્રમાણમાં હોવા જરૂરી છે. આમાં આપણે ખોરાકનો જથો કે ગુણવત્તામાં કસર કરવાની નથી. તેને ફક્ત બે ભાગમાં વહેંચવાનો છે. બપોરનું ભોજન (લન્ચ) અને રાતનું ભોજન (ડિનર). આ પુસ્તકમાં આપેલા ચાર્ટ પરથી તમે તમારી જરૂરિયાત પ્રમાણે એવી રીતે આયોજન કરો કે શરીરને જોઈતા બધા જ પોષક તત્વો મળી રહે.

6) બે વાર જમવાની વચ્ચે જરૂર પડે તો શું ખાવું?

એક વાત યાદ રાખો કે સામાન્યપણે ભૂખ માનસિક હોય છે. તેથી ઘણી વખત ખરેખર ભૂખ લાગી ન હોવા છતાં આપણે શરીરને નુકસાન કરે તેવા ચટાકેદાર પદાર્થ ઝાપટી જઈએ છીએ. ભૂખને તટસ્થ ભાવથી જોતાં શીખો. વજન ઘટાડવાની આ સરળ પદ્ધતિ અપનાવ્યા પછી પહેલા ચાર-પાંચ દિવસ આ આદતની માનસિક ભૂખની તકલીફ થશે. પણ પછી આવી ભૂખ છૂમંતર થઈ જશે.

7) બે ટંકના ભોજન વચ્ચે ઓછી કૅલેરીવાળા મમરા, કે ધાણી જેવો ખોરાક ખાઈ શકાય કે?

સમજી લો કે મુખ્ય મુદ્દો કૅલેરીનો નથી પણ કંઈ પણ ખાવાથી જરૂર વગર નિર્માણ થતા ઈન્સ્યુલિનનો છે. તો તમે મુઠ્ઠીભર મમરા કે ધાણી ખાઓ અથવા

આખું ભોજન આરોગો, ઈન્સ્યુલિન નિર્માણ થવાનું જ છે. કંઈક ખાવું જ પડે તો તમે છાસ લઈ શકો અથવા ટમેટું ખાઈ શકો, કે વગર ખાંડની ચા પી શકો. આ પદાર્થોથી ઈન્સ્યુલિન નિર્માણ થતું નથી. વજન ઓછું કરવું હોય અને ડાયાબિટિસથી દૂર રહેવું હોય તો બે ટંકના ભોજન વચ્ચે કંઈપણ ન ખાવું જ હિતકારક છે.

8) ફળો આરોગ્ય માટે સારાં ગણાય, તો તે ખાવામાં શું વાંધો?

ફળો ખાવામાં કંઈ જ વાંધો નથી પણ તે ફક્ત જમતી વખતે ખાવ, બે ભોજનની વચ્ચે ખાવાથી ઈન્સ્યુલિન બનવાનું ચાલુ થશે કેમ કે ફળોમાં કાર્બોહાઈડ્રેટ્સ મોટા પ્રમાણમાં હોય છે. આથી બે ભોજનની વચ્ચે ફળો ખાવાં નહીં.

9) તમારા કહેવા પ્રમાણે બે જમણની વચ્ચે વગર ખાંડની ચા પી શકાય. પણ ચામાં દૂધ નાખીએ તો તેમાં દુગ્ધશર્કરા (લૅક્ટોઝ) હોય છે. તો ચા પિવાય એની પાછળ ક્યો તર્ક છે?

આપણી હંમેશની ચાના એક કપમાં 10થી 15 મિલી. દૂધ અને 125 મિલી. પાણી હોય છે. દૂધમાં લગભગ ચાર ટકા સુગર (લૅક્ટોઝ) હોય છે. એટલે કુલ ચામાં નાખેલા દૂધમાં 0.4 ટકાથી 0.6 ટકા પ્રમાણ થયું. વળી કુલ પાણી સાથેની ચામાં તે આનાથી ઓછું થાય. આટલી ઓછી ટકાવારી વાળી સુગરથી ઈન્સ્યુલિનનું નિર્માણ થતું નથી. તેથી ખાંડ વગરની પણ થોડા દૂધવાળી ચા ચાલે. જેને ભાવતી હોય તે વગર ખાંડ-દૂધવાળી ચા પીએ તો સારું જ ગણાય.

10) જમવામાં ભાત ખાઈએ તો ચાલે?

100 ગ્રામ ઘઉંના લોટમાંથી લગભગ 100 ગ્રામ વજનવાળી રોટલી કે ચપાતી બને છે જ્યારે 100 ગ્રામ ચોખામાંથી 300 ગ્રામ ભાત બને છે. તેથી 100 ગ્રામ રોટલી અથવા 300 ગ્રામ ભાતમાંથી એકસરખી જ ઊર્જા- કૅલેરી મળશે, પણ ભાત ખાવાથી સારી રીતે અને જલદી પેટ ભરાયાની તૃપ્તિ થાય છે. અને તેથી ખોરાક ઓછો ખવાય છે અને પેટમાં ઓછી કૅલેરી જાય છે માટે વજન વધવાના ડર વગર ભાવે અને ફાવે એટલો ભાત તમે ખાઈ શકો છો.

11) કેરી ખાઈએ તો ચાલે?

બે ટાઈમ જમવામાં તમે જે જોઈએ તે અથવા બધું જ ખાઈ શકો અને કેરી પણ તેમાં આવી જ જાય છે. પણ કેરી, મીઠાઈ, આઈસક્રીમ આ બધામાંથી શરીરને વધારે પ્રમાણમાં ઊર્જા- કૅલેરીમળે છે. હવે તમારું શરીર આ ઊર્જાનો ઉપયોગ કરવાનું ન હોય તો આ વધારાની કૅલેરી ચોક્કસપણે ચરબીના રૂપમાં તમારા શરીરમાં જમા થશે અને તમે જાડા થવા માંડશો. તેથી તમે આ બધા પદાર્થો ખાઈ શકો પણ લિમિટમાં ખાવ. યાદ રાખો કે પહેલો કોળિયો જ સ્વાદ ચાખવા માટે હોય છે જ્યારે ત્યાર પછીના પેટ ભરવા માટે હોય છે.

12) ખાવા માટે ક્યું તેલ સારું?

તેલમાંથી ઊર્જા મળે છે. ''આપણો આહાર'' નામના પ્રકરણમાં જણાવ્યા પ્રમાણે બે તેલનું મિશ્રણ વાપરવું વધુ સારું. બહારના દેશોમાંથી આયાત કરેલા મોઘાં તેલ વાપરવાની બિલકુલ જરૂર નથી. એક ભાગ સિંગતેલમાં અથવા એક ભાગ કપાસિયા તેલમાં, એક ભાગ રાઈનું તેલ અથવા સોયાબીન તેલ મિક્સ કરી તમે ઉપયોગમાં લઈ શકો છો. અથવા તો એક ભાગ સનફ્લાવર કે સૅફલાવર તેલમાં એક ભાગ પામ તેલ કે સિંગતેલ કે કપાસિયાનું તેલ મિક્સ કરી તે પણ વાપરી શકાય.

13) ઈંડાંમાં કૉલેસ્ટ્રૉલ હોવાથી ન ખાવા જોઈએ, એ કેટલું સાચું છે?

શાકાહારી પદાર્થોમાં કૉલેસ્ટ્રૉલ હોતું નથી છતાં શાકાહારીઓના લોહીમાં કૉલેસ્ટ્રૉલ હોય છે- એ ક્યાંથી આવ્યું? તો શરીરમાં ચરબીના પચન થયા બાદ કૉલેસ્ટ્રૉલ બને છે. તમે જ્યારે ઈંડાંની વાનગી ખાઓ છો ત્યારે તેમાં રહેલા કૉલેસ્ટ્રૉલનું પાચનક્રિયાથી વિઘટન થાય છે. એટલે કૉલેસ્ટ્રૉલ જેમનું તેમ લોહીમાં ભળી જતું નથી. તેથી આહારમાંના કૉલેસ્ટ્રૉલનો લોહીમાંના કૉલેસ્ટ્રૉલ જોડે સીધો સંબંધ જોડવો યોગ્ય નથી. અર્થાત્ ઈંડાંમાંથી સારી જાતના પ્રોટિન્સ મળતા હોય ત્યારે તેમાંના કૉલેસ્ટ્રૉલનો ખોટો ડર રાખી પૌષ્ટિક ઈંડાં ખાવાનું છોડી દેવું નહીં.

14) આપણે ઝડપથી જમીએ અથવા ધીરે ધીરે ખાઈએ તો શું થાય?

કહેવત છે કે ખોરાકને બત્રીસ વખત ચાવીને ખાવો. તેમ કરવાથી મોઢાથી લઈને પચનક્રિયાના તમામ અવયવોમાં પૂરતા પ્રમાણમાં પાચક રસો - એન્ઝાઈમ્સનો સ્રાવ થાય છે જે ખોરાક સાથે બરાબર ભળી જવાથી ખોરાકનું પાચન સારી રીતે થાય છે. ઝડપથી ખાવાથી પાચક રસો ઓછા પ્રમાણમાં ઝરે છે અને તેનાથી ખોરાકના પાચન પર અવળી અસર થાય છે. વળી એવું જોવા મળ્યું છે કે ઝડપથી ખાનારા લોકો કરતાં ધીરે ધીરે જમતાં લોકો ઓછો ખોરાક ખાય છે. તેથી ધીરે ધીરે ખાવું વધારે સારું.

આ સંદર્ભે એક મહત્ત્વની વાત કરું. પહેલો કોળિયો ખાધા પછી એક કલાકમાં ઈન્સ્યુલિન મહત્તમ સપાટીએ પહોંચે છે. પછીના કલાકમાં તે ઓછું થતું થતું સામાન્ય સપાટીએ આવે છે. તેથી આપણે આપણું ભોજન વધારેમાં વધારે પંચાવન મિનિટમાં પૂરું કરવું જોઈએ. જો આના કરતાં વધારે સમય લેશો (જેમ કે પાર્ટીમાં બનતું હોય છે) તો ઈન્સ્યુલિન ફરીથી નિર્માણ થવા લાગે છે. તો ભલે ધીરે ધીરે ખાવ, પણ પંચાવન મિનિટમાં જ પૂરું કરો.

15) મને રોજ દારૂ પીવાની આદત છે તો મારે આ પદ્ધતિ કેવી રીતે અપનાવવી?

એક વાત ધ્યાનમાં રાખો કે દારૂ આરોગ્ય માટે ઘાતક છે. તેનાથી યકૃતનો (લીવરનો) સીરહોસિસ થાય છે જે જીવલેણ રોગ છે. દારૂને લીધે માનસિક, કૌટુંબિક અને સામાજિક સમસ્યાઓ ઊભી થાય છે. અડધાથી વધારે માર્ગ અકસ્માતો દારૂને કારણે થતા હોય છે. દારૂને કારણે હિંસકવૃત્તિ અને ગુનાહિત

પ્રવૃત્તિ વધે છે. માટે મારી વિનંતી કે દારૂની ખરાબ આદત નિશ્ચયપૂર્વક છોડો. તેમ છતાંય પીવો જ હોય તો પીવાનું અને જમવાનું બંને પંચાવન મિનિટમાં જ ખતમ કરો. તેમ કરવાથી વજન ઘટાડવાની અને ડાયાબિટિસ દૂર રાખવાની આ સરળ પદ્ધતિ તમને પણ કામ લાગશે. અલબત્ત દારૂપીવાથી શરીર પર થતી ઘાતક અસરો તમને થવાની જ.

16) દિવસમાં ફક્ત એક જ વાર જમીએ તો ચાલે?

શરીરક્રિયા વિજ્ઞાનની દષ્ટિએ એક વાર જમવાથી કોઈ નુકસાન થશે નહીં. ઘણા લોકો એકટાણું કરીને નિરોગી જીવન જીવી રહ્યા છે. પણ તમે વજન ઓછું કરવાના હેતુથી આવું કરવા ઈચ્છતા હો તો કેટલીક વાતો સમજી લો એક તો એ કે દિવસમાં એક જ વાર જમવું તમને લાંબાગાળા સુધી ફાવશે ખરું? કારણ કે શરુ શરુમાં આવું આયોજન કરવાનો ઉત્સાહ જબરદસ્ત હોય છે પણ એક વાર જમ્યા પછી સખત ભૂખ લાગી તો તમે ગમે ત્યારે ગમે તે ખાવા લલચાશો. અને આ બીજીવારનું ખાવાનું કોઈ પણ ટાઇમિટેબલ પ્રમાણે ન હોવાથી શરીરને ભૂખમરા જેવી પરિસ્થિતિની સૂચના મળશે અને તેથી શરીરમાં ઊર્જા માટે ચરબીનો સંગ્રહ થવાનું ચાલુ થશે. પરિણામે તમારું વજન ઘટવાને બદલે વધશે.

17) ખાંડ ખાવી સારી કે ખરાબ?

બ્રિટિશ મેડિકલ જર્નલના 17 એપ્રિલ 2013ના અંકમાં, અમેરિકાના અંતઃસ્રાવી ગ્રંથિશાસ્ત્ર નિષ્ણાંત (એન્ડોક્રિનોલૉજિસ્ટ) ડૉ. રૉબર્ટ લસ્ટિંગનો એક ઈન્ટરવ્યુ પ્રસિદ્ધ થયો હતો. તેમના મત મુજબ સ્થૂળતા માટેનાં બે મુખ્ય કારણ ઈન્સ્યુલિન અને ખાંડ છે. લોહીમાં ઈન્સ્યુલિનના અતિસ્રાવ માટે ખાંડ જવાબદાર છે. તેને કારણે શરીરમાં ચરબીનો સંગ્રહ થાય છે. તેમનું કહેવું છે કે ખાંડમાં રહેલું ફ્રુકટોઝ હાનિકારક અસર માટે જવાબદાર છે. ખાંડ એ કુદરતી રીતે વ્યસનકારક છે. ગળ્યું ખાવાની ટેવ બાળપણથી જ પડે છે અને પછી કેટલાક લોકો ગળપણના વ્યસની બની જાય છે. તેમના મતે 18 વર્ષથી નીચેના માટે-તમાકુબંધી અને દારૂબંધીની જેમ-ખાંડબંધી લાગુ કરવી જોઈએ. સૌથી મહત્ત્વની વાત કે ખાંડ આપણને કેવળ ‘‘નકલી કૅલેરીઝ’’ આપે છે. તે ઈન્સ્યુલિનના સ્રાવને ઉદ્દિપ્ત કરે છે. ઈન્સ્યુલિનનું પ્રમાણ વધવાથી શરીરમાં ચરબીનો સંગ્રહ વધે છે અને શરીર સ્થૂળ થતું જાય છે. અને તેથી વધારે ખાંડ ખાવી કે ગળ્યું ખાવું આરોગ્ય માટે હાનિકારક જ છે.

18) ચામાં સુગર ફ્રી કે ઈક્વલ વાપરીએ તો ચાલે?

બિલકુલ નહીં. કેમકે તેના ગળ્યા સ્વાદને કારણે ઈન્સ્યુલિનનો સ્રાવ વધે છે. આવા કોઈ પદાર્થો વાપરવા નહીં.

19) ટૂથપેસ્ટમાં પણ ગળપણ હોય છે તો તે ઈન્સ્યુલિન પર અસર કરે ખરી?

ટૂથપેસ્ટનો સ્વાદ ગળ્યો હોય છે એ વાત સાચી. આપણું શરીર એ "બુદ્ધિશાળી મશીન" નથી. આપણા કોઈપણ કાર્યનું મગજ દ્વારા થતું અર્થઘટન, તેના પૂર્વાનુભવને આધારે થાય છે. મગજને અનુભવ છે કે ટૂથપેસ્ટ એ દાંત સાફ કરવા માટે છે અને ખાવાની વસ્તુ નથી. તેથી તેનાથી ઈન્સ્યુલિન નિર્માણ થતું નથી. કોઈ વ્યક્તિ જો ખાવામાં ટૂથપેસ્ટનો ઉપયોગ કરશે તો ચોક્કસ ઈન્સ્યુલિન નિર્માણ થવા માંડશે.

20) મારે દિવસમાં બે વાર હાઈ બીપીની ગોળી લેવાની હોય છે. ગોળી સાથે હું બે બિસ્કિટ ખાઉં છું. મારે વજન ઓછું કરવાનો આ પ્લાન કેવી રીતે અપનાવવો?

દરેક દવા લેતી વખતે કંઈક ખાવું જ જોઈએ એવું નથી. તમારા ડૉક્ટરને પૂછી લો કે ગોળી સાથે કંઈક ખાવું જરૂરી છે કે કેમ? કેટલીક દવાઓ જ ખાલી પેટે ન લેવાય એવી હોય છે. ડૉક્ટરને એ પણ પૂછો કે આ વજન ઘટાડવા માટેની પદ્ધતિ અપનાવવા, તમારી દવા જમતાં પહેલાં કે જમ્યા પછી લઈ શકાય કે કેમ? જો હા, તો તે રીતે શરુ કરો.

21) મને હાઈપો થાઈરૉઈડની તકલીફ છે. મને આ ડાયૅટપ્લાનથી લાભ થશે?

તમને ચોક્કસ લાભ થશે. આવી જ તકલીફ ધરાવતા અનેક પૅશન્ટના અનુભવ છે કે તેમના વજનમાં આ પદ્ધતિ અપનાવવાથી ઘટાડો થયો અને ખાલી પેટે ઈન્સ્યુલિનનું (ફાસ્ટિંગ ઈન્સ્યુલિન) લેવલ પણ ઘટી ગયું. તમને પણ લાભ થશે.

22) મને છ મહિનાથી ડાયાબિટિસ છે. ડૉક્ટરે આહાર નિયંત્રણ કરવા અને રોજ એક કલાક ચાલવા કહ્યું છે. શું મને આ ઉપાય કરવાથી ફાયદો થશે?

બે વાર જમવાની પદ્ધતિ અપનાવવાથી તમને ઘણો ફાયદો થશે. સાથે જ ચાલવાની કસરત પણ ચાલુ રાખો. ભવિષ્યમાં કદાચ તમારી ડાયાબિટિસની દવા પણ બંધ થઈ શકે છે.

23) મને બે વરસથી ડાયાબિટિસ છે.. રોજ સવારે એક ગોળી લઉં છું. મને આ આહાર યોજના ઉપયોગી થશે?

તમને પણ આ ડાયૅટપ્લાનથી ચોક્કસ ફાયદો થશે. પણ તે પહેલાં એચબીએ1સી અને ફાસ્ટિંગ ઈન્સ્યુલિન આ બે તપાસ કરાવી તેના રિપોર્ટ અમને મોકલો. પછી અમારી સલાહ મુજબ તમે શરૂ કરી શકશો.

24) મને પૉલિસિસ્ટિક ઓવેરિયન ડિસીઝ (પીસીઓડી) છે. વજન ઓછું કરવા આ પદ્ધતિનો ઉપયોગ થશે?

અમારા આ અભિયાન સાથે જોડાયેલા સ્ત્રી રોગ અને પ્રસૂતિશાસ્ત્ર નિષ્ણાંતોના અનુભવ મુજબ, આ ઉપાય કરવાથી પીસીઓડી થયેલા તેમના અનેક પૅશન્ટોના

વજનમાં ઘટાડો થયો છે. તેમનો માસિકધર્મ પણ નિયમિત થયો અને તેમાંની કેટલીક મહિલાઓને કોઈપણ દવા લીધા વિના ગર્ભધારણ પણ થયો. તેથી તમને પણ ચોક્કસ ફાયદો થશે.

25) કસરત કરવાથી વજન ઓછું થાય ખરું?

કસરત કરવાથી શરીર તંદુરુસ્ત રહે છે. વજન ઘટાડવા માટે કસરતથી ખાસ ફાયદો થતો નથી. વજન ઓછું કરવા આહાર ઉપર નિયંત્રણ રાખવું અત્યંત મહત્ત્વનું હોય છે, અને કસરતની ભૂમિકા તેને પૂરક એવી હોય છે. એક સમોસું ખાવાથી 200 કૅલેરી મળે છે. આ કૅલેરી બાળવા માટે તમારે બેથી અઢી કિલોમીટર ચાલવું પડે. પણ કસરત કરવાથી થતી અપ્રત્યક્ષ સારી અસરોને લીધે વજન ઘટાડવા માટે તે ઉપકારક નીવડે છે.

26) કસરત સવારે કરવી જોઈએ કે સાંજે?

આના જવાબમાં કહીશ કે "તમારા માટે જ્યારે શક્ય હોય અને ફાવે ત્યારે કરવી." કારણ કે સવારે કરવી સારી એમ કહીશ તો સવારે નવ અને દસ વાગ્યે ઉઠતા આપણા 50 ટકા મિત્રો ક્યારેય કસરત નહીં કરે. તમે દિવસ દરમિયાન કોઈપણ સમયે કસરત કરી શકો છો. રોજ 45થી 60 મિનિટ કસરત કરવી. એક સાથે 60 મિનિટ ફાળવી ન શકો તો દિવસમાં ત્રણવાર 20-20 મિનિટ કસરત કરવી, પણ કસરત રોજ જરૂર કરવી જેથી તમે જીવનભર તંદુરુસ્ત રહી શકો.

27) વજન ઘટાડવા માટે ચા, ડાયૅટફૉર્મ્યુલા, દવા એવી ઘણી પ્રોડક્ટસ માર્કેટમાં મળે છે. તે વાપરવાથી કંઈ ફાયદો થાય?

ભૂખ્યા રહેવાથી વજનમાં થોડો ઘણો ઘટાડો થાય છે. જો તમે એક દિવસ પાણી ન પીઓ તો તમારું વજન આશરે અડધો કિલો ઓછું થશે. લગભગ બધી જ પ્રોડક્ટસ (ડાયૅટ ફૉર્મ્યુલા, ન્યુટ્રિશન સપ્લિમેન્ટ, વજન ઘટાડવા માટેની ચા, ગોળી વગેરે) તમને આખો દિવસ ભૂખ્યા રાખે છે. સૌથી મહત્ત્વનું કે આ ઉત્પાદનો આપણી રોજિંદી જીવનશૈલી સાથે વિસંગત હોય છે. સ્વાભાવિક રીતે આપણે તેને હંમેશ માટે અનુસરી શકીએ જ નહીં. તેથી 10-15 દિવસમાં થોડુંઘણું વજન ઘટે તો પણ તમે ફરી મૂળ રોજિંદી જીવનશૈલી ચાલુ કરો કે તરત જ તમારું વજન ફરી હતું એટલું જ અને ઘણીવાર વળી તેનાથી પણ વધારે વધી જાય છે. તેના કરતાં રોજ બે ટંક જમવાની સસ્તી, સારી અને સરળ પદ્ધતિ અથવા "ડાયૅટપ્લાન" આપણી સંસ્કૃતિ અને જીવનશૈલી સાથે સુસંગત અને બંધબેસતી છે. તેથી મારી સાચી સલાહ છે કે આવા ફૅન્સી અને મોંઘા સાધનો, દવાઓ, ચા, ડાયૅટફૉર્મ્યુલા વગેરેથી દૂર જ રહેવું સારું.

28) સવારે સવારે મને લીંબુ પાણી સાથે મધ લેવાની ટેવ છે. લઉં તો ચાલે કે નહીં?

સાચું કહું તો બે ટાઇમ જ જમવું અને વચ્ચે વચ્ચે ફક્ત પાણી જ પીવું એ જ આપણું ધ્યેય અથવા ઉદ્દેશ હોવો જોઇએ. અમારા કેટલાક સંશોધનોનું અવલોકન જોતાં જણાયું છે કે ફક્ત લીંબુ પાણી પીવાથી ઈન્સ્યુલિનનું નિર્માણ થતું નથી. મધ લેવાથી ઈન્સ્યુલિનનું નિર્માણ થાય છે. તેથી તમે સવારે ઉઠીને લીંબુ પાણી પીઓ તો ચાલે પણ "મધ વગર." તમારે "લીંબુ પાણી અને મધ" પીવું હોયતો જમતી વખતે પંચાવન મિનિટમાં જ પી લેવું.

29) ચાલવા જતાં પહેલાં કે જીમમાં વર્ક-આઉટ કરતાં પહેલાં કંઇક ખાવું જરૂરી છે?

તમે જે કસરત કે વ્યાયામ કરો તે સામાન્ય રીતે તંદુરુસ્તી જાળવવા માટે છે. આવી કસરતો માટે કસરત પહેલાં કે પછી, સ્પેશિયલ ડાયૅટ કે ન્યુટ્રિશનલ સપ્લિમેન્ટ (પૂરક પૌષ્ટિક આહાર) લેવાની જરાય જરૂ નથી. હા, તમારે જો સિક્સ પૅક્સ, એઈટ પૅક્સ બનાવવા હોય કે "આયર્ન મૅન" કોમ્પિટિશનમાં ભાગ લેવો હોય તો પછી તમારે તમારા ઈન્સ્ટ્રક્ટર કે ટ્રેનરની સલાહ મુજબ આહાર લેવો!

30) બે ટંકના ભોજન વચ્ચે કેટલો સમયગાળો આદર્શ કહેવાય?

તમને જે બે વખતે કકડીને ભૂખ લાગે એ બે સમય અને આ બે સમય વચ્ચેનો સમયગાળો તમારે માટે આદર્શ કહેવાય એટલું ધ્યાનમાં લો. આ બે સમયે જમી લેવું.

31) આ ડાયૅટ પ્લાન અનુસાર ક્યા ખાદ્ય પદાર્થો ખાવા જોઈએ?

ખરેખર તો, આ પદ્ધતિ અપનાવતાં પહેલાં તમે જે કંઈ સામાન્ય રીતે ખાતાં હતા તે અને જેટલું ખાઈ શકો એટલું ખાવ. વધારે ખાવું નહીં. ખાવામાં ગળ્યા પદાર્થો અને ખાંડ ઓછા રાખવા. આ પદાર્થો જેટલા ઓછા ખાશો તેટલું તમારું આરોગ્ય સારું રહેશે. આહારમાં કાર્બોહાઇડ્રેટ્સ ઓછા કરીને પ્રોટિન્સનું પ્રમાણ વધારવું.

32) બે ટંકના ભોજન વચ્ચે આદુવાળી ચા, તજ, લવિંગ, હળદર, સોપારી, વરિયાળી, તંબાકુ, ગુટખા પડીકી વગેરે ખાઈએ તો ચાલે?

આપણું ધ્યેય છે કે ફક્ત બે ટાઇમ જમવું અને વચ્ચે વચ્ચે ફક્ત પાણી પીવું એ છે. જો તમારે બીજું કશું ખાવું હોય તો તે ખાવાથી શરીરમાં ઈન્સ્યુલિન પેદા થાય છે કે કેમ તે તમારે તપાસવું જરૂરી છે. અને પછી જ બુદ્ધિપૂર્વક નિર્ણય લેવો. અમારા પ્રયોગો બતાવે છે કે તજ, સોપારી, વરિયાળી, ગુટખા ખાવાથી ઈન્સ્યુલિનનું નિર્માણ થાય છે.

33) કોઈ પદાર્થ ખાવાથી ઈન્સ્યુલિનનું નિર્માણ થાય છે કે નહીં તે કેવી રીતે નક્કી કરાય ?

ઘણા લોકો પોતાને ભાવતી વસ્તુઓ ખાવા-પીવા ઈચ્છતા હોય છે. અમે પણ ઘણી વસ્તુઓની ઈન્સ્યુલિન નિર્માણ અર્થે ચકાસણી કરી છે પરંતુ તેમાં કેટલીક સમસ્યાઓ છે-

(અ) બધી જ વસ્તુઓની ચકાસણી કરી નથી.

(બ) તમે જે ખાદ્યપદાર્થો ખાવાના છો તેની, ગુણવત્તા અને જથાના આધારે ચકાસણી કરાઈ નથી.

(ક) જે ચકાસણી થઈ છે તે ચાર-પાંચ તંદુરુસ્ત સ્વયંસેવકો (વૉલેન્ટિઅર્સ) પર થઈ છે. સમાજના વિવિધ સ્તરના લોકો પર કરાઈ નથી- જેવા કે સ્ત્રી/પુરુષ, ડાયાબિટિસમુક્ત/ડાયાબિટિસવાળા, જુદી જુદી ઉંમરવાળા, મજૂબત બાંધાવાળા/જાડા/પાતળા વગેરે અને તેથી તપાસનાં પરિણામો દરેક વ્યક્તિ માટે અલગ અલગ હોઈ શકે છે.

(ડ) જો એક વ્યક્તિમાં અમુક પદાર્થ ખાવાથી ઈન્સ્યુલિનનો સ્રાવ થતો હોય તો આપણે ચોક્કસપણે કહી શકીએ કે બીજી વ્યક્તિમાં અથવા તમારામાં પણ તે ખાવાથી ઈન્સ્યુલિનનો સ્રાવ થશે. પરંતુ આના કરતાં ઊલટું બનતું શક્ય ન પણ હોય. જો કોઈ પદાર્થ ખાવાથી ઈન્સ્યુલિન સ્રાવ થતો નથી એવું ચોક્કસપણે કહેવું હોય તો બે વિકલ્પ છે. એક- આ ચકાસણી સમાજના વિવિધ સ્તરના 48 સ્વયંસેવકો પર કરવી પડે જે બહુ જ મોંઘું પડે. બીજું- આ ચકાસણી એ જ વ્યક્તિ પૂરતી કરવી, જેને જાણવું છે કે ચોક્કસ પદાર્થ ખાવાથી ઈન્સ્યુલિન સ્રાવ થાય છે કે નહીં. આ રીત યોગ્ય અને સરળ છે.

ઈન્સ્યુલિન સ્રાવ ચકાસણી કરવાની રીતઃ

1) આપણને જે પદાર્થ વિશે ઈન્સ્યુલિન સ્રાવ ચકાસવો છે તે પદાર્થ લઈ 10થી 12 કલાક કંઈ પણ ખાધાવિના (ખાલી પેટે) લૅબોરેટરીમાં જાવ.
2) ઈન્સ્યુલિનની તપાસ કરવા લોહીનો નમૂનો આપો. આ સમયને 0 મિનિટ તરીકે નોંધો.
3) જે પદાર્થ સાથે લાવ્યા છો તે ખાઓ- પીઓ. 10 મિનિટ પછી બીજી વાર તપાસ માટે લોહી આપો. (આ 10 મિનિટમાં તમે બધું જ ખાઈ જાવ કે ન ખાવ તો પણ ચાલશે).
4) 60 મિનિટ પછી ત્રીજીવાર લોહી તપાસ માટે આપો.
5) લૅબ ટેક્નિશિયન પાસે સૅમ્પલો ઉપર (1st + Time), (2nd + Time) અને (3rd + Time) લખાવડાવો જેથી ગોટાળો ન થાય.
6) ત્રણેય રિપોર્ટ અલગ અલગ આપવા માટે કહો.

હવે જો "0 મિનિટ" વાળા લોહીમાંના ઈન્સ્યુલિનના પ્રમાણ કરતાં, "10 મિનિટ" અને/અથવા "60 મિનિટ"ના લોહીના નમૂનામાં ઈન્સ્યુલિનનું પ્રમાણ વધારે આવે તો તે પદાર્થ તમે ખાઈ ન શકો/ખાવો નહીં.

34) એચબીએ1સી અને "ફાસ્ટિંગ ઈન્સ્યુલિન"ની તપાસ પરથી શું સમજવું?

ફાસ્ટિંગ ઈન્સ્યુલિનનું પ્રમાણ એ ઈન્સ્યુલિનના કાર્યમાં પ્રતિકાર-અડચણ દર્શાવે છે. તેની નૉર્મલ વૅલ્યુ ત્રણથી 26 હોય છે. પણ તમે ખાલી પેટે તપાસ કરાવી હોય તો તે ઓછામાં ઓછી હોવી અપેક્ષિત છે તંદુરુસ્ત નિરોગી વ્યક્તિ માટે તે 10ની નીચે જ હોવી જોઇએ.

એચબીએ1સી આપણને છેલ્લા 3 મહિનાની સરેરાશ રક્તશર્કરા (બ્લડ સુગર)નું માપ આપે છે. નોર્મલ વેલ્યુ 5.6 હોય છે. 5.7થી 6.4નું માપ ડાયાબિટિસની પૂર્વસૂચના -આગાહી દર્શાવે છે. 6.5 અને તેથી વધારે ડાયાબિટિસ થયો હોવાનું દર્શાવે છે.

ફાસ્ટિંગ ઈન્સ્યુલિન અને એચબીએ1સી બાબતે ચાર શક્યતાઓ સંભવે છે-

1) ફાસ્ટિંગ ઈન્સ્યુલિન ખૂબ ઓછું અને એચબીએ1સી- 5.6 સુધી-એનો અર્થ કે ડાયાબિટિસ નથી અને વ્યક્તિ તંદુરસ્ત છે.
2) ફાસ્ટિંગ ઈન્સ્યુલિન 10 કરતાં વધારે અને એચબીએ1સી નોર્મલ-જે સૂચવે છે કે ઈન્સ્યુલિનના કાર્યમાં પ્રતિકાર- અડચણ નિર્માણ થવાની શરુઆત.
3) ફાસ્ટિંગ ઈન્સ્યુલિન 10 કરતાં વધારે અને એચબીએ1સી 5.7 અથવા વધારેનો અર્થ ઈન્સ્યુલિનનું નિર્માણ વધારે હોવા છતાં, લોહીમાંની સુગરનું નિયંત્રણ કરવામાં શરીર અસમર્થ છે.
4) ફાસ્ટિંગ ઈન્સ્યુલિન ખૂબ ઓછું (ત્રણની નીચે) અને એચબીએ1સી વધારે દર્શાવે છે કે પૅન્ક્રિયાસ નબળું પડી ગયું છે અને પૂરતું ઈન્સ્યુલિન બનાવી શકતું નથી.

35) ચાલવા જવાને બદલે બીજી કઈ કસરત કરી શકાય?

45 મિનિટમાં 4.5 કિલોમીટર ચાલવાની કસરત કોઈપણ વ્યક્તિ સહેલાઇથી કરી શકે છે. બીજી કસરતોમાં સાઈકલિંગ, તરવું, દોરડા કૂદવા, પગથિયાં ચઢવા જેવી કસરતો કરી શકાય પરંતુ આવી કોઈપણ કસરત સળંગ 45 મિનિટ સુધી કરવી જોઈએ. આવી કસરતોમાં પડવા લાગવાનો ભય રહે છે, તેથી કાળજી લેવી જરૂરી છે.

36) થાયરૉઈડ માટેની ગોળી મારે ક્યારે લેવી?

આ ગોળી સામાન્ય રીતે સવારે ખાલી પેટે લેવાની સલાહ આપવામાં આવે છે. તમારા ડૉક્ટરની સલાહ મુજબ તે લેવાની ચાલુ રાખો. આપણા આ ડાયૅટ પ્લાન આયોજન પર તેની કોઈ અવળી અસર થતી નથી.

37) સળંગ 45 મિનિટ ચાલવાને બદલે દિવસમાં બે-ત્રણવાર 15થી 20 મિનિટ ચાલવું યોગ્ય ગણાય ખરું?

કસરત કરતી વખતે શરુઆતની 20-25 મિનિટમાં આપણું શરીર, ઊર્જા માટે ફક્ત ગ્લુકૉઝનો ઉપયોગ કરે છે. ત્યારબાદ ચરબીનો વપરાશ થાય છે. તેથી સળંગ 45 મિનિટ ચાલવું જ સૌથી યોગ્ય ગણાય. ખરેખર જ અશક્ય બનતું હોય તો, બિલકુલ જ ન ચાલવા કરતાં બે-ત્રણ ટુકડે ચાલવાનું રાખો તો ઠીક છે.

38) મારું વજન ઓછું છે. શું હું આ આહાર યોજના અપનાવી શકું?

આ આહાર યોજનાના ચાર ફાયદા છે.

- શરીરનું વજન ઘટે છે
- પેટનો ઘેરાવો ઓછો થાય છે
- એચબીએ1સી ઓછું થાય છે
- ફાસ્ટિંગ ઈન્સ્યુલિન ઓછું થાય છે

ડાયાબિટિસ પ્રતિબંધ (ડાયાબિટિસ થતો અટકાવવો)એ આ આહાર યોજનાનું મુખ્ય ઉદ્દેશ્ય છે, અને વજન ઓછું થવું એ એની સાથે મળતી ભેટ છે. આ ડાયૅટ પ્લાનથી તમારા શરીરમાંની બિનજરૂરી -વધારાની ચરબી વપરાઈ જાય છે તેથી પેટ ફરતેની ચરબી ઘટી જતાં પેટનો ઘેરાવો ઓછો થાય છે. એકવાર તમારું વજન તંદુરુસ્ત સપાટી પર આવી જાય પછી તે વધારે ઘટતું નથી. તેથી ઓછા વજનવાળી વ્યક્તિઓએ પણ ડાયાબિટિસ પ્રતિબંધ માટે ખચકાટ વગર આ ડાયૅટ પ્લાન અપનાવવો જ જોઈએ.

39) મને ડાયાબિટિસ નથી, તો શું મારે એચબીએ1સી અને ફાસ્ટિંગ ઈન્સ્યુલિનની તપાસ કરાવવી જરૂરી છે?

ડાયાબિટિસ "Silent Killer" કહેવાય છે, કેમ કે અનેક રોગીઓમાં તેના કોઈ લક્ષણ દેખાતા નથી. કેટલીક વ્યક્તિઓમાં કિડનીની બીમારી કે આંખની બીમારી જેવી ડાયાબિટિસને કારણે થતી જટિલ સમસ્યાઓ પેદા થતાં, ડાયાબિટિસનું નિદાન થાય છે. ફક્ત ખાલી પેટે બ્લડ સુગર અને જમ્યા પછી બે કલાકે કરેલી બ્લડ સુગરની તપાસથી ડાયાબિટિસ શરુ થવાની અવસ્થાનું અને ડાયાબિટિસ થયાનું નિદાન કરી શકાતું નથી. એચબીએ1સી અને ફાસ્ટિંગ ઈન્સ્યુલિન ટેસ્ટ કરાવવાથી ડાયાબિટિસ પૂર્વ અવસ્થાનું અને ડાયાબિટિસ થયાનું નિદાન વહેલું કરી શકાય છે. આ રીતે વહેલું નિદાન થાય તો આપણી સરળ આહાર યોજના અપનાવીને ડાયાબિટિસવાળી વ્યક્તિ ત્રણથી છ મહિનામાં ડાયાબિટિસમુક્ત થઈ શકે છે. તેથી ડાયાબિટિસ ન હોય તો પણ આ બે તપાસ દરેકે કરાવવા ભલામણ છે.

40) જમતી વખતે ખાદ્યપદાર્થોનો ક્રમ કેવો હોવો જોઈએ?

પહેલાં ફળો- ડ્રાયફ્રૂટ, પછી કાકડી, ગાજર, ટમેટાં એટલે કે સલાડ, પછી ફણગાવેલા કઠોળ અથવા બાફેલું ઇંડું, પછી રોટલી-શાક દાળભાત અને છેલ્લે દૂધ/ છાસ, આવો ક્રમ રાખવો. બધી જ વસ્તુઓ રોજ ખાવી એવું નથી-આ ખુલાસો કરવો રહ્યો.

41) ઉપવાસને દિવસે આહાર કેવો લેવો?

બહુ સહેલું છે. દિવસમાં બે ટંક ઉપવાસના જ પદાર્થો ખાવા. એક ટાણું કરવાના હો તો, બીજી વાર ફળો ખાઈ શકાય કે દૂધ પી શકાય.

42) શું હાર્ટ પ્રોબ્લેમવાળી વ્યક્તિઓ આ ડાયૅટ પ્લાન અપનાવી શકે?

ડાયાબિટિસ સિવાય બીજા કોઈપણ પ્રોબ્લેમવાળી વ્યક્તિ આ આહાર યોજના અપનાવી શકે છે. ડાયાબિટિસવાળી વ્યક્તિઓએ અમારી સાથે ચર્ચા-વિચારણા કર્યા પછી અમારી સલાહ પ્રમાણે કરવું.

43) રોજના બે ટંક જમવામાં શું ખાવું, કેટલું ખાવું અને ક્યા ક્રમે ખાવું?

આપણી આ સુનિયંત્રિત આહાર યોજનાની વિશિષ્ટતા એ છે કે જમવા માટે ફાળવાયેલા સમયમાં પંચાવન મિનિટમાં- તમારે જે ખાવું-પીવું હોય તે ખાઈ-પી શકો છો. મારી સલાહ છે કે બે ટંકના જમણમાંથી કોઈપણ એક ટંકના જમણને મુખ્ય જમણ રાખી, બીજા જમણને ગૌણ રાખો.

બંને ટંકના કુલ આહારનો 60થી 70 ટકા આહાર મુખ્ય જમણમાં ખાવ અને બાકીના 30થી 40 ટકા ગૌણ જમણમાં જમો.

તમારે જે ખાવું હોય તે તમે ખાઈ શકો છો, પણ પંચાવન મિનિટમાં જ ખાઈ લેવાનું ધ્યાન રાખવું.

જો તમને ડાયાબિટિસ ન થયો હોય તો તમે ગળ્યા પદાર્થો પણ ખાઈ શકો છો, પણ ખાંડ અને ગળ્યા પદાર્થો આરોગ્ય માટે સારા નથી એ હંમેશાં ધ્યાનમાં રાખવું. ભોજનની શરૂઆતમાં ફળો કે સૂકો મેવો કે મીઠાઈ ખાવ. પછી સલાડ, બાદમાં ફણગાવેલા કઠોળ, ત્યારબાદ રોટલી-ચપાતી, શાક, દાળ ભાત અને ચિકન/ મટન/ ફિશ ખાઓ. જમવામાં સ્વાદ માટે ચટણી, અથાણું, પાપડનો સમાવેશ જરૂરથી કરવો. દૂધ ભાવતું હોય તો છેલ્લે દૂધ પી શકો છો.

ધ્યાન રાખોઃ-

1) ઉપર જણાવેલી દરેક વસ્તુ ખાવી જ જોઈએ એવું નથી.
2) જે વસ્તુ ભાવતી હોય તે જ ખાઓ.
3) મીઠાઈ કે ગળ્યા પદાર્થો ઓછા ખાઓ.
4) પ્રોટિન્સનું પ્રમાણ વધારો.

5) કાર્બોહાઈડ્રેટ્સ (પિષ્ટમય પદાર્થો) ઓછા ખાવ.
6) સલાડ અને ફણગાવેલા કઠોળ વધારે લો.

44) આ ડાયૅટ પ્લાનમાં નવેસરથી જોડાવા માગતા સભ્યોને શું માર્ગદર્શન આપશો?

1. તમને કડક ભૂખ ક્યારે લાગે છે તે ઓળખવું ખૂબ મહત્ત્વનું છે. જો તમે તમારી ભૂખનો સમય નક્કી ન કરી શકો તો નીચેના બેમાંથી કોઈ એક પર્યાય નક્કી કરો- સવારે નવ વાગ્યે અને સાંજે છ વાગ્યે અથવા બપોરે એક વાગ્યે અને રાત્રે નવ વાગ્યે- અને જે તે સમયે જમવાનું ચાલુ કરો. પહેલા 8-10 દિવસ ટેવાઈ જાઓ ત્યાં સુધી થોડું આગળ-પાછળ કરી જુઓ.
2. તમારો બે ટંકનો સમય નક્કી થઈ જાય પછી એ સમયે જ જમવાનું રાખવું. 15-20 મિનિટ આમ કે તેમ ચાલશે.
3. આ બે ટંકના જમવાના સમયે, પંચાવન મિનિટના સમયગાળામાં તમે તમને જે ભાવે તે/જે ખાવું હોય તે ખાઈ શકો છો.
4. આ બે ટંકના ભોજન વચ્ચે જો ભૂખ લાગે તો સમજી લો કે તે ભૂખની લાગણી માનસિક છે. ઘણીવાર કંઈક ખાવાનું નજર સામે આવી જાય કે દેખાઈ જાય તો આપણે ખાવા લલચાઈએ છીએ. વળી ભૂખ અને તરસ એ બેમાં આપણે ભૂલ કરી બેસીએ છીએ અને મૂંઝવણનો અનુભવ થાય છે.
5. એચબીએ1સી અને ફાસ્ટિંગ ઈન્સ્યુલિન - આ બે તપાસ કરાવી લો. તમને ડાયાબિટિસ નથી કે ડાયાબિટિસ થવાની આરે છે કે ડાયાબિટિસ થયો છે એની ખબર હોવી ખૂબ જરૂરી છે.

આટલી માહિતી પછી ડાયૅટ પ્લાન શરૂ કરવો તમારે માટે સહેલો રહેશે, એવું માનું છું.

45) આ ડાયૅટ પ્લાન શરૂ કર્યા પછી જો એસિડિટી થાય તો શું કરવું?

કેટલાક લોકો જેમને એસિડિટીની સમસ્યા પહેલેથી જ હોય તેઓ બે ટંક ભોજન પદ્ધતિ અપનાવતા ગભરાય છે. તેમને એમ લાગે છે કે મારી એસિડિટી વધી જશે તો? પણ એવું નથી. ઉલટું આ યોજનાથી એસિડિટીના પ્રોબ્લેમથી છુટકારો મળે છે. જેમને એસિડિટીની સમસ્યા છે તેમણે નીચે આપેલી સૂચનાઓનું પાલન કરવું.

1. જે બે ટાઇમે કકડીને ભૂખ લાગે તે ટાઇમે જ જમવું.
2. જમવાના સમય અનુસાર કામકાજનો સમય બદલવો (એનાથી ઉલટું નહીં).
3. જમવાના સમયમાં ફેરફાર કરવો નહીં.
4. ખૂબ પાણી પીઓ.

5. આહારમાં મસાલેદાર, તીખા અને તળેલા પદાર્થો લેવા નહીં.
6. કોઈ કોઈવાર એસિલોક/રેનટેક-150 એમજી વાળી ગોળી લઈ શકો.

થોડા જ દિવસોમાં તમારી સમસ્યા દૂર થઈ જશે અને તમે તમારો અનુભવ બીજાઓને કહેતા થશો.

46) આ આહાર યોજના શરૂ કર્યાના શરૂઆતના મહિનાઓમાં મારું વજન ઝડપથી ઘટ્યું. પણ હવે વજન ઘટતું નથી. શું કરવું?

અમારા સંશોધનો પરથી એવું જણાઈ આવ્યું છે કે મોટા ભાગની વ્યક્તિઓનું વજન છ મહિનામાં સરેરાશ છથી આઠ કિલો ઘટી જાય છે. અને તે ઓછામાં ઓછું ત્રણ કિલો અને વધારેમાં વધારે 28 કિલોના ગાળામાં હોવાનું જોવા મળ્યું છે.

- એવું પણ બન્યું છે કે કેટલાકનું વજન પહેલા ત્રણ મહિનામાં ઘટે છે તો કેટલાકનું પછીના ત્રણ મહિનામાં. જો કે દરેકનું વજન ઘટે જ છે.

- એવું પણ બન્યું છે કે શરૂઆતમાં સારું એવું વજન ઘટ્યા બાદ વજનનો ઘટાડો ધીમો થઈ જાય છે અથવા થંભી જાય છે. તે અંગે શું કરી શકાય તે જોઈએ:-

1. જમવામાં એક રોટલી ઓછી કરી તેની જગ્યાએ અડધી વાટકી ફણગાવેલા કઠોળ ખાવ.
2. ભાત અને રોટલી એકસાથે ન ખાવા. તેને બદલે રોટલી સવારે અને ભાત રાત્રે ખાવા.
3. અઠવાડિયામાં એકવાર હમેશના જમણને બદલે ફક્ત સૂપ અથવા ફળ ખાવા.
4. અઠવાડિયામાં એકવાર 4.5 કિમીને બદલે છથી આઠ કિમી ચાલવું.

ઉપર પ્રમાણેનો ફેરફાર, તમારું વજન ઘટાડવામાં ચોક્કસ મદદરૂપ થશે એવી મને ખાતરી છે.

સાથે સાથે યાદ રાખો કે- તમારી ઊંચાઈ મુજબ, તમારું વજન તમારા આરોગ્યાનુરૂપ સુયોગ્ય પ્રમાણસર ઉતર્યા પછી તે ઉતરશે નહીં અને સ્થિર જ રહેશે.

10

મારું સંશોધન

1) વારંવાર ખાવાનો અને ખાલીપેટના ઈન્સ્યુલિનના (ફાસ્ટિંગ ઈન્સ્યુલિનના) પ્રમાણનો સંબંધ :

ઔરંગાબાદના એક દર્દીનો અહેવાલ.

પ્રસ્તાવના : અમેરિકામાં હાઈ બ્લડ પ્રેશર, હૃદયરોગ, ડાયાબિટિસ જેવા સામાન્યપણે હઠીલા રોગો માટે જવાબદાર એવો એક મુખ્ય, નિવારી શકાય તેવો જોખમી ઘટક સ્થૂળતા (જાડાપણું) હોવાનું મનાય છે. જાડી વ્યક્તિઓમાં, ગ્લુકૉઝ ઈનટોલરન્સ અને ઈન્સ્યુલિન પર આધાર નહિ રાખનાર ડાયાબિટિસ સહિત, ઈન્સ્યુલિન પ્રતિરોધ અવસ્થાઓના વધી રહેલા ખતરા વિશે પણ સંશોધન થયું છે. આમ છતાં, ઈન્સ્યુલિનનું પ્રમાણ, ઈન્સ્યુલિન રેઝિસ્ટન્સ અને સ્થૂળતાનો અરસપરસ સંબંધ હજુ સ્પષ્ટ થયો નથી. ખાલી પેટના ઈન્સ્યુલિનના (ફાસ્ટિંગ ઈન્સ્યુલિનના) પ્રમાણનો (જે ઈન્સ્યુલિન રેઝિસ્ટન્સ નિદર્શક છે) અને સ્થૂળતાનો (ખાસ કરીને મધ્યવર્તી સ્થૂળતા) સીધેસીધો સંબંધ હોવા વિશે સંશોધન પ્રસિદ્ધ થયું છે. પેટનો ઘેરાવો વધેલી વ્યક્તિઓમાં ફાસ્ટિંગ ઈન્સ્યુલિનનું પ્રમાણ વધારે હોવાનું તથા ઈન્સ્યુલિન રેઝિસ્ટન્સ પણ અધિક હોવાનું જણાઈ આવે છે.

ખાલી પેટે લોહીમાંના ઈન્સ્યુલિનનું પ્રમાણ વધવાથી (હાઈપર ઈન્સ્યુલિનેમિયા) ઈન્સ્યુલિન રેઝિસ્ટન્સ થાય છે એવું સૂચિત કરવામાં આવ્યું છે. ઈન્સ્યુલિનની વધેલી સાંદ્રતાને લીધે, ઈન્સ્યુલિન ગ્રહણકર્તા અણુઓનું નિયમન ઘટવાથી અને ઈન્સ્યુલિન યુક્ત અણુઓનો રસ્તો નિષ્ક્રિય થવાથી ઈન્સ્યુલિન રેઝિસ્ટન્સ નિર્માણ થાય છે. ઈન્સ્યુલિન રેઝિસ્ટન્સ ધરાવતી સ્થૂળ વ્યક્તિઓમાં, ઈન્સ્યુલિન સ્રાવનું પ્રમાણ ઘટાડતાં, તેમના શરીરના કોષો- પેશીઓ ઈન્સ્યુલિન પ્રત્યે વધુ સંવેદનશીલ બને છે એવું જણાયું છે. ડાયાબિટિસ થવાની પૂર્વ અવસ્થાના નિદાન માટે, ફાસ્ટિંગ ઈન્સ્યુલિનનું પ્રમાણ નિદર્શક (સૂચક) તરીકે વપરાય છે.

એવું અનુમાપન કરવામાં આવ્યું છે કે દિવસના 24 કલાક દરમિયાન, પૅન્ક્રિયાસમાંથી કુલ ઈન્સ્યુલિન સ્રાવના 50 ટકા સ્રાવ મૂળભૂતરીતે થાય છે જ્યારે બાકીનો 50 ટકા સ્રાવ ખોરાક ખાવા સામે થાય છે. મૂળભૂત ઈન્સ્યુલિન સ્રાવ દર ચોવીસ કલાકે 18થી 32 યુનિટ (0.7થી 1.3 મિલિગ્રામ) જેટલો હોય છે. ખોરાક ખાધા પછી ઈન્સ્યુલિન સ્રાવની ઝડપ વધે છે અને 60 મિનિટમાં લગભગ પાંચ ગણો થઈ જાય છે. મૂળભૂત રીતે થતા ઈન્સ્યુલિન સ્રાવનું નિયંત્રણ આપણે કરી શકતા નથી પણ કંઈક ખાવા સામે થતો ઈન્સ્યુલિન સ્રાવ આપણે નિયંત્રિત કરી શકીએ છીએ. ફાસ્ટિંગ ઈન્સ્યુલિનના પ્રમાણનો આધાર, વ્યક્તિ કેટલીવાર ખાય છે તેના પર રહેલો છે. જો કે ખાવાની પુનરાવર્તિતા અને ડાયાબિટિસ પૂર્વ અવસ્થા તેમજ સ્થૂળતાના પરસ્પર સંબંધ વિશે પરસ્પર વિરોધી દાવાઓ કરાયા હોવાનું જણાય છે.

ઉદ્દેશ્ય : ઈન્સ્યુલિન રેઝિસ્ટન્સ અને ડાયાબિટિસના અપ્રત્યક્ષ નિદર્શક એવા ખાલી પેટ લોહીમાંના ઈન્સ્યુલિનનું પ્રમાણ (ફાસ્ટિંગ ઈન્સ્યુલિન) અને ખાવાની વારંવારતા વચ્ચેના સંબંધ વિશે અભ્યાસ કરવો.

સંશોધન પદ્ધતિ : આ એક દરદી વિશેનો અહેવાલ છે. 48 વર્ષની એક મહિલા ડૉક્ટરને ડાયાબિટિસ પૂર્વ અવસ્થા હોવાનું નિદાન થયું. 29 ડિસેમ્બર 2012ના રોજ તેમના ખાલી પેટે લોહીમાંના ઈન્સ્યુલિનનું પ્રમાણ 24.4 જેટલું હતું. તેમની માતા અને બે ભાઈઓને ડાયાબિટિસ છે. તેમને દિવસમાં ફક્ત બે વખત જ જમવાની સલાહ આપવામાં આવી. વારંવાર ખાવાથી થતો ઈન્સ્યુલિન સ્રાવ ઘટાડવા માટે આ સલાહ આપી. વચ્ચે ભૂખ લાગે તો બીજું કંઈ ન ખાતાં ફક્ત છાસ પીવાનું કહેવામાં આવ્યું. કારણ કે છાસ પીવાથી ઈન્સ્યુલિન સ્રાવ થતો નથી. તેમણે 03-04-2013થી દિવસમાં ફક્ત બે ટંક જમવાની પદ્ધતિ અપનાવી અને પછી નિયમિત રીતે તેમની ખાલી પેટે લોહીમાંના ઈન્સ્યુલિનની તપાસ કરવામાં આવી.

પરિણામઃ

તારીખ	**ફાસ્ટિંગ ઈન્સ્યુલિન લૅવલ**
29-12-2012	24.4
23-04-2013	13.7
28-05-2013	9.3
11-07-2013	7.3
22-11-2013	5.4

આ સમય દરમિયાન તેમને કોઈપણ તકલીફ થઈ નહીં. ઉલટાનું તેમનું વજન છ કિલો ઓછું થયું.

વિવેચન : વર્ષ 2004ની ગણતરી પ્રમાણે ભારતના શહેરી વિસ્તારમાં 2.14 કરોડ અને ગ્રામીણ વિસ્તારમાં 1.66 કરોડ, એમ કુલ 3.80 કરોડ ડાયાબિટિસના

રોગીઓ હોવાનું મનાય છે. ડાયાબિટિસને કારણે દર વર્ષે અંદાજે 1.09 લાખ મૃત્યુ થતા હોવાનું અનુમાન છે. ઈન્સ્યુલિન, સંગ્રાહક હૉર્મોન હોવાથી તે શરીરમાં ઊર્જાનો સંગ્રહ ચરબી સ્વરૂપે કરે છે તેની હાજરીમાં ઊર્જા માટે શરીર કાર્બોહાઈડ્રેટ્સનો ઉપયોગ કરે છે. લોહીમાં ઈન્સ્યુલિનનું પ્રમાણ ઓછું થાય ત્યારે (જેમ ઉપવાસ કરતા હોય ત્યારે બને છે), શરીર ઊર્જા માટે ચરબીનો ઉપયોગ કરે છે. દિવસ દરમિયાન વારંવાર ખાવાથી આપણા લોહીમાં ઈન્સ્યુલિનનું પ્રમાણ હંમેશાં ઊંચું જ રહે છે. આખું ભાણું જમો કે પછી ચાર બિસ્કિટ ખાઓ, દરેક વખતે લગભગ એકસરખું જ ઈન્સ્યુલિન શરીરમાં બને છે. દિવસમાં છ કે સાત વાર ખાવાનું બંધ કરીને, દિવસમાં ફક્ત બે ટંક જમવાનું ચાલુ કરતાં તેમના ખાલી પેટે લોહીમાંના ઈન્સ્યુલિનનું પ્રમાણ ખાસ્સું એવું ઓછું થયું.

નિષ્કર્ષ : દિવસમાં ફક્ત બે જ વાર જમવાને લીધે પેશન્ટના લોહીમાંના ફાસ્ટિંગ ઈન્સ્યુલિનમાં નોંધપાત્ર ઘટાડો થયો. આવા ઘટાડાનો અર્થ એ કે અપ્રત્યક્ષપણે પેશન્ટને ડાયાબિટિસ થવાનું મુલતવી રહ્યું છે. તેમનું વજન છ કિલો જેટલું ઘટ્યું એ પણ એક મહત્ત્વની સિદ્ધિ ગણાય.

અભ્યાસની મર્યાદા : આ માહિતી એક જ રોગી પર આધારિત છે. નિર્વિવાદ નિષ્કર્ષ કાઢવા માટે મોટા પાયે અભ્યાસ કરવો જરૂરી છે.

ભવિષ્યનું સંશોધન : ઔરંગાબાદના એક ડાયાબિટિસ નિષ્ણાંત અને લેખક મળીને વારંવાર ખાવું અને તેની પૂર્વ ડાયાબિટિસ અવસ્થા પર થનારી અસર પર સંશોધન કરી રહ્યા છે. 2017ના અંતમાં આ સંશોધનના પરિણામો ઉપલબ્ધ થશે એવું અનુમાન છે. (આ અભ્યાસ પ્રસિદ્ધ થયો-International Journal Of Health Sciences & Research (www.ijhsr.org) 310 Vol. 4; Issue 8; August 2014)

2) વારંવાર ખાવું અને વજનમાં ઘટાડો : ઔરંગાબાદમાં હાથ ધરવામાં આવેલા સાર્વજનિક આરોગ્ય અભિયાનના છ મહિનાના ફોલોઅપનાં પરિણામો

પ્રસ્તાવના : વિકસિત તેમ જ વિકાસશીલ દેશોમાં "સ્થૂળતા" એક મુખ્ય આરોગ્ય સમસ્યા છે. અમેરિકામાં હાઈ બ્લડપ્રેશર, હૃદયરોગ, ડાયાબિટિસ જેવા સામાન્યપણે હઠીલા રોગો માટે જવાબદાર એવો એક મુખ્ય, નિવારી શકાય એવું જોખમી ઘટક સ્થૂળતા (જડાપણું) હોવાનું માનવામાં આવે છે. જાડી વ્યક્તિઓમાં, ગ્લુકૉઝઈનટોલરન્સ અને ઈન્સ્યુલિન પર આધાર નહીં રાખનાર ડાયાબિટિસસહિત, ઈન્સ્યુલિન પ્રતિરોધ અવસ્થાઓના વધી રહેલા જોખમ વિશે પણ સંશોધન થયું છે. શરીરમાં ઊર્જા માટે કાર્બોહાઈડ્રેટ્સના વપરાશ માટે જવાબદાર હૉર્મોન ઈન્સ્યુલિન છે. ઈન્સ્યુલિનનો અભાવ હોય ત્યારે અથવા ઈન્સ્યુલિનનું લોહીમાં પ્રમાણ ઓછું થતાં, ઊર્જા માટે શરીર, શરીરમાંની સંઘરાયેલી ચરબીનો ઉપયોગ કરે છે. જો વ્યક્તિ કાર્બોહાઈડ્રેટ્સવાળો ખોરાક ખાય તો ઈન્સ્યુલિનનું નિર્માણ વધારે પ્રમાણમાં થાય

છે. પ્રોટિન્સ અને ચરબીયુક્ત આહાર ખાવાથી ઈન્સ્યુલિનનું નિર્માણ ઓછામાં ઓછું થાય છે. સ્વ. ડૉ. શ્રીકાંત જિચકારે વર્ષ 1997થી 2004 દરમિયાન ''કાર્બો-ઈન્સ્યુલિન સંબંધ''નો સિદ્ધાંત લોકપ્રિય કર્યો. વજન ઘટાડવા અને સ્થૂળતા નિવારવા, દિવસમાં ફક્ત બે જ વાર જમવાના વિચારનો પુરસ્કાર કર્યો. લેખકે જાન્યુઆરીથી માર્ચ 2013 દરમિયાન આ સિદ્ધાંતનું પાલન કરીને પોતાનું વજન આઠ કિલો અને પેટનો ઘેરાવો બે ઇંચ ઘટાડ્યો. વજન ઘટાડવા માટેની અને સ્થૂળતા નિવારવા ની આ સરળ પદ્ધતિ અપનાવવાથી મળેલી સફળતાથી પ્રભાવિત થઈ, લેખક કે ''Effortless Weightloss'' નામનું પુસ્તક લખ્યું જે સપ્ટેમ્બર 2013માં પ્રકાશિત થયું. ત્યારથી લેખક સામાન્ય જનતાને ''ફક્ત બે ટંક જમીને વજન ઘટાડવા'' વિશે શીખવવા માટે વ્યાખ્યાનો આપતા આવ્યા છે. લેખકે મહારાષ્ટ્રના અનેક શહેરો અને નગરોમાં સભાઓ સંબોધી છે. આ અભ્યાસ, સાર્વજનિક આરોગ્ય ઝુંબેશના ઉત્સાહવર્ધક પરિણામો પ્રદાન કરે છે. 446 વ્યક્તિઓના સમાવેશવાળી આ ઝુંબેશના છ મહિનાના ફોલોઅપનાં આ પરિણામો છે.

સંશોધન પદ્ધતિ : આ અભ્યાસ એક સ્વનિયંત્રિત જનપરીક્ષા હતી (Self Controlled Community Trial). આ અભ્યાસ 1 જુલાઈ, 2013થી 30 જૂન, 2014 દરમિયાન કરવામાં આવ્યો. આ માટે 1 જુલાઈ 2013થી 31 ડિસેમ્બર 2013 સુધી 446 વ્યક્તિઓને સામેલ કરવામાં આવી. મહારાષ્ટ્રના જુદા જુદા શહેરોમાં ડૉ. દીક્ષિત, વ્યાખ્યાન આપતી વખતે શ્રોતાઓને આ અભ્યાસમાં જોડાવાની અપીલ કરતા. જે શ્રોતાઓ ભાગ લેવા ઇચ્છતા તેમની પાસેથી સહભાગી થવા અંગેનું સમંતિપત્ર લેતા. ત્યાર પછી તેમની પાસેથી એક પ્રશ્નાવલિ ભરાવી લેવાતી. બધી સહભાગી વ્યક્તિઓ સાથે ફોનથી સંપર્ક કરી ફોલોઅપ કરાયો. પ્રશ્નાવલિમાં વ્યક્તિના રહેઠાણની આસપાસની વસતી વિશે, ખાવાની ટેવ અને પદાર્થો વિશે વિગતવાર માહિતી લેવામાં આવી. વ્યાખ્યાન દરમિયાન લેખક, ભાગ લેનારી વ્યક્તિઓને ઈન્સ્યુલિન સ્રાવની તપાસ અને બપોરના અને રાત્રિના ભોજન વિશે માર્ગદર્શન આપતા. સહભાગીઓ પાસેથી માહિતીવાળી પ્રશ્નાવલિ ભેગી કરતા અને તેમની સાથે દર 15 દિવસે ફોન કરી ફોલોઅપ રાખતા. કુલ 446 સહભાગીઓ હતા.

સિદ્ધાંત અંગે ટૂંકમાં : આ ''વેઈટ લોસ'' થિયરી બહુ જ સાદા મુદ્દા પર આધારિત છે. જ્યારે જ્યારે આપણે કાર્બોહાઈડ્રેટ્સ (પિષ્ઠમય પદાર્થ) ધરાવતો ખાદ્ય પદાર્થ ખાઇએ છીએ ત્યારે ત્યારે શરીરમાં ઈન્સ્યુલિનનું નિર્માણ થાય છે. આપણે થોડોક નાસ્તો કરીએ કે પછી આખું ભાણું લંચ કે ડિનર ખાઇએ તો પણ દરેક વખતે લગભગ એકસરખી જ માત્રામાં ઈન્સ્યુલિન સ્રાવ થાય છે. ઈન્સ્યુલિન સ્રાવ બે પ્રકારે થાય છે. એક-મૂળભૂત રીતે દર 24 કલાકે 18થી 32 યુનિટનો સ્રાવ થાય છે જે આપણે નિયંત્રિત કરી શકતા નથી. બીજું- આપણે કંઇક ને કંઇક ખાઇએ ત્યારે-

દરેક વખતે ઈન્સ્યુલિન સ્રાવ થાય છે. આપણા લોહીમાં હંમેશાં જ્યારે ઈન્સ્યુલિનનું પ્રમાણ વધારે હોય ત્યારે, આપણું શરીર ઊર્જા - શક્તિ માટે કાર્બોહાઈડ્રેટ્સનો ઉપયોગ કરે છે અને ચરબી જેમની તેમ રહી જાય છે. સંગ્રાહક હૉર્મોન હોવાને કારણે ઈન્સ્યુલિન ઊર્જાનો સંગ્રહ (કૅલેરીનો સંગ્રહ) ચરબી સ્વરૂપે કરવાનો પ્રયત્ન કરે છે. જ્યારે આપણે ડાયાબિટિસના દરદીની ઈન્સ્યુલિનનું ઈન્જેક્શન આપીને સારવાર કરીએ છીએ ત્યારે તેની આડઅસરરૂપે દરદીનું વજન વધે છે. બપોરે કે રાત્રે જમ્યા પછી, ત્રણથી ચાર કલાક આપણે કશું જ ખાતા નથી ત્યારે આપણા લોહીમાં ઈન્સ્યુલિનનું પ્રમાણ ઘટી જાય છે. ઈન્સ્યુલિનનું પ્રમાણ ઘટી જતાં, શરીર સૌથી પહેલાં લિવર (યકૃત) ગ્લાયકોજેનનો અને પછી ચરબીનો ઉપયોગ ઊર્જા માટે કરે છે. તેથી જ્યારે વ્યક્તિ દિવસમાં ફક્ત બે વાર જમે છે ત્યારે તેનું વજન ઘટે છે.

મહત્ત્વના મુદ્દાઓઃ

- આ ડાયૅટ પ્લાન ડાયાબિટિસથી પીડાતી વ્યક્તિઓ માટે ઉપયોગી નથી.
- આ ડાયૅટ પ્લાન 18 વર્ષથી ઓછી વયની વ્યક્તિ માટે જરૂરી નથી.

ઝુંબેશ વખતે આપેલી આહાર અંગેની સલાહઃ-

- દિવસના ક્યા સમયે તમને કકડીને ભૂખ લાગે છે તે નક્કી કરો. સામાન્ય રીતે વ્યક્તિને ખરેખરી ભૂખ દિવસમાં બે જ વાર લાગે છે. કેટલાક લોકો સવારે નવ વાગ્યે અને સાંજે છ વાગ્યે જમે છે. તો કેટલાક બપોરે એક વાગ્યે અને રાત્રે નવ વાગ્યે જમે છે.
- તમે રોજ જેટલું ખાતા હો તેટલું જ ખાવ પણ એ જથાને બે ભાગમાં વહેંચી નાખો.
- બપોરના જમવાનો ભાગ મોટો રાખવો (અંદાજે 60થી 70 ટકા) અને રાત્રે બાકી રહેલો ભાગ (30થી 40 ટકા) જમવો.
- તમને જે ગમે- જે ભાવે તે ખાઈ શકો છો. તેના પર પાબંદી નથી.
- બે ટંક જમવાની વચ્ચે ખાંડવાળી ચા/કોફી, ફળો, સૂકો મેવો અથવા કંઈ પણ ખાવું-પીવું નહીં.
- તમારે ખાંડને બદલે વપરાતી ગળપણની કોઈપણ વસ્તુ વાપરવી નહીં કેમ કે ગળ્યા સ્વાદથી ઈન્સ્યુલિન સ્રાવ શરૂ થાય છે.
- બે વાર જમવાની વચ્ચે જો ભૂખ જેવું લાગે તો છાસ કે નાળિયેર પાણી લઇ'શકો છો.
- દર 15 દિવસે તમારું વજન એક જ વજન કાંટા પર તપાસતા રહો.
- પેટનો ઘેરાવો દર મહિને માપો.

પરિણામ : મોટા ભાગના સહભાગી સભ્યોની ઉંમર 40 વર્ષથી ઉપર હતી. પુરુષો કરતાં સ્ત્રીઓની સંખ્યા વધુ હતી. મોટા ભાગના સભ્યોને વગર ખાંડની ચા પીવાનું મુશ્કેલ લાગ્યું પરંતુ તેઓ એક અઠવાડિયામાં ટેવાઈ ગયા. એક અઠવાડિયામાં મોટા ભાગના

સભ્યોને શરીર હળવું થયાની લાગણી થઈ અને ઘણાનો કામ કરવાનો ઉત્સાહ પણ વધ્યો. 428 સભ્યોના વજન અને પેટના ઘેરાવામાં નીચે મુજબના ઘટાડા, આ સરળ ડાયૅટ પ્લાન શરૂકર્યાના છ મહિનામાં થયાનું નોંધાયું.

વજનમાં ઘટાડો :- પહેલા મહિનામાં સરેરાશ 1.5 કિલો, ત્રણ મહિના બાદ સરેરાશ 4.2 કિલો અને છ મહિના બાદ સરેરાશ 6.8 કિલો વજન ઘટાડો નોંધાયો.

પેટના ઘેરાવાનો ઘટાડો :- પહેલા મહિના બાદ સરેરાશ 0.5 સે.મી. ત્રણ મહિના બાદ 1.5 સે.મી. અને છ મહિના બાદ 3.5 સે.મી. ઘટાડો થયો.

મહત્ત્વની વાત એ કે કોઈને પણ કોઈપણ પ્રકારની તકલીફ થઈ નહીં. 446 સહભાગી સભ્યોમાંથી 18 જણ આ આહાર યોજના પૂરા છ મહિના સુધી કરી શક્યા નહીં. તેના કારણોમાં- નવ જણ ભૂખ સહન ન કરી શકવાથી આઠ જણ પ્રવાસ અને તહેવારોને કારણે અને એક વ્યક્તિને અગાઉના માયગ્રેનની તકલીફનો ઉથલો થવાને કારણે આ આહાર યોજના પૂરા છ મહિના કરી શક્યા નહીં.

વિવેચન : ઉપર પ્રમાણેના પરિણામો પરથી સ્પષ્ટ થાય છે કે દિવસમાં બે વાર જમવાથી શરીરનું વજન અને પેટનો ઘેરાવો સારા એવા ઘટાડી શકાય છે. વિશેષમાં આ પદ્ધતિ આપનાવવા માટે કોઈ ડૉક્ટરની જરૂર નથી કે નાણાં ખર્ચવા પડતા નથી. બીજું કે આ પદ્ધતિ જીવનભર આપણે સરળતાથી અપનાવી શકીએ છીએ. આ પદ્ધતિ અતિશય સરળ અને ખૂબ જ અસરકારક છે. એની કોઈ આડઅસર પણ નથી. થોડાક લોકોને ભૂખ સહન ન થઈ શકી અને એકને જૂનું માયગ્રેનનું દર્દ ફરીથી ઉપડયું એટલે તેઓ આ કોર્સ પૂરો કરી ન શકયા એટલું જ.

અભ્યાસની મર્યાદાઓ : આ અભ્યાસ સહભાગી વ્યક્તિઓએ પોતે આપેલી માહિતી પર આધારિત છે. તેમણે આપેલી માહિતીની ખરાઈ કરાવવાનું અશક્ય હતું, કેમ કે તેઓ મહારાષ્ટ્રના જુદા જુદા શહેરોમાંથી હતા. દિવસમાં બે જ વાર જમવાને કારણે વ્યક્તિને આહારમાંથી થોડાક ઓછા પ્રમાણમાં કૅલેરી(ઊર્જા) મળી હોવાની શક્યતા ખરી. વજન ઘટવામાં આ હકીકતનો કંઈક અંશે ફાળો હોઈ શકે છે.

નિષ્કર્ષ : આજકાલ સમાજમાં વજન ઘટાડવાની ઘેલછા ફેલાતી દેખાય છે. લોકો વજન ઘટાડવા માટેના ડાયૅટ ફૉર્મ્યુલા અને કસરતના સાધનો તથા યોજના પાછળ હજારો-લાખો રૂપિયા ખર્ચી નાખે છે જેનાથી કોઈ ફાયદો થતો નથી અથવા તો બહુ જૂજ ફાયદો થાય છે. વજન ઘટાડાની પ્રવૃત્તિઓ એ અનેક લોકો માટે પૈસા કમાવવાનો ધંધો થઈ ગયો છે. ગરીબ અને ભોળા લોકો લૂંટાઈ રહ્યા છે. વજન ઘટાડવાની આ સાદી અને સરળ પદ્ધતિ બિલકુલ મફત છે. કોઈ ખર્ચ નથી. આમાં કોઈ ડૉક્ટરની જરૂર નથી અને વજન ઘટાડવાની બીજી પદ્ધતિઓથી ઊલટું, આ પદ્ધતિ જીવનભર અપનાવી શકાય છે. તેથી આ સાદી પદ્ધતિની ભલામણ બધા માટે કરવી જોઈએ. આ સંદેશ, સાર્વજનિક આરોગ્ય અભિયાન અને જન ઝુંબેશ દ્વારા ફેલાવવાની જરૂર છે.

(આ અહેવાલ ઇન્ટરનેશનલ જર્નલ ઑફ ક્લિનિકલ ટ્રાયલ્સ/ જુલાઈ-સપ્ટેમ્બર 2014 વોલ્યુમ 1/ ઇશ્યુ 2માં પ્રકાશિત થયો હતો).

૩) વારંવાર ખાવાની, ડાયાબિટિસ થવા પહેલાંની અવસ્થા (ડાયાબિટિસ પૂર્વ અવસ્થા) પર થતી અસર- એક સ્વનિયંત્રિત પ્રતિબંધ કસોટી.

પાર્શ્વભૂમિ : નેશનલ ડાયાબિટિસ ડેટા ગ્રુપ (એનડીડીજી)એ, ગ્લુકૉઝનું પેશીઓમાં સામાન્ય સંતુલન અને ડાયાબિટિસ થવા પહેલાંની વચગાળાની ચયાપચયિક સ્થિતિ એટલે કે "ગ્લુકૉઝ ઇન્ટોલરન્સ"નો વિચાર સૌપ્રથમ પ્રસ્તુત કર્યો. ડાયાબિટિસ મેલિટસના નિદાન અને વર્ગીકરણ માટે નિષ્ણાત સમિતિએ 1997માં આ વિચારને આગળ ધપાવતાં તેમાં "ખામીયુક્ત ફાસ્ટિંગ ગ્લુકોઝ" ધરાવતા પૅશન્ટો અને "ખામીયુક્ત ગ્લુકૉઝ ઇન્ટોલરન્સ" ધરાવતા પેશન્ટોનો સમાવેશ કર્યો, અને તે સ્થિતિને "પ્રી-ડાયાબિટિસ" અથવા "ડાયાબિટિસ પૂર્વ અવસ્થા" નામ આપ્યું. આ અભ્યાસનું તર્ક પ્રામાણ્ય એ છે કે કોઈ વ્યક્તિ દિવસમાં ફક્ત બે વાર જમે તો તેના શરીરમાં ઇન્સ્યુલિન સ્રાવ ઘટશે જે ખાલી પેટના લોહીમાંના ઇન્સ્યુલિનના પ્રમાણમાં ઘટાડો કરશે, જે ડાયાબિટિસ પૂર્વ અવસ્થા માટે પ્રાતિનિધિક છે.

સંશોધન પદ્ધતિ : આ એક સ્વનિયંત્રિત પ્રતિબંધ કસોટી છે. આ અભ્યાસ 1 જુલાઈ 2016થી 30મી જૂન 2017 વચ્ચે હાથ ધરવામાં આવ્યો. જે વ્યક્તિનું એચબીએ1સી 5.7થી 6.4ની વચ્ચે આવ્યું તે વ્યક્તિને "ડાયાબિટિસ પૂર્વ અવસ્થા" હોવાનું નિદાન કરવામાં આવ્યું. જેમનું એચબીએ1સી 5.7થી 6.4ની વચ્ચે હતું તેવી વ્યક્તિઓનો આ અભ્યાસમાં સમાવેશ કરાયો. આ સભ્યોને રોજ દિવસમાં ફક્ત બે જ વાર જમવાની અને 45 મિનિટમાં 4.5 કિ.મી. ચાલવાની કસરત કરવાની સલાહ સૂચના આપવામાં આવી. આવું અઠવાડિયાનાં કમસે કમ પાંચ દિવસ કરવા કહેવામાં આવ્યું. ત્રણ મહિના પછી ફરીથી એચબીએ1સી અને ફાસ્ટિંગ ઇન્સ્યુલિનની તપાસ કરાવવા કહ્યું. આ કેસ સ્ટડીમાં કુલ 48 વ્યક્તિઓ હતી.

પરિણામ : આ અભ્યાસમાં 33 પુરુષો અને 15 સ્ત્રીઓએ ભાગ લીધો હતો આ બધા ડાયાબિટિસ પૂર્વ અવસ્થાના પૅશન્ટોના એચબીએ1સી અને ફાસ્ટિંગ ઇન્સ્યુલિનના પ્રમાણમાં નોંધપાત્ર ઘટાડો થયો હતો. બધા જ ડાયાબિટિસ પૂર્વ અવસ્થાના પૅશન્ટો ત્રણ મહિનામાં ડાયાબિટિસમુક્ત થઈ ગયા.

નિષ્કર્ષ : દરરોજ દિવસમાં બે વાર જમવાથી અને 45 મિનિટમાં 4.5 કિ.મી. ચાલવાનો વ્યાયામ કરવાથી, ડાયાબિટિસ પૂર્વ અવસ્થાના પૅશન્ટોના એચબીએ1સી અને ખાલીપેટ ઇન્સ્યુલિનના પ્રમાણમાં નોંધપાત્ર ઘટાડો થયો હતો અને બધા જ 48 સહભાગી પેશન્ટો ત્રણ મહિનામાં ડાયાબિટિસમુક્ત થયા હતા.

(આ લેખ ઈન્ટરનેશનલ જર્નલ ઑફ ક્લિનિકલ ટ્રાયલ્સના નવેમ્બર 2017ના અંકમાં પ્રકાશિત થયો હતો. આ સંશોધનમાં મારી સાથે ઔરંગાબાદના પ્રસિદ્ધ ડાયાબિટિસ નિષ્ણાંત ડૉ. સંજીવ ઇંદુરકરનો સહભાગ હતો).

4) વારંવાર ખાવાની ડાયાબિટિસ પર થતી અસર :- એક કેસ રિપોર્ટ-લાતુર શહેર- ભારત.

પ્રસ્તાવના : આપણો ભારત દેશ દુનિયાની "ડાયાબિટિસની રાજધાની" કહેવાય છે જે આપણું દુર્ભાગ્ય છે. શહેરોમાં ડાયાબિટિસનું પ્રમાણ 12 ટકા છે જ્યારે ગ્રામ્ય વિસ્તારોમાં ચાર ટકા છે. છેલ્લા 40 વર્ષમાં ડાયાબિટિસનું પ્રમાણ ચાર ગણું થયું છે જે ચિંતાજનક બાબત છે. ડાયાબિટિસ જીવનશૈલી સંબંધિત રોગ છે. અને વ્યાયામ અને આહાર વ્યવસ્થાપનનો ડાયાબિટિસ અટકાવવા પર પડતા પ્રભાવનો અભ્યાસ કરવાના ઘણા પ્રયત્નો થયા છે. વ્યક્તિને ડાયાબિટિસ થયાનું નિદાન થાય તો દવાઓ એ જ એક માત્ર ઉપાય રહે છે. ખાવાની વારંવારતા ઘટાડવાથી, ફાસ્ટિંગ ઈન્સ્યુલિનનું પ્રમાણ ઘટે છે આ બાબત, ઈન્સ્યુલિન રેઝિસ્ટન્સ અને તોળાઈ રહેલા ડાયાબિટિસના ભય વિશે જાણવા માટે પ્રતિનિધિક છે. આ કેસ રિપોર્ટ, દિવસમાં બે વાર જમવાની ડાયાબિટિસ અવસ્થા પર થતી અસર વિશે છે.

સંશોધન પદ્ધતિ : એક 45 વર્ષની વયના પુરુષ પૅશન્ટ, વ્યવસાય-પ્રોફેસરને ડાયાબિટિસ થયાનું નિદાન થયું. તેમના એચબીએ1સી 10.1, એવરેજ બ્લડ ગ્લુકૉઝ- 243 એમજી ટકા, ફાસ્ટિંગ બ્લડ સુગર- 213.51 એમજી ટકા અને જમ્યા પછીની બ્લડ સુગર 283.65 એમજી ટકા આ પ્રમાણે હતા. તેમને દિવસમાં ફક્ત બે વાર જમવાની અને 45 મિનિટમાં 4.5 કિ.મી ચાલવાની સલાહ આપવામાં આવી અને તેમના ફાસ્ટિંગ બ્લડ સુગર, જમ્યા પછીની બ્લડ સુગર, એચબીએ1સી ફાસ્ટિંગ ઈન્સ્યુલિન વજન અને પેટનો ઘેરાવો દર મહિને તપાસવામાં આવ્યા.

પરિણામ : 1 જાન્યુઆરી 2017થી 16 ઑગસ્ટ 2017 સુધીમાં એચબીએ1સી ઘટીને 5.3 થયું. તેમનું વજન 86.5થી ઘટીને 72.2 કિલો થયું. 14.3 કિલોનો ઘટાડો! તેમના પેટનો ઘેરાવો 42 ઇંચથી 6.5 ઇંચ ઘટીને 35.5 ઇંચ થયો!

નિષ્કર્ષ : રોજ દિવસમાં બે વાર જમવું અને 45 મિનિટમાં 4.5 કિ.મી ચાલવું આ સાદી અને સરળ પદ્ધતિ અપનાવવાથી સાડા સાત મહિનામાં પેશન્ટ ડાયાબિટિસમુક્ત થયો. વજન, પેટનો ઘેરાવો, એચબીએ1સી, ફાસ્ટિંગ ઈન્સ્યુલિન, ખાલી પેટ અને જમ્યા પછીની બ્લડ સુગર આ બધામાં નોંધપાત્ર ઘટાડો થયો. આ સાદી અને સરળ પદ્ધતિ, ડાયાબિટિસને પાછો ધકેલવામાં બહુ અસરકારક ગણી શકાય.

(આ શોધ નિબંધ ઈન્ટરનેશનલ જર્નલ ઑફ એજ્યુકેશન એન્ડ રીસર્ચ ઈન હેલ્થ સાયન્સીઝના જુલાઈ-સપ્ટેમ્બર 2017ના અંકમાં પ્રકાશિત થયો હતો).

5) ડાયાબિટિસ પૂર્વ અવસ્થાના નિદાન અર્થે એચબીએ1સી તપાસની ઉપયોગિતા

પ્રસ્તાવના : ડાયાબિટિસ પૂર્વ અવસ્થાના નિદાન માટે ફાસ્ટિંગ બ્લડ સુગર, જમ્યા પછીની બ્લડ સુગર અને એચબીએ1સી તપાસવામાં આવે છે. સામાન્ય રીતે ફાસ્ટિંગ બ્લડ સુગર અને/અથવા જમ્યા પછીની બ્લડ સુગરની તપાસ સ્ક્રીનિંગ ટેસ્ટ તરીકે વપરાય છે. બ્લડ સુગરની તપાસથી છેલ્લા 24 કલાકના સમય પૂરતો જ ખ્યાલ આવે છે. પરંતુ એચબીએ1સીની તપાસ છેલ્લા ત્રણ મહિનાની સરેરાશ બ્લડ સુગર બતાવે છે. તેથી એચબીએ1સીની તપાસ ડાયાબિટિસ પૂર્વ અવસ્થાના નિદાન માટે વધારે ઉપયોગી પુરવાર થાય છે.

સંશોધન પદ્ધતિ : લાતુર (મહારાષ્ટ્ર)ના ડાયાબિટિસ નિષ્ણાંતની હૉસ્પિટલમાં ઓપીડીમાં નવા કેસવાળા પૅશન્ટો પર આ અભ્યાસ કરવામાં આવ્યો. આ બધા પૅશન્ટોની ફાસ્ટિંગ બ્લડ સુગર, જમ્યા પછીની બ્લડ સુગર અને એચબીએ1સીની તપાસ કરવામાં આવી. આ બધી તપાસનાં પરિણામોનો તુલનાત્મક અભ્યાસ કરવામાં આવ્યો.

પરિણામો : એવું માલમ પડ્યું કે ખાલી પેટની બ્લડ સુગર અને/અથવા જમ્યા પછીની બ્લડ સુગરની તપાસની સરખામણીએ, એચબીએ1સીની તપાસ કરવાથી 30 ટકા વધારે પૅશન્ટોમાં ડાયાબિટિસ પૂર્વ અવસ્થાનું નિદાન કરી શકાયું.

નિષ્કર્ષ : ખાલી પેટે બ્લડ સુગર અને જમ્યા પછીની બ્લડ સુગરની સરખામણીએ એચબીએ1સીની તપાસ, ડાયાબિટિસ પૂર્વ અવસ્થાના નિદાન માટે વધારે કાર્યક્ષમ સ્ક્રીનિંગ ટેસ્ટ છે. કોઈપણ સ્ક્રીનિંગ ટેસ્ટથી વધારેમાં વધારે શંકાસ્પદ રોગીઓનું નિદાન થવું અપેક્ષિત હોય છે. આમાં નિદાન થવામાં થોડો ઘણો અતિરેક થવાની સંભાવના છે. ખાસ કરીને જ્યારે આપણે (શંકાસ્પદ) ડાયાબિટિસ પૂર્વ અવસ્થાના પૅશન્ટોને કોઈ દવા નથી આપવાના અને જીવનશૈલી સંબંધિત આહાર અને વ્યાયામ બાબતે ફક્ત ફેરફાર સૂચવીએ છીએ ત્યારે આ અતિરેક સમર્પક અને સ્વીકાર્ય કહેવાય.

(આ સંશોધન લેખ મેડિકલ જર્નલમાં પ્રકાશિત થવામાં છે. આ સંશોધનમાં મારી સાથે લાતુરના પ્રસિદ્ધ ડાયાબિટિસ નિષ્ણાંત ડૉ. અષ્ટેકરનો સહભાગ છે).

છેલ્લા કેટલાક વર્ષોમાં આ આહાર યોજના (ડાયૅટ પ્લાન) વિશે, રાજ્ય સ્તરે અને રાષ્ટ્રીય સ્તરે યોજાયેલી વિવિધ પરિષદોમાં મેં શોધનિબંધો રજૂ કર્યા હતા. તેમાંના કેટલાકની વિગત નીચે પ્રમાણે છે.

ક્રમ	શોધનિબંધનું શીર્ષક	સ્થળ અને તારીખ	પરિષદ વિશે માહિતી
1.	ઈટિંગ ફ્રીકવન્સી ઍન્ડ રિવર્સલ ઑફ ફાસ્ટિંગ ઇન્સ્યુલિન લેવલ આ કેસ રિપોર્ટ	પુણે 30-31 જાન્યુઆરી, 2015	જૉઇન્ટ સ્ટેટ કૉન્ફરન્સ ઑફ ઈન્ડિયન અસોસિએશન ઑફ પ્રીવેન્ટિવ ઍન્ડ સોશિયલ મેડિસિન ઍન્ડ ઈન્ડિયન પબ્લિક હૅલ્થ એસોસિએશન
2.	સિમ્પલ મૅથડ ટુ પ્રીવેન્ટ ઑબેસિટી ઍન્ડ ડાયાબિટિસ	સેવાગ્રામ 10 અને 11મી સપ્ટેમ્બર, 2015	નેશનલ સિમ્પોઝિયમ ઑફ હૅલ્થ યોગા, લાઇફસ્ટાઇલ
3.	ઈટિંગ ફ્રીકવન્સી ઍન્ડ એચબીએ1સી- અ કેસ રિપૉર્ટ ફ્રૉમ ઔરંગાબાદ	ગાંધીનગર 7થી 9 જાન્યુઆરી, 2015	ઈન્ડિયન એસોસિએશન ઑફ પ્રીવેન્ટિવ ઍન્ડ સોશિયલ મેડિસિન રાષ્ટ્રીય પરિષદ
4.	ઇફૅક્ટ ઑફ ઈટિંગ ફ્રીકવન્સી ઑન એચબીએ1સી ઍન્ડ ફાસ્ટિંગ ઇન્સ્યુલિન લૅવલ - અ કેસ રિપૉર્ટ	મુંબઈ 12 અને 13 ફેબ્રુઆરી, 2016	ઈન્ડિયન એસોસિએશન ઑફ પ્રીવેન્ટિવ ઍન્ડ સોશિયલ મેડિસિન રાજ્ય સ્તરીય સંયુક્ત પરિષદ
5.	યુટિલિટી ઑફ એચબીએ1સી ઍઝ અ સ્ક્રીનિંગ ટેસ્ટ ફૉર પ્રી-ડાયાબિટિસ	લખનઉ 9થી 11 ફેબ્રુઆરી, 2018	ઈન્ડિયન પબ્લિક હૅલ્થ એસોસિએશન રાષ્ટ્રીય પરિષદ
6.	ઇફૅક્ટ ઑફ ઈટિંગ ફ્રીકવન્સી ઑન પ્રી-ડાયાબિટિસ - અ સૅલ્ફ કન્ટ્રૉલ પ્રીવેન્ટિવ ટ્રાયલ	પુણે 9થી 11 માર્ચ, 2018	ઈન્ડિયન એસોસિએશન ઑફ પ્રીવેન્ટિવ ઍન્ડ સોશિયલ મેડિસિનની રાષ્ટ્રીય પરિષદ

ખાદ્ય પદાર્થોને લીધે થતા ઈન્સ્યુલિન સ્રાવ અંગે કેટલાક પ્રયોગો

આ આહાર યોજનાનું "દિવસમાં ફક્ત બે વાર જમવું" આ મુખ્ય સૂત્ર હોવાને લીધે, "બે વાર જમવાની વચ્ચે ભૂખ લાગે તો શું ખાવું?" આવા વારંવાર પૂછાતા પ્રશ્નનો જવાબ અમારે આપવો પડે છે. સ્વ. ડૉ. જિચકાર એમના વ્યાખ્યાનમાં કહેતા કે જે ખાદ્યપદાર્થમાં કાર્બોહાઈડ્રેટ્સનું પ્રમાણ પાંચ ટકા વજન-કદ કરતાં ઓછું હોય તેવા ખાદ્ય પદાર્થથી ઈન્સ્યુલિન સ્રાવ થતો નથી. તે અનુસાર તેમણે કાકડી, ટમેટાં, તાજુ અંજીર, સંતરાનો રસ વગેરે બે ટંક જમવાની વચ્ચે ખાઈ શકાય એવું મંતવ્ય આપ્યું હતું.

ઘણા લોકો આમળાનો રસ, એલોવેરા જ્યુસ, દૂધીનો રસ, પાલકનો રસ વગેરે પીતા હોય છે. સ્વાભાવિક રીતે આવા જ્યુસ, બે ટંક ભોજન વચ્ચે લઈ શકાય કે કેમ એ તેઓ જાણવા માગતા હોય છે. કોઈપણ પદાર્થ ખાઈ શકાય કે પી શકાય તે નક્કી કરવા તે પદાર્થ ખાધા- પીધા પછી લોહીમાંના ઈન્સ્યુલિનનું પ્રમાણ તપાસવા લેબોરેટરીમાં ત્રણવાર લોહીનો નમૂનો આપવો પડે. એક તો પહેલો કોળિયા– ઘૂંટડો લો ત્યારે "0" મિનિટે બીજો 10 મિનિટ અને ત્રીજો લોહીનો નમૂનો 60 મિનિટે આપવો પડે. ઈન્સ્યુલિન તપાસનો ખર્ચ તપાસ દીઠ રૂ. 600થી રૂ. 1000/- સુધી હોય છે. એટલે કે એક ખાદ્યપદાર્થ માટે રૂપિયા બેથી ત્રણ હજાર ખર્ચવા પડે. કેટલાક ખાદ્યપદાર્થો માટે ઈન્સ્યુલિનનું પ્રમાણ નીચેના કોઠામાં આપ્યું છે.

ક્રમ	ઉંમર પુરુષ/સ્ત્રી	ડાયાબિટિસ સ્થિતિ ડી/એનડી/પીડી	ખાદ્ય પદાર્થ	ઈન્સ્યુલિનનું પ્રમાણ		
				0 મિનિટ	10 મિનિટ	60 મિનિટ
1.	54 સ્ત્રી	ડી	ગાજર	15.40	19.99	18.18
2.	62 પુ.	ડી	ગાજર	6.71	9.23	3.64
3.	46 સ્ત્રી	પી.ડી.	કાકડી	10.10	11.55	9.17
4.	40 પુ.	ડી	કાકડી	52.30	42.52	53.59
5.	50 સ્ત્રી	એનડી	સફરજન	7.19	16.14	11.52
6.	65 પુ.	ડી	સફરજન	12.21	7.22	20.58
7.	28 સ્ત્રી	એનડી	ચીઝ	18.25	15.57	8.91
8.	68 સ્ત્રી	એનડી	સૂપ	41.12	46.68	34.12
9.	66 સ્ત્રી	એનડી	સૅલડ	12.20	21.11	12.82
10.	66 સ્ત્રી	એનડી	પનીર	25.49	22.30	33.00
11.	48 પુ.	એનડી	પનીર	13.59	19.24	32.98
12.	54 પુ.	એનડી	મસાલા પનીર	23.26	25.64	25.12
13.	38 સ્ત્રી	એનડી	બાફેલું ઇંડું	9.60	9.86	15.50
14.	47 સ્ત્રી	એનડી	કડક નાસપતિ	8.50	12.50	11.70
15.	45 પુ.	એનડી	કડક નાસપતિ	5.12	7.50	-

ક્રમ	ઉંમર પુરુષ/સ્ત્રી	ડાયાબિટિસ સ્થિતિ ડી/એનડી/પીડી	ખાદ્ય પદાર્થ	ઈન્સ્યુલિનનું પ્રમાણ		
				0 મિનિટ	10 મિનિટ	60 મિનિટ
16.	46 પુ.	ડી	બદામ અ અખરોટ	8.53	7.15	9.41
17.	62 પુ.	ડી	બદામ અ અખરોટ	16.77	18.92	11.55
18.	51 સ્ત્રી	એનડી	વરિયાળી	25.66	30.37	24.85
19.	62 સ્ત્રી	ડી	સ્મૂધી	16.65	19.14	19.43
20.	42 સ્ત્રી	ડી	સ્મૂધી	6.82	10.56	4.29
21.	55 સ્ત્રી	ડી	આમળાંનો રસ	25.15	33.72	28.96
22.	52 પુ.	ડી	ગુટખા	19.68	22.42	53.59
23.	57 પુ.	ડી	નાળિયેર પાણી	18.83	19.23	25.52
24.	54 પુ.	એનડી	ચીઝ	31.33	27.25	37.26
25.	45 સ્ત્રી	પીડી	ચીઝ	5.77	5.66	7.84
26.	59 સ્ત્રી	પીડી	આમળાંનો રસ	8.07	9.01	7.21
27.	46 સ્ત્રી	ડી	બ્લૅક કૉફી	12.20	10.31	12.33
28.	65 પુ.	ડી	છાસ	16.01	13.12	15.84
29.	58 સ્ત્રી	ડી	આમળાંનો રસ	15.12	15.58	12.73
30.	40 પુ.	એનડી	લીંબુ પાણી	8.63	10.33	7.60
31.	52 સ્ત્રી	પીડી	છાસ	8.98	13.87	10.45
32.	65 પુ.	ડી	બ્લૅક કૉફી	6.19	10.48	7.36
33.	51 સ્ત્રી	પીડી	આદુંવાળી કાળી ચા	20.82	18.69	16.30
34.	45 સ્ત્રી	એનડી	આમળાંનો રસ	8.72	9.76	7.10
35.	56 પુ.	પીડી	ચીઝ	11.42	11.71	20.69
36.	56 પુ.	ડી	આદુંવાળી કાળી ચા	16.56	21.00	18.24
37.	56 પુ.	પીડી	(25 ટકા દૂધ અ 75 ટકા પાણી) ચા	9.21	10.93	8.43
38.	46 સ્ત્રી	પીડી	છાસ	8.07	8.10	8.48
39.	65 સ્ત્રી	ડી	છાસ	13.84	15.53	17.99
40.	48 પુ.	ડી	લીંબુ પાણી	9.75	10.34	8.12
41.	34 પુ.	એનડી	ચીઝ	18.02	18.18	15.69
42.	57 સ્ત્રી	ડી	(25 ટકા દૂધ અ 75 ટકા પાણી) ચા	15.84	15.22	8.19
43.	36 પુ.	એનડી	ટમેટાં	4.69	3.50	1.07
44.	52 સ્ત્રી	એનડી	નાળિયેર પાણી	13.90	26.49	19.01
45.	56 સ્ત્રી	ડી	આદું + લીંબુવાળું પાણી	28.61	29.13	23.87
46.	64 પુ.	પીડી	પીનટ બટર મિલ્ક	2.83	4.08	5.16

ક્રમ	ઉંમર પુરુષ/સ્ત્રી	ડાયાબિટિસ સ્થિતિ ડી/એનડી/પીડી	ખાદ્ય પદાર્થ	ઈન્સ્યુલિનનું પ્રમાણ		
				0 મિનિટ	10 મિનિટ	60 મિનિટ
47.	61 સ્ત્રી	એનડી	બ્લૅક કૉફી	9.03	10.16	11.15
48.	47 સ્ત્રી	એનડી	લીંબુ પાણી	7.97	8.26	8.00
49.	51 પુ.	એનડી	ખાંડવાળી ચા	4.50	4.80	13.00
50.	51 પુ.	એનડી	બે લાડુ સાથે જમણ	5.40	5.92	17.60
51.	51 પુ.	એનડી	નાળિયેર પાણી	3.20	3.14	2.20
52.	51 પુ.	એનડી	(25 ટકા દૂધ અ 75 ટકા પાણી) ચા	4.40	3.64	2.31
53.	35 સ્ત્રી	એનડી	કાકડી	0.60	3.30	6.00
54.	29 પુ.	એનડી	બે અંજીર	3.90	9.80	11.30
55.	28 પુ.	એનડી	કોબી	2.30	3.70	7.30
56.	31 પુ.	એનડી	ટમેટાં	8.40	7.30	4.20
57.	30 પુ.	એનડી	સંતરાનો રસ	5.40	19.10	9.00
58.	64 સ્ત્રી	એનડી	અલોવેરા જ્યુસ	9.70	14.30	9.90
59.	52 પુ.	ડી	નાસપતિ	8.30	5.10	18.19
60.	65 પુ.	ડી	કાકડીની છીણ સાથે છાસ	17.80	20.30	10.80
61.	40 પુ.	એનડી	પતંજલિ ટૂથપેસ્ટથી બ્રશ કરતાં	9.60	6.80	5.20

✸ ડી-ડાયાબિટિસવાળા એનડી-ડાયાબિટિસ વગરના પીડી ડાયાબિટિસ પૂર્વ અવસ્થાવાળા.

- બધા સહભાગીઓને અમારા સંયોજકોએ નિશ્ચિત પ્રમાણમાં ખાદ્યપદાર્થ આપ્યા હતા.
- પુણે, નાસિક અને ઔરંગાબાદના સ્વયંસેવકો સહભાગી હતા.
- ડૉ. સંગીતા પંડિત, સંદીપ સોનવણે, ડૉ. રત્ના અષ્ટેકર, ડૉ. શામ અષ્ટેકર અને ડૉ. સીમા દહાડ આ બધાએ સંયોજક તરીકે સેવા આપી.
- કેટલાક સ્વયંસેવકોએ આર્થિક સહાય પણ કરી હતી.

હવે અમે આવા પ્રયોગો શક્ય એટલા ખાદ્ય પદાર્થો પર કરી રહ્યા છીએ. અહીં એક ચેતવણી આપવા ઈચ્છું છું તે એ કે અમુક ખાદ્ય પદાર્થ ખાવાથી એક પણ વ્યક્તિમાં ઈન્સ્યુલિન સ્રાવ થાય તો તે પદાર્થ ખાઈ શકાય નહીં એમ કહેવું સહેલું છે. પણ એથી ઉલટું, અમુક ખાદ્ય પદાર્થ ખાવાથી કોઈ વ્યક્તિમાં ઈન્સ્યુલિન સ્રાવ ન થાય, તો તે પદાર્થથી તમારામાં કે કોઈ બીજી વ્યક્તિમાં ઈન્સ્યુલિન સ્રાવ નહીં જ

થાય તે કહેવું મુશ્કેલ છે. તેની ચોક્કસ ખાતરી કરવા આવા પ્રયોગો સેંકડો વ્યક્તિઓ પર, પુરુષો, સ્ત્રીઓ, જુદી જુદી વયની વ્યક્તિઓ ઉપર કરવા પડે. જે બહુ ખર્ચાળ બાબત છે.

આ બધા પ્રયોગો કર્યા પછી એવું જણાય છે કે એક જ ખાદ્ય પદાર્થથી થતું ઈન્સ્યુલિન સ્રાવનું પ્રમાણ બધી વ્યક્તિઓમાં અલગ અલગ હોય છે કે જે તેમની જુદી જુદી ઉંમર, વજન અને ડાયાબિટિસ અવસ્થાને લીધે હોઈ શકે છે. અમુક ખાદ્ય પદાર્થને લીધે ઈન્સ્યુલિન સ્રાવ નહીં જ થાય એવું ચોક્કસપણે કહેવું હોય તો ઉંમર પ્રમાણે જૂથ, પુરુષ/સ્ત્રી, ડાયાબિટિસ અવસ્થા વગેરે ધ્યાનમાં લઈને ઈન્સ્યુલિનની તપાસ 48 વ્યક્તિઓ માટે કરવી જ પડે છે જેનો ખર્ચ રૂ. 50,000/- સુધી આવે. હાલ આવા પ્રયાગો કરવા વ્યવહારુ નથી. પણ અમુક પદાર્થ માટે કોઈક વ્યક્તિને કે તમારે આવી તપાસ કરવી જરૂરી જ હોય તો ઉત્તમ રસ્તો એ કે તે પદાર્થ ખાવાના પહેલા કોળિયે (“0” મિનિટ), પછીની 10 મિનિટે અને ત્યારબાદ 60 મિનિટ એમ ત્રણ લોહીના નમૂના લેબોરેટરીમાં આપી ઈન્સ્યુલિનની તપાસ કરાવી લો. જો ઈન્સ્યુલિન સ્રાવ ન થતો હોય તો તમે તે પદાર્થ બેફીકર થઈ ખાઈ શકો અને જો સ્રાવ થતો હોય તો તે પદાર્થને રામ રામ કરવા. તમે આવી કોઈપણ ટેસ્ટ કરાવો તો તેનાં પરિણામ અમને જણાવો જેથી એ જ્ઞાન બધાને ઉપયોગી થઈ પડે.

11
ડાયાબિટિસ વિશે થોડુંક

ડાયાબિટિસ કોઈ એક વિશિષ્ટ રોગ નથી પરંતુ પર્યાવરણીય અને આનુવંશિક ઘટકોની એકત્રિત અસરથી ઉદ્ભવતા વિવિધ કારણોને લીધે થતી, વિવિધ બીમારીઓનું એક જૂથ છે જેનું મુખ્ય લક્ષણ લોહીમાંના ગ્લુકૉઝનું વધતું પ્રમાણ છે. કાર્બોહાઈડ્રેટ્સ, પ્રોટિન્સ અને ચરબીના ચયાપચયનું નિયંત્રણ કરનાર હૉર્મોન ઈન્સ્યુલિનના ખામીભર્યા નિર્માણને લીધે અથવા અકાર્યક્ષમતાને લીધે ડાયાબિટિસ થાય છે. ડબ્લ્યુએચઓ સંસ્થાએ ડાયાબિટિસનું વર્ગીકરણ આ પ્રમાણે કર્યું છે.

ડાયાબિટિસનું તબીબી વર્ગીકરણ :-

1. ડાયાબિટિસ મેલિટસ
   - અ) ટાઈપ-1- ઈન્સ્યુલિન ડિપેન્ડન્ટ ડાયાબિટિસ મેલિટસ
   - બ) ટાઈપ-2- નોન ઈન્સ્યુલિન ડિપેન્ડન્ટ ડાયાબિટિસ મેલિટસ
   - ક) કુપોષણ સાથે સંકળાયેલ ડાયાબિટિસ મેલિટસ
   - ડ) સ્વાદુપિંડ (પેનક્રિયાસ) કે બીજી અંતઃસ્રાવી ગ્રંથિઓની બીમારીથી અથવા દવાઓની આડઅસરથી થતો ડાયાબિટિસ
2. ગ્લુકૉઝ સહનશીલતામાં બગાડ (Impaired Glucose Tolerance (આઈજીટી) અથવા ડાયાબિટિસ પૂર્વ અવસ્થા)
3. ગર્ભાવસ્થામાં થતો ડાયાબિટિસ મેલિટસ

ટાઈપ-1 ડાયાબિટિસ ગંભીર બિમારી છે જેનું નિદાન 30 વર્ષથી ઓછી ઉંમરમાં થાય છે. 90 ટકા રોગીઓમાં, રોગપ્રતિકારક શક્તિમાં ઉદ્ભવેલ વિકૃતિ અથવા ખામીને લીધે અને 10 ટકા રોગીઓમાં અજ્ઞાત કારણોથી ડાયાબિટિસ થાય છે. 10થી 14 વર્ષની વયમાં આનું પ્રમાણ સૌથી વધુ જોવા મળે છે. આ પ્રકારમાં સ્વાદુપિંડમાંની ઈન્સ્યુલિન પેદા કરવાવાળી બીટા પેશીઓ નાશ પામે છે. આ પ્રકારના પેશન્ટોનાં લોહીમાં ઈન્સ્યુલિન બિલકુલ નથી હોતું અથવા નજીવું હોય છે.

આમાં પેનક્રિયાસને ઈન્સ્યુલિન નિર્માણ કરવા ઉત્તેજીત કરવાવાળા ઉદ્દીપકો બિન અસરકારક બની જતાં ઈન્સ્યુલિન પેદા થતું નથી. આવા પૅશન્ટોને જીવનભર ઈન્સ્યુલિનના ઈન્જેક્શન લેવા પડે છે.

ટાઈપ-2 ડાયાબિટિસ, ટાઈપ-1 ડાયાબિટિસ કરતાં અનેકગણો વધારે પ્રમાણમાં દેખાય છે. સામાન્ય રીતે તેનું નિદાન આકસ્મિક રીતે થાય છે. તેની શરૂઆત ધીમી હોય છે અને 40 વર્ષની ઉપરના લોકોમાં તે ઉદ્ભવે છે.

આપણા ડાયૅટ પ્લાનનો ફાયદો, ટાઈપ-2 ડાયાબિટિસવાળાઓને ચોક્કસ થાય છે એવું છેલ્લાં કેટલાક વર્ષોના સંશોધન અને પૅશન્ટોના અનુભવો પરથી ખાતરીપૂર્વક કહી શકાય છે, પરંતુ ટાઈપ-1 ડાયાબિટિસવાળા પૅશન્ટોને આ ડાયૅટ પ્લાનથી કેટલો ફાયદો થશે તે કહી શકાય એ માટે સંશોધન પરિણામો હાલ ઉપલબ્ધ નથી. કેટલાક પૅશન્ટોના ઈન્સ્યુલિન ઈન્જેક્શન ડોઝ ઓછા થયા છે ખરા. આગામી થોડા વર્ષોમાં આ બાબતે ચોક્કસ સારા સમાચાર મળશે એવી આશા છે.

વિવિધ દેશોમાં વધતા જતા ડાયાબિટિસ પ્રોબ્લેમના આંકડા નીચેના કોઠામાં દર્શાવ્યા છે.

18 વર્ષથી વધુ ઉંમરના લોકોમાં થતાં ડાયાબિટિસનું પ્રમાણ

	1980 (ટકા)	2014 (ટકા)	1980 (કરોડમાં)	2014 (કરોડમાં)
આફ્રિકા	3.1	7.1	0.40	2.50
અમેરિકા	5.0	8.3	1.80	6.20
યુરોપ	5.3	7.3	3.30	6.40
દક્ષિણ-પૂર્વ એશિયા	4.1	8.6	2.90	13.10

(સ્રોત-વિશ્વ આરોગ્ય સંસ્થા-2016)

20થી 79 વર્ષના ઉંમરગાળામાં મહત્તમ ડાયાબિટિસ દરદી ધરાવતા દેશ

દેશ	ડાયાબિટિસના દરદીઓની સંખ્યા કરોડમાં
ચીન	10.96
ભારત	6.91
અમેરિકા	2.92
બ્રાઝિલ	1.42
રશિયા	1.20
મૅક્સિકો	1.14
ઈન્ડોનેશિયા	1.00

(સ્રોત- ઈન્ટરનેશનલ ડાયાબિટિસ ફૅડરેશન-2016)

છેલ્લા કેટલાક દાયકાઓથી આપણે ડાયાબિટિસ વિશે વૈજ્ઞાનિક માહિતી ધરાવતા હોવા છતાં આપણે ડાયાબિટિસ વિશે 100 ટકા જાણકારી ધરાવીએ છીએ એવું કહી શકાય નહીં. આજની પરિસ્થિતિમાં સારી ટ્રીટમેન્ટ મેળવતા ડાયાબિટિસના દરદીઓ બાબતે શું બની રહ્યું છે તેનો અભ્યાસ કરવો ઉચિત ગણાશે.

અમે ભારતનાં સાત રાજ્યોના 23 શહેરોમાંના ટાઈપ-2 ડાયાબિટિસવાળા 1012 પેશન્ટોનો અભ્યાસ હાથ ધર્યો હતો. આ બધાની સારવાર ડી. એમ. (એન્ડોક્રિનોલૉજી) અને એમ. ડી. (જનરલ મેડિસિન) જેવા નિષ્ણાંતોએ કરી હતી. આ બધા પૅશન્ટો બાબતે એક સામાન્ય વાત અમે નોંધી તે એ કે આમાંનો એક પણ પૅશન્ટ ડાયાબિટિસમુક્ત થયો ન હતો. બીજી એક સામાન્ય બાબત અમે નોંધી કે શરુઆતમાં પૅશન્ટને એક દવા આપી અને મહિનાઓ પછી બબ્બે કે તેથી વધુ દવાઓ અપાઈ હતી. કેટલાક પૅશન્ટોને ઈન્સ્યુલિન ઈન્જેક્શન ચાલુ કરાયા હતા. તેમાંના લગભગ બધાને વિવિધ ડાયાબિટિસ કૉમ્પિલકેશન્સ હતા. ડાયાબિટિસ નિષ્ણાંતોની પેશન્ટોને સારવાર આપવાની આ રીત સારી કહેવાય? દેખીતી રીતે આ રીત સારી ન જ કહેવાય! સારા ઈરાદાઓ ઉપરાંત અદ્યતન તબીબી જ્ઞાન હોવા છતાં પણ, કમનસીબે ડાયાબિટિસ પૅશન્ટોની સારવારનાં પરિણામો નિરાશાજનક છે. શું આ સમસ્યાનું સમાધાન શોધવાની જવાબદારી ડાયાબિટિસ નિષ્ણાંતોની નથી?

આજકાલ પૅશન્ટો પણ દાકતરી સાહિત્ય/ ઔષધ સાહિત્ય જોઈ, વાંચી, જાણી લે છે. કેટલાક ડાયાબિટિસ પૅશન્ટોએ સવાલો પૂછ્યા હતા તે તેમને આકરા લાગે છે! કેટલાક પૅશન્ટોએ તેમની સારવાર કરતા ડૉક્ટરોને આ સવાલો હિંમત કરીને પૂછ્યા અને આફત વહોરી લીધી હતી. તેમાંના કેટલાક સવાલો આ પ્રમાણે-

1. ડૉક્ટર, તમે કહ્યું કે મારું સ્વાદુપિંડ પૂરતા પ્રમાણમાં ઈન્સ્યુલિન નિર્માણ કરતું નથી. આ જાણવા માટે તમે કઈ ટેસ્ટ કરાવડાવી હતી?
2. ડૉક્ટર, તમે કહ્યું કે મારું સ્વાદુપિંડ થાકી ગયું છે. તો તમે તેને ઉત્તેજીત કરી વધારે ઈન્સ્યુલિન નિર્માણ કરે એવી દવા શા માટે આપો છો?
3. તમારી દવાઓથી મારું વજન વધે- શું એ વાત સાચી છે?
4. જો મારું વજન દવાને લીધે વધતું હોય તો કસરત કરવાથી કે ડાયૅટ કરવાથી તે ઓછું કેવી રીતે થઇ'શકે?
5. થોડું થોડું પણ વધારે વખત ખાવાની સલાહ તમે આપો છો તેનો વૈજ્ઞાનિક આધાર શું છે?
6. ઘણી બધી દવાઓ લેવા છતાં, મારો ડાયાબિટિસ અંકુશમાં કેમ નથી આવતો?
7. તમારી દવાથી મારી સુગર નૉર્મલ રહે છે તો પણ શરીરમાં ઉત્સાહ જેવું કેમ લાગતું નથી?
8. આજ સુધી કેટલા ડાયાબિટિસ પૅશન્ટની દવા તમે બંધ કરાવી છે?

આ બધા સવાલો ડબ્બામાં બંધ ન કરી શકાય! જે પૅશન્ટોએ હિંમતપૂર્વક આવા સવાલો પૂછ્યા, તેમને તેમની સારવાર કરતા ડૉક્ટરોએ પોતાની ચકાચક કૅબિન માંથી તેમને દેખીતા કારણોસર કાઢી મૂક્યા હતા.

ડાયાબિટિસની સારવારને સંબંધ છે ત્યાં સુધી, આજકાલનો માહોલ જોતાં સહેલાઈથી એક નિષ્કર્ષ નીકળી શકે કે મામલો ગંભીર છે અને કંઈક ખોટું થઈ રહ્યું છે. મારા મત પ્રમાણે ડાયાબિટિસના નિદાન અને સારવાર અંગે નીચે દર્શાવેલા મુદ્દાઓ ધ્યાનમાં લેવા જોઈએ.

1) ડાયાબિટિસનું નિદાન થવું જોઈએ એટલું વહેલું થતું નથી. ખાલી પેટે અને જમ્યા પછીના લોહીમાંના ગ્લુકૉઝની તપાસ કરાવવા કરતાં આપણે એચબીએ1સીની તપાસ સ્ક્રીનિંગ ટેસ્ટ તરીકે કરાવવી જોઈએ. આનાથી લગભગ 30 ટકા વધારે ડાયાબિટિસ પૂર્વ અવસ્થાનું નિદાન થવામાં સરળતા રહેશે. જો ડાયાબિટિસ પૂર્વ અવસ્થાનું નિદાન વહેલું થાય તો આપણો ડાયૅટ પ્લાન અપનાવીને, પૅશન્ટ ત્રણથી છ મહિનામાં ડાયાબિટિસમુક્ત થઈ શકશે. આ સાદી અને સરળ પદ્ધતિ તદ્દન મફત હોવાથી તેમ જ વગર દવાની પદ્ધતિ હોવાથી થોડું "Over Diagnosis" થાય તો પણ વાંધો નથી.

2) ડૉક્ટરો ડાયાબિટિસ પૅશન્ટોને વૈજ્ઞાનિક માહિતી આપતા નથી, આથી સમાજના બધા વર્ગોમાં-સુશિક્ષિત લોકોમાં પણ-ઘણી ગેરસમજ પ્રવર્તે છે. અસલામતી અનુભવતા સામાન્ય માણસો દ્વારા સોશિયલ મિડિયા પર જાતજાતની પૉસ્ટ ફરતી થાય છે અને વાયરલ થાય છે. ડાયાબિટિસના ઉપાય તરીકે ફલાણો લોટ ખાઓ અને ઢીકણો રસ પીઓથી માંડીને કારેલાંના રસમાં પગ ડુબાડીને બેસો એવા સેંકડો નુસ્ખાઓ તમને મળી આવશે. આ ડાયાબિટિસ વિશે સમાજમાં બહુ મોટા પ્રમાણમાં અજ્ઞાનતા ફેલાયેલી છે જેથી મૂંઝાયેલા ડાયાબિટિસ પૅશન્ટોને લૂંટવાવાળા ધૂતારાઓ ફાવી જાય છે. આ પરિસ્થિતિ બદલવા ડૉક્ટરોએ જ આગળ આવવું પડશે એવું મને લાગે છે.

3) ડાયાબિટિસ સારવાર અર્થે બિનજરૂરી અને અયોગ્ય એવી વધારાની સારવાર ઠોકી બેસાડવામાં આવી રહી છે. જીવનશૈલીમાં યોગ્ય ફેરફાર કરવાથી "મેટફોર્મિન" દવા કરતાંય ઉત્તમ પરિણામ મળે છે જે વિશે પૂરતાં પુરાવા પણ ઉપલબ્ધ છે છતાં પણ પૅશન્ટો પર દવાઓનો મારો કરવામાં આવે છે. દુનિયાભરમાં થયેલા અનેક સંશોધનો દ્વારા પુરવાર થયું છે કે યોગ્ય વ્યાયામ અને આહાર નિયંત્રણના ઉપાય, ડાયાબિટિસની સારવારમાં દવા કરતાં ખૂબ મહત્ત્વનો છે. ડાયાબિટિસ "જીવન શૈલી સંબંધિત બિમારી" છે તેથી દવાઓ-ગોળીઓ નહીં પણ "જીવનશૈલીમાં ફેરફાર" એ જ અસરકારક સારવાર હોઈ શકે છે. સારવાર કરતા ડૉક્ટરોએ જ

પૅશન્ટને "યોગ્ય લાઈફસ્ટાઈલ ચૅન્જ" વિશે સલાહ-સૂચન આપવાં જોઈએ અને જરૂરી સપોર્ટ-પ્રોત્સાહન આપવાં જોઈએ.

4) ડાયાબિટિસ નિષ્ણાંતોને અદ્યતન સંશોધન દ્વારા પુષ્ટિ મળેલી નવી સારવાર પદ્ધતિ અજમાવવામાં રસ નથી. ડાયાબિટિસ રોગીની બ્લડ સુગર, વારંવાર ખાવા કરતાં, બે જ વખત જમવાથી, કન્ટ્રોલમાં આવે છે એવું અનેક સંશોધનો પરથી સિદ્ધ થયું છે. છતાં ડાયાબિટિસ નિષ્ણાંતો તેમના પૅશન્ટોને આવું કરવા દેવા રાજી નથી. જે પૅશન્ટોનો ડાયાબિટિસ દવા લેવા છતાંય કાબૂમાં નથી એવા પૅશન્ટોને આ ડાયૅટ પ્લાન અપનાવવાની સલાહ આપવું ચોક્કસ યોગ્ય જ કહેવાય.

5) ડૉક્ટરો અને પૅશન્ટો બંને એવું માને છે કે ડાયાબિટિસ સારવારનો મુખ્ય ઉદ્દેશ એ છે કે તેને કન્ટ્રોલમાં રાખવો અને કોમ્પ્લિકેશન્સથી બચવું. આ નકારાત્મક અભિગમ બદલવાની જરૂર છે. આવો અભિગમ પૅશન્ટોને અને કદાચ ડૉક્ટરોને પણ હતાશ કરે છે. ખાસ કરીને આપણી આ ઝુંબેશનાં સફળ પરિણામોને લીધે આપણો ઉત્સાહ વધે છે-વધતો જ રહેશે.

આપણે જાણીએ છીએ કે ડાયાબિટિસ "જીવનશૈલી સંબંધિત વ્યાધિ" છે તો શું જીવનશૈલીમાં ફેરફાર કરી તે વ્યાધિનો પ્રતિકાર કરવો તર્કસંગત નથી? આ પ્રશ્ન લાખ રૂપિયાનો છે. આપણા દેશનું અને કદાચ વિશ્વનું ભવિષ્ય, આપણા ડૉક્ટરો અને સમાજની, મુદ્દાસર જવાબ માટે મુદ્દાસર સવાલ પૂછવાની ક્ષમતા અને હિંમતમાં છે એમ કહીશું!! મને ખાતરી છે કે આપણા આ "ડાયૅટ પ્લાન"ની વધતી લોકપ્રિયતાથી પ્રેરાઈને, નવા પૅશન્ટો, જેમને ડાયાબિટિસનું તાજું નિદાન થયું છે તેઓ પોતાના ડૉક્ટરને કહેશે કે "ત્રણ મહિના માટે મને દિવસમાં બે જ વાર જમવું અને 45 મિનિટમાં 4.5 કિ.મી. ચાલવાનો ઉપાય કરી જોવા દો. ત્રણ મહિનામાં જો મારા રિપોર્ટ નોર્મલ ન થાય અથવા એમાં સુધારો ન થાય તો એ પછી તમે દવા ચાલુ કરજો. ત્યાં સુધી ખમી જાઓ અને સપોર્ટ આપો."

આવું બને તે માટે મારી આપ સૌને શુભેચ્છા!

12
"સ્થૂળતા અને ડાયાબિટિસમુક્ત વિશ્વ" - એક અભિયાન

મેં પોતે, આ ડાયૅટ પ્લાન જૂન 2012થી અપનાવેલો છે. ત્રણ મહિનામાં મારું વજન 74.5 કિલોથી ઘટીને 66.5 કિલો થયું અને પેટનો ઘેરાવો બે ઇંચ ઘટયો. સપ્ટેમ્બર 2013માં આ જાદુઈ ડાયૅટ ફૉર્મ્યુલા સમજાવતાં પુસ્તકો, "વિનાસાયાસ વેટ લૉસ" મરાઠીમાં "એફર્ટલેસ વેટ લૉસ" અંગ્રેજીમાં અને "બિના પ્રયાસ વેટ લૉસ" હિન્દીમાં પ્રકાશિત ક્ર્યા. મારા માટે અને આ ઝુંબેશના બધા આગેવાનો માટે ગર્વની વાત હતી કે 15મી એપ્રિલ 2018ના રોજ આ પુસ્તકોની સુધારેલી આવૃત્તિ પ્રકાશિત થઈ.

આ આહાર યોજના અપનાવવાથી વજનમાં ઘટાડો થાય છે એવું શરૂઆતથી જ ધ્યાનમાં આવ્યું. પણ તેનાથી ડાયાબિટિસ થતો અટકાવી શકાય છે અથવા તો મુલતવી રાખી શકાય છે એનો અનુભવ લગભગ એક વર્ષ બાદ થયો. આ ડાયૅટ પ્લાનથી એચબીએ1સી અને ખાલી પેટ બ્લડ ઇન્સ્યુલિનનું પ્રમાણ ઓછું થાય છે એવું જાણ્યા પછી ડાયાબિટિસ પૂર્વ અવસ્થાવાળી અને તાજા ડાયાબિટિસ થયેલી કેટલીક વ્યક્તિઓ ઉપર અભ્યાસ કરી તેનાં પરિણામો શોધનિબંધ (રિસર્ચ પેપર્સ) સ્વરૂપે વિવિધ રાજ્ય અને રાષ્ટ્રીય પરિષદોમાં રજૂ ક્ર્યા.

આ ડાયૅટ પ્લાનનો ફાયદો સેંકડો લોકોને થયો. તેમાંના કેટલાકે તેનો પ્રચાર અને પ્રસાર કરવાનું શરુ ક્ર્યું. કેટલાકે પોતાના પર પ્રયોગો ક્ર્યા. કેટલાકે મારાં વ્યાખ્યાનોનું આયોજન ક્ર્યું. ઘણા લોકોએ આ ડાયૅટ પ્લાન અપનાવ્યો તેના સારાં પરિણામ મળ્યાં અને તેઓ તેમના સમાજના "રોલ મૉડેલ" બન્યા. આ ડાયૅટ પ્લાન દેશના બધા જરૂરતમંદ લોકો સુધી પહોંચે તે માટે કશુંક કરવું આવશ્યક હતું. લોકો વ્યાખ્યાનો સાંભળી પ્રભાવિત થયા. ઘણા લોકોએ આ આહાર યોજના અપનાવવા વચન આપ્યું, તો બીજા અનેક વળી ફોન કરી સંપર્કમાં રહી શંકાઓ પૂછતા પોતાનો પ્રતિભાવ આપતા, પણ આ બધાનો "ફોલો-અપ" રાખવો અશક્ય હતો. વળી આ બધાને સતત પ્રેરિત અને ઉત્સાહિત રાખી તેમની શંકા દૂર કરી મદદ કરતા રહેવું જરૂરી હતું.

જુલાઈ 2015માં, આ ડાયટ પ્લાનના પ્રખર અનુયાયી ડૉ. શિલ્પા તોતલાએ આ ઝુંબેશનો ફેલાવો કરવા "વૉટ્સઍપ ગ્રુપ" બનાવવાનો પ્રસ્તાવ મૂક્યો. ઔરંગાબાદના જાણીતા બાળરોગતજ્ઞ ડૉ. ગણેશ કુલકર્ણીએ આ કૉન્સેપ્ટ વિકસાવવામાં નોંધપાત્ર ફાળો આપ્યો. અત્યાર સુધી અમારા 116 વૉટ્સઍપ ગ્રુપ અને એક ફેસબુક ગ્રુપ થયાં. ફેસબુક ગ્રુપ બનાવવાનો બધો જ શ્રેય પુણેના કેતકી રજવાડેને જાય છે. અભિષેક છત્રબંદ ફેસબુક પેજ સંભાળે છે. ડિસેમ્બર 2015 સુધીમાં અમે ચાર વૉટ્સઍપ ગ્રુપ અને 400 સભ્યોની અપેક્ષા રાખી હતી. 31 ડિસેમ્બર 2015ના રોજ અમારા 10 વૉટ્સઍપ ગ્રુપ થયાં અને 700 કરતાં વધુ સભ્યો નોંધાયા! હવે અમારી આ ઝુંબેશ ફેલાતી જાય છે. હવે પૂછો તો 287 વૉટ્સ એપ, 16 ડાયાબિટિસ પ્રીવેન્શન ગ્રુપ, એક ફેસબુક પેજ અને એક ફેસબુક ગ્રુપ-સાથે 1,00,000થી વધુ સભ્યોની સંખ્યા છે. આ ઝુંબેશમાં સભ્ય સંખ્યા એક કરોડ કરતાં વધુ કરવાનું અમારું ધ્યેય છે. મને ખાતરી છે કે આ અભિયાનના બધા ગ્રુપ લીડરોના નિરપેક્ષ પ્રયત્નોથી અમે અમારા લક્ષ્ય સુધી ચોક્કસ પહોંચીશું. આ અભિયાનના બધા ગૃપ લીડરોએ આપેલા ફાળાને- પરિશ્રમને હું કૃતજ્ઞતાપૂર્વક બિરદાવું છું. આ મારી ફરજ છે.

આ ઝુંબેશનું ધ્યેય છે- "સ્થૂળતા અને ડાયાબિટિસમુક્ત વિશ્વ." અમારા ડાયટ પ્લાનનો ફેલાવો કરવાના હેતુથી હું અને મારા લીડરો વ્યાખ્યાનો આપી સૌને માહિતગાર કરીએ છીએ. પછી તેમને વૉટ્સઍપ ગ્રુપમાં જોડાવાની વિનંતી કરીએ છીએ. ગ્રુપમાં તેઓ તેમના પ્રશ્નો, શંકાઓ વિશે પૂછી શકે છે જેનું અમે નિરાકરણ કરીએ છીએ. દરરોજ અમે એકાદ સફળ કેસ વિશે માહિતી આપીએ છીએ, ઉપરાંત ઉપયુક્ત સૂચના "શેર" કરીને સભ્યોને પ્રેરણા આપતા રહીએ છીએ. તેઓ તેમના એચબીએ1સી અને ફાસ્ટિંગ ઈન્સ્યુલિનના રિપોર્ટ "શેર" કરીને અમારા સલાહ સૂચનો મેળવી શકે છે. મને ખાતરી છે કે અમારા બધા લીડરોના અથાક પ્રયત્નોથી આજે નહીં તો કાલે અમારા ધ્યેય સુધી ચોક્કસ પહોંચીશું.

આપને આ આહાર યોજનાની માહિતી જોઈતી હોય, આ ઉપક્રમમાં સહભાગી થવું હોય અથવા કોઈપણ પ્રકારે મદદરૂપ થવું હોય તો કૃપા કરી અમારા ટીમ લીડરોનો તેમના વોટ્સએપ નંબર પર સંપર્ક કરવો. તેગની યાદી નીચે આપી છે. તમારા સહકારથી "સ્થૂળતા અને ડાયાબિટિસમુક્ત વિશ્વ"નું ધ્યેય આપણે પ્રાપ્ત કરી શકીશું, એમાં જરાય શંકા નથી.

સંપર્ક કરવા માટેની વિગતો

ક્રમ	નામ	વૉટ્સઍપ નંબર
1.	શ્રી અરુણ નાવગે, મુંબઈ	8999406017
2.	ડૉ. વેદા નલાવડે, પુણે	9545529255

3.	ડૉ. સંતોષ ઢુમણે, પુણે	9890886727
4.	ડૉ. સંગીતા પંડિત, પુણે	9822022416
5.	શ્રી. સંદીપ સોનાવણે, નાસિક	9422256450
6.	શ્રી. અમોલ ભાગવત, મુંબઈ	9757399529
7.	શ્રી. એ. જી. ચૌધરી, ઠાણે	9821862424
8.	ડૉ. અંજલિ દીક્ષિત, ઔરંગાબાદ	9423779765
9.	શ્રી. બાળાસાહેબ કદમ, ફલટણ	9422033382
10.	શ્રીમતી. શર્મિલા ઈનામદાર, ઠાણે	9769695940
11.	ડૉ. વિમલ ડોળે, લાતુર	9850056648
12.	ડૉ. નંદનવનકર, નાંદેડ	9823121986
13.	શ્રી. સંતોષ મમદાપુર, બેલગામ	9449837145
14.	શ્રી અતુલ કુલકર્ણી, સોલાપુર	9423067399
15.	ડૉ. ગિરીષા સેવક, ઠાણે	9819279273
16.	ડૉ. સુજાતા લાહોટી, ઔરંગાબાદ	9325205455
17.	શ્રીમતી અનીતા બાહેકર, ઔરંગાબાદ	9422211854
18.	શ્રી. ભરત બૈલપ્પા, બેંગ્લુરુ	9900311496
19.	ડૉ. શ્રીમતી. સીમા દહાડ, ઔરંગાબાદ	8888849809
20.	ડૉ. રાજેશ દાતે, દૌંડ	9422224298
21.	ડૉ. નિકોસે, અમરાવતી	9422912614
22.	શ્રી દીપક કુલકર્ણી, પુણે	9850217641
23.	મુક્તા ગાડગીળ, પુણે	9422171517
24.	ડૉ. શ્રીરામ ગોસાવી, પાલઘર	9028381578
25.	ડૉ. ગજાનન જત્તી, સોલાપુર	8237005707
26.	ડૉ. સુભાષ જોષી, બીડ	8275387063
27.	ડૉ. જયશ્રી કાલાની, પરભણી	9422925227
28.	ડૉ. રાજકુમાર કાલાની, પરભણી	9422176227
29.	શ્રી. રાજુ અકોલકર, નાગપુર	9096399222
30.	ડૉ. અર્ચના બિરલા, જળગાવ	9226219302
31.	ડૉ. એ. એન. મસ્કે, સોલાપુર	7030884546
32.	ડૉ. શૈલેષ નાગપુરે, વર્ધા	9503509430
33.	શ્રીમતી. શિલ્પા ઉનકુલે, પુણે	8975469006
34.	ડૉ. સુધીર ચૌધરી, ઔરંગાબાદ	9822874194
35.	ડૉ. શાલિની, ઓતૂર, પુણે	9975721202
36.	ડૉ. શર્મિલી સૂર્યવંશી, નાંદેડ	9325565009

37.	શ્રી. શિવશંકર સ્વામી, ઔરંગાબાદ	9422210371
38.	શ્રી. સાકેત દેશપાંડે, બેંગ્લુરુ	9886843808
39.	પ્રા. પ્રદીપ પાટીલ ઔરાદ, શાહજાની	7588876455
40.	શ્રીમતી. રચના માલપાણી, લાતુર	9422110282
41.	શ્રી. ઉલ્હાસ સાવજી, ઔરંગાબાદ	9049711106
42.	શ્રીમતી. વૈશાલી તોષણીવાલ, નગર	9657607268
43.	શ્રી. રવિ જગન્નાથન, ઠાણે	9819576176
44.	શ્રીમતી. રેખા મુંદડા, ધુળે	9422706111
45.	ડૉ. મનીષા ચૌરે, શિરુર	9270152610
46.	ડૉ. સંધ્યા દળે, ચેન્નાઈ	9790799599

આ અભિયાનને કારણે સાકાર થયેલી સકારાત્મક બાબતોઃ

સૌથી મહત્ત્વનું કે સમવિચારી ડૉક્ટરો અને લોકોનો સમુદાય ભેગો થયો. ‘‘વજન ઘટાડો’’ માટેની ધંધાધારી લૂંટ પર થોડો અંકુશ આવ્યો. સામાન્ય લોકોને સમજાયું કે સાદી અને સરળ રીતે વજન ઘટાડવું દરેક માટે શક્ય છે અને તેથી લોકોમાં સકારાત્મકતા જાગૃત થઈ અને વધી.

જે લોકો એક કિલોમીટર ચાલવાના વિચારથી ગભરાતા હતા તે લોકો હવે 10 કિલોમીટર કે 21 કિલોમીટર વાળી મેરેથોનમાં ભાગ લેવાનું વિચારતા થયા. કેટલાકે તો વળી ભાગ પણ લીધો. શું ખાવું અને શું નહીં એ બાબતે લોકોમાં શિસ્તનું નિર્માણ થયું. વખતો વખત આચરકૂચર ખાવાનું બંધ થયું અને આરોગ્યદાયી ખાવા પીવાની ટેવ પડી. દિવસમાં બે જ વાર જમતી વખતે ખાવા પીવા બાબતે કોઈ બંધન ન હોવાને કારણે ખાતી વખતે અગાઉ જેવી ‘‘અપરાધીપણા’’ની ભાવના રહી નહીં. બે ટંક જ જમવાનું હોવાને કારણે લોકોની સ્વાદેન્દ્રિય તીક્ષ્ણ થતાં તેઓ દરેક કોળિયાનો આનંદ અનુભવતા થયા.

ડાયાબિટિસવાળી વ્યક્તિઓમાં અપાર સકારાત્મકતા નિર્માણ થઈ. તેમણે માની લીધું હતું કે એકવાર ડાયાબિટિસ થયો કે તે જીવનભરનો તેમનો સાથી બની રહેવાનો. હવે તેમનામાં ડાયાબિટિસમુક્ત થવાની આકાંક્ષા જાગી છે. ડાયાબિટિસ પૂર્વ અવસ્થાવાળાઓને થોડાક મહિનામાં, ડાયાબિટિસમુક્ત થઈ રહેવાનો રામબાણ ઈલાજ સાંપડ્યો. આ ડાયૅટ પ્લાનને લીધે ડાયાબિટિસવાળી વ્યક્તિઓની દવા અને/અથવા દવાના કે ઈન્જેક્શનના ડોઝ ઓછા થવાથી, નિરાશ થયેલા દરદીઓને આશાનું કિરણ દેખાવા લાગ્યું.

આનંદની વાત એ કે સમાજસેવી વિચારવાળા ડૉક્ટરો આ અભિયાનમાં જોડાયા. તેમણે પોતે આ આહાર યોજના અપનાવી અને તે વિશે પોતાના મિત્રો, સગાસંબંધીઓ અને પૅશન્ટોને પણ આ વિશે માહિતી આપવા લાગ્યા. અત્રે ખાસ નોંધ લઉં કે

ઔરંગાબાદના પ્રખ્યાત ડાયાબિટિસ નિષ્ણાંત ડૉ. સંજીવ ઈંદુરકર અને પ્રખ્યાત ડાયાબિટિસ નિષ્ણાંત લાતુરના ડૉ. અષ્ટેકર બંનેએ આ ડાયૅટ પ્લાનનો અભ્યાસ તો કર્યો જ ઉપરાંત તે અંગે કરવાના વૈજ્ઞાનિક સંશોધનોમાં સક્રિય અને મૂલ્યવાન સહયોગ આપ્યો.

આ અભિયાનને લીધે એચબીએ1સી અને ફાસ્ટિંગ ઈન્સ્યુલિનની તપાસ મહારાષ્ટ્રમાં રૂઢ થઈ-લોકપ્રિય થઈ. આ અગાઉ "ફાસ્ટિંગ ઈન્સ્યુલિન"ની તપાસ કરવાનું કહેતાં, ઘણી લેબોરેટરીઓ "ફાસ્ટિંગ બ્લડ સુગર"ની તપાસ કરી નાખતા. આજે આવું બનતું નથી. બીજું મહત્ત્વનું કે આ બંને તપાસ માટેના ચાર્જીસમાં પણ નોંધપાત્ર ઘટાડો થયો છે. ત્રણ-ચાર વર્ષ પહેલાં આ તપાસ માટે રૂ. 1200/-થી રૂ. 1700/- લેવાતા તે અમારા આ અભિયાનના સતત પ્રયત્નોનાં ફળ સ્વરૂપે, મહારાષ્ટ્રમાંની બધી પ્રખ્યાત લેબોરેટરીઓ હવે આ તપાસ રૂ. 550/-થી રૂ. 700/-માં કરી આપે છે. અભિયાનની બધી પ્રવૃત્તિઓમાં કોઈપણ પ્રકારની આર્થિક લેવડદેવડ ન હોવાને કારણે જ આ શક્ય બન્યું છે.

આ ઝુંબેશ હવે જુદા જુદા 41 દેશોના 70,000થી વધુ સભ્યો સુધી સોશિયલ મિડિયા દ્વારા પહોંચી છે. યુ-ટ્યૂબ પરના મારા વ્યાખ્યાનોને આજ સુધી દોઢ કરોડ કરતાં વધુ લોકોએ રિસ્પોન્સ આપ્યો છે. અનેક શહેરો અને રાજ્યોમાં વૉટ્સએપ ગ્રુપ બનતા જાય છે. આમ આ અભિયાન વાયુવેગે દોડી રહ્યું છે.

જાડાપણું અને ડાયાબિટિસ આ બે સાંપ્રત સમયના મહત્ત્વના આરોગ્ય પ્રશ્નો છે. તેના ઉકેલ માટે આપણને એવો સાદો ઉપાય જોઈએ છે કે જે-

1. સસ્તો હોય,
2. જેના માટે કોઈ ડૉક્ટર કે નિષ્ણાતની જરૂર ન હોય,
3. જીંદગીભર અપનાવી શકાય.

હું માનું છું કે આ અભિયાન હેઠળ સૂચવેલો ડાયૅટ પ્લાનવાળો ઉપાય ઉપરની બધી શરતોમાં બંધબેસતો છે. મારી આપ સૌને નમ્ર વિનંતી કે આ આહાર યોજના વિશે પૂરી માહિતી મેળવો. તેનો ત્રણ મહિના અંગિકાર કરી તેના લાભદાયક પરિણામો જુઓ અને પછી ખાતરી થાય તો અમારી સાથે આ ઝુંબેશમાં સહભાગી થાવ. મને ખાતરી છે કે આપણા સૌના સહકાર અને અથાક પ્રયત્નોથી આપણે આપણા વિશ્વને ચોક્કસ જ **"સ્થૂળતામુક્ત અને ડાયાબિટિસમુક્ત"** બનાવી શકીશું. હું તમને અને આપણને સૌને આ ધ્યેય પ્રાપ્તિ માટે શુભેચ્છા આપું છું!!!

પ્રતિક્રિયા

સૌ. અર્ચના સરોદે, સેલવાસ, વાયા વાપી.

ઉંમર 48 વર્ષ

ડૉ. દીક્ષિત સરનો આ ડાયૅટ પ્લાન અપનાવતા પહેલાં, મેં પણ વજન ઘટાડવાના અનેક ઉપાય કરી જોયા. પરંતુ કંઈ ફેર પડ્યો નહીં. ઊલ્ટાનું, વજન વધતું જ ગયું, જૂન 2018માં મારે શૈલાબેન ચિતળેને મળવાનું થયું. વાતો વાતોમાં તેમણે મને વજન ઘટાડવા કંઈક કરે છે કે નહીં એવું પૂછ્યું. મેં જે કંઈ ઉપાયો કર્યા હતા તે બધા વિશે કહ્યું. તેમણે મને ડૉ. દીક્ષિત સરનો ડાયૅટ પ્લાન ચાલુ કરવા કહ્યું. મેં પૂછ્યું આ વળી શું છે? તેમણે મને ડૉ. દીક્ષિત સરના યુટ્યુબ પરના વિડિયો જોવાની સલાહ આપી. મેં વિડિયો જોઈ લીધા. ત્રણ દિવસ વિચાર કરીને નક્કી કર્યું કે બધું કરી છૂટયા છીએ તો આ પણ કરી જોઈએ. કંઈ ફરક પડવાનો નથી એવા પૂર્વગ્રહ સાથે, મેં આ ડાયૅટ પ્લાન 10 જૂન 2018થી શરૂ કર્યો. શરુઆતના મારા આંકડાઓ-વજન 89 કિલો, પેટનો ઘેરાવો 44 ઈંચ. શરૂઆતમાં એક અઠવાડિયું જરા આકરું લાગ્યું. ખાંડ વગરની ચા પીવાની ટેવ પાડી. શરુઆતમાં તો એ જ સમજાતું નહીં કે ભૂખ ક્યારે લાગે છે? પણ 10 દિવસમાં જમવાના બે સમય નક્કી કર્યા-સવારે 11.30 વાગ્યે અને રાત્રે 8.30 વાગ્યે. યોગાભ્યાસ કરતી જ હતી સાથે ઝડપથી ચાલવાનું પણ શરૂ કર્યું. મનમાં નક્કી કરેલું કે ત્રણ મહિના પછી જ વજન કરી જોવું. અઢી મહિના પછી એક ડૉક્ટરને ત્યાં ગઈ હતી ત્યારે અમથી જ વજનકાંટા પર ઉભી રહી. મોઢામાંથી હળવી ચીસ નીકળી ગઈ. વજનકાંટો બતાવતો હતો- 75 કિલો. આંખો ચોળીને બે-ત્રણ વાર ચેક કર્યું. યસ! મારું વજન 14 કિલો ઘટી ગયું હતું! એ પણ કંઈ પરેજી પાળ્યા વગર. બધું ખાઈ પીને! પેટનો ઘેરાવો 42 ઇંચ (બે ઈંચનો ઘટાડો) મેં મારી બધી બહેનપણીઓને આ પ્લાન વિશે જણાવ્યું. 30-35 જણી આ સાદો અને સરળ ડાયૅટ પ્લાન ફૉલો કરે છે. જ્યાં જાઉં છું ત્યાં હું ગર્વથી કહું છું કે હું ડૉ. દીક્ષિત સરનો ડાયૅટ પ્લાન કરું છું. નવેમ્બર 2019-હાલ મારું વજન 72.5 કિલો, પેટનો ઘેરાવો 38 ઇંચ, એક વર્ષથી મારી બ્લડપ્રૅશરની ગોળી બંધ કરી છે.

ડૉ. દીક્ષિત સરને ખૂબ ખૂબ ધન્યવાદ!

ભારતભાઈ પાટીલ,

ઉંમર-51 વર્ષ કેમિકલ ફેક્ટરીમાં નોકરી, વાપી (ગુજરાત)

હું 2008થી એટલે કે 11 વર્ષથી ડાયાબિટિસનો પૅશન્ટ છું. ડાયાબિટિસની ગોળીઓ અચૂક લેવા છતાં પણ રોગ કાબુમાં ન હતો. વળી વજન વધીને 92.7 કિલો થઈ ગયું હતું.

તા. 27 જાન્યુઆરી 2019ના દિવસે વાપી ખાતે ડૉ. દીક્ષિત સાહેબનું વ્યાખ્યાન સાંભળી બીજા જ દિવસે લોહીની તપાસ કરાવી તરત જ તેમનો ડાયેટ પ્લાન અપનાવ્યો. તે મુજબ સવારનો અને સાંજનો નાસ્તો સદંતર બંધ કર્યો. બે દિવસ તકલીફ પડી.

(1) તા. 28/01/19નો રિપોર્ટ- વજન- 92.7 કિલો, પેટનો ઘેરાવો- 112 સે.મી., કમરનો ઘેરાવો- 96.5 સે.મી., એચબીએ1સી-8.06 ટકા, ખાલી પેટે ઈન્સ્યુલિન- 12.2, ખાલી પેટે બ્લડ ગ્લુકોઝ-120.6, જમ્યા પછી બે કલાકે બ્લડસુગર-145.1, સરેરાશ બ્લડ ગ્લુકોઝ-154.62.

ડાયેટ પ્લાન શરૂ કર્યો ત્યારે- **Azulix MF Pioz (2+500)** રોજ 1-15 (રોજ 2)
Voglyson M -0.3 (રોજ 2), **Folci Hct** (રોજ 1)
સવારે 45 મિનિટમાં પાંચ કિમી ચાલવા જતો.
સવારે એક કપ ગ્રીન ટી, બપોરે જમવાનો સમય 12 થી 12.30.
સાંજે બે કિમી ચાલવાનું, રાત્રે જમવાનો સમય 8 થી 8.30.

વચ્ચે વચ્ચે પાણી સિવાય કંઈ નહીં. પહેલા મહિનાને અંતે મારું વજન 4.2 કિલો ઘટ્યું તેથી મારી પત્નીએ પણ આ આહાર યોજના અપનાવી.

(2) તા. 26/02/19નો રિપોર્ટ- વજન 88.5 કિલો (4.2 કિલો ઓછું થયું), પેટનો ઘેરાવો- 106 સે.મી. (6 સે.મી.નો ઘટાડો), કમરનો ઘેરાવો (93 સે.મી), એચબીએ1સી 6.2 ટકા, ખાલી પેટે ઈન્સ્યુલિન -11.35, ખાલી પેટે બ્લડ ગ્લુકૉઝ 155.98, જમ્યા પછી બે કલાકે બ્લડ ગ્લુકૉઝ 160.98, સરેરાશ બ્લડ ગ્લુકૉઝ-131.2.

(3) તા. 26/03/19નો રિપોર્ટ- વજન 86.0 કિલો (6.7 કિલો ઓછું), પેટનો ઘેરાવો-101 સે.મી. (11 સે.મી.નો ઘટાડો), કમરનો ઘેરાવો (92.5 સે.મી.), + એચબીએ1સી 6.1 ટકા, ખાલી પેટે ઈન્સ્યુલિન- 5.52, ખાલી પેટે બ્લડ સુગર 150.5, જમ્યા પછી બે કલાકે બ્લડ સુગર- 142.3, સરેરાશ બ્લડ સુગર 128.37.

બે મહિનામાં 6.7 કિલો વજન ઓછું થવાથી શરીર હળવું થયું. ડૉક્ટરે **Pioz** -15 વાળી ગોળી બંધ કરાવી. આ તબક્કે બાવન મિનિટમાં 6.2 કિમી ચાલતો, અને સાંજે બે કિમી ચાલતો.

(4) તા. 05/06/19નો રિપોર્ટ વજન-80 કિલો (12.7 કિલો ઓછું થયું), પેટનો ઘેરાવો-92 સે.મી. (20 સે.મી. ઓછો), કમરનો ઘેરાવો-90 સે.મી., એચબીએ1સી -4.7 ટકા, ખાલી પેટે ઈન્સ્યુલિન-9.19, ખાલી પેટે બ્લડ સુગર 103.6, જમ્યા પછી બે કલાકે બ્લડ સુગર-120.7, સરેરાશ બ્લડ સુગર 88.19.

ડૉક્ટરે **Voglyson** ગોળી બંધ કરાવી અને **jubiglim** (રોજ બે) ચાલુ કરાવી. આ તબક્કે 60 મિનિટમાં સાત કિમી ચાલી કાઢતો.

(5) તા. 18/06/19 અને તા. 04/07/19 ના રિપોર્ટમાં એચબીએ1સી, ઈન્સ્યુલિન, બ્લડ સુગરમાં ઘટાડો થતાં 15 જુલાઈ 19થી ડૉક્ટરે ડાયાબિટિસની બધી ગોળીઓ બંધ કરાવતાં હું ડાયાબિટિસમુક્ત થયો.

(6) તા. 30/07/19ના રિપોર્ટ પ્રમાણે વજન-76 કિલો (16.7 કિલો ઓછું), પેટનો ઘેરાવો (92 સે.મી.) (20 સે.મી. ઓછો), કમરનો ઘેરાવો 84 સે.મી. (12.5 સે.મી. ઓછો), એચબીએ1સી-4.9, ખાલી પેટે બ્લડ સુગર 114, જમ્યા પછી બે કલાકે બ્લડ સુગર 108, સરેરાશ બ્લડ સુગર 93.93.

આ રીતે છ મહિનાથી ઓછા સમયમગાળામાં મારી ડાયાબિટિસની બધી જ ગોળીઓ બંધ થઈ હું ડાયાબિટિસમુક્ત થયો. મેં મારા ઘણા મિત્રોને આ યોજના વિશે માહિતી આપી છે.

આ આહાર યોજના અને ચાલવાનો વ્યાયામ હું કાયમ-જીંદગીભર ચાલુ રાખીશ. ડૉ. દીક્ષિત સાહેબ અને તેમની ટીમ તથા શ્રી. અમોલ ભાગવત સરનો ખૂબ ખૂબ આભાર અને ધન્યવાદ!

કુમકુમબેન પાઠક, ઉંમર - 39 વર્ષ

વલસાડ (ગુજરાત)

મને 12 વર્ષથી ડાયાબિટિસ છે અને છેલ્લા ત્રણ વર્ષથી હું ઈન્સ્યુલિન ઈન્જેક્શન લેતી હતી. પરિસ્થિતિ એની એ જ ચાલતી હતી. બ્લડ સુગર 480થી 330ની વચ્ચે રહેતી હતી. તા. 27મી જાન્યુઆરી 2019ના રોજ વાપી ખાતે ડૉ. દીક્ષિત સરના વ્યાખ્યાનમાં હાજરી આપી ત્યારે જ નક્કી કરી નાખ્યું કે આ ડાયૅટ પ્લાન અપનાવવો જ. ડાયૅટ પ્લાન ચાલુ કર્યાના બે મહિનામાં જ બ્લડ સુગર 135થી 210 સુધી નીચે ઉતરી ગઈ. શરીર હળવું અને સ્ફૂર્તિવાન રહેવા લાગ્યું. શરુઆતમાં હું દિવસમાં ત્રણવાર ઈન્સ્યુલિન અને ગોળી લેતી હતી.

સવારમાં ઈન્સ્યુલિન 25 યુનિટ અને ગોળી

બપોરે ઈન્સ્યુલિન 20 યુનિટ અને ગોળી અને

રાત્રે ઈન્સ્યુલિન 25 યુનિટ અને ગોળી

જેમ જેમ બ્લડ સુગર ઓછી થતી ગઈ, ઈન્સ્યુલિનનો ડોઝ ઓછો થતો ગયો અને સપ્ટેમ્બર 2019ની શરૂઆતમાં ઈન્સ્યુલિન પૂર્ણ બંધ થઈ ગયું છે.

આ સરળ અને સાદા ડાયૅટ પ્લાનનું અને ચાલવાનું હું ચુસ્તપણે પાલન કરું છું અને કાયમ કરતી રહીશ.

ડૉ. દીક્ષિત સરને પ્રણામ અને ખૂબ ખૂબ ધન્યવાદ.

ડૉ. હિતેનભાઈ ભટ (Ph.d Chemistry)

વાપી (ગુજરાત), ઉંમર- 66 વર્ષ, વજન -74 કિલો

હું છેલ્લા પચીસ વર્ષથી ઈન્સ્યુલિનના ઈન્જેક્શન લેતો આવ્યો છું. મારા ડાયાબિટિસનું નિદાન 1993માં થયું હતું. ત્યારે મારી સારવાર મેટફાર્મિન ગોળી લેવાથી શરુ થઈ હતી.

બે વર્ષ સુધી ગોળીની સારવાર ચાલુ રહી. પછી મારા ડૉક્ટરે ઈન્સ્યુલિન ઈન્જેક્શન લેવાની સલાહ આપી અને ઈન્જેક્શનનો દોર ચાલુ થયો. છેલ્લા પાંચ વર્ષમાં ઈન્સ્યુલિન સારવાર ચાલુ હોવા છતાં બ્લડ ગ્લુકૉઝમાં વધઘટ અનુભવાતી હતી. ઘણીવાર બ્લડ ગ્લુકૉઝ ઓછું થઈ જતાં મુઠ્ઠીભર ગોળ કે ખાંડ ખાવી પડતી.

તા. 27-1-2019ના દિવસે ડૉ. જગન્નાથ દીક્ષિતનું "એફર્ટલેસ વેઈટલૉસ ઍન્ડ ડાયાબિટિસ પ્રીવેન્શન" વિશેનું વ્યાખ્યાન ધ્યાનથી સાંભળી મનમાં જે શંકા હતી તે વિશે પૂછી સમાધાન થયું. તરત મારા ડૉક્ટર સાથે આ આહાર યોજના વિશે ચર્ચા કરી. તેમણે મને કહ્યું કે આ ડાયૅટ પ્લાન તમે અનુસરી શકતા હો તો શરુ કરો.

હું આ ડાયૅટ પ્લાન શરુ કરવા કટિબદ્ધ હતો આથી 10મી ફેબ્રુઆરી, 2019થી આ પ્લાન અપનાવવાનું શરુ કર્યું. શરુઆતમાં બે સમયના ભોજન વચ્ચે ભૂખની અનુભૂતિ થતા, હું ટમેટું ખાઈ લેતો અથવા છાશ પી લેતો. ધીરેધીરે ત્રણ મહિના પછી મારું વજન 69 કિલો થયું એટલે કે પાંચ કિલો ઘટી ગયું. ડૉક્ટરની સલાહ મુજબ ઈન્સ્યુલિનના યુનિટમાં ઘટાડો કર્યો. સાથે ગોળી શરુ કરી. આહાર યોજનાનું ચુસ્તપણે પાલન કરતાં કરતાં, શરીર હલકું અને સ્ફૂર્તિસભર થતું જણાયું.

ડાયૅટ પ્લાન શરુ કર્યો પછી આઠ મહિનાના અંતે એટલે કે નવેમ્બર, 2019માં મારું વજન 61.5 કિલો થયું. કુલ વજન ઘટાડો 12.5 કિલો. જમ્યા પછીની બ્લડ સુગર 140ની આસપાસ રહે છે. સૌથી મહત્વનું કે છેલ્લા એક મહિનાથી ઈન્સ્યુલિન ઈન્જેક્શન લેવાનું સદંતર બંધ છે. હાલ ફક્ત ઈસ્ટામેટ ગોળી ડૉક્ટરની સલાહ મુજબ લેવાનું ચાલુ છે.

જો હું વ્યાખ્યાન સાંભળવા હાજર ન રહ્યો હોત તો આજે પણ ઈન્સ્યુલિન ઈન્જેક્શનની જ સારવાર લેતો હોત. ડૉ. શ્રી જગન્નાથ દીક્ષિત અને તેમની ટીમને અનેક શુભેચ્છાઓ અને તેમનો ખૂબ ખૂબ આભાર.

હવે મારો ડાયૅટ પ્લાન જીવનભર ચાલુ રહેશે જ અને શારીરિક આરોગ્ય સુધરતું રહેશે... ધન્યવાદ!!!

ડૉ. તુષાર બંડગર

એમડી (જનરલ મેડિસિન), ડીએમ (એન્ડોક્રિનોલોજી)

કન્સલ્ટન્ટ ડાયાબિટિસ નિષ્ણાત અને એન્ડોક્રિનોલૉજિસ્ટ પ્રોફેસર, ડિપાર્ટમેન્ટ ઑફ એન્ડોક્રિનોલૉજી, કે.ઈ.એમ. હૉસ્પિટલ, મુંબઈ.

આપે લખેલા "વિનાસાયાસ વેટલૉસ" પુસ્તક બદ્દલ હાર્દિક અભિનંદન! સામાન્ય વ્યક્તિને સમજાય એવી સાદી સરળ ભાષામાં ખૂબ સુંદર રીતે લખાયેલું અને સંકલિત કરાયેલું પુસ્તક છે. સામાન્ય માણસને રોજીંદા જીવનમાં ઉપયોગી અને વ્યવહારુ સૂચનાઓ અને વૈજ્ઞાનિક જ્ઞાનનો સુંદર સુમેળ આ પુસ્તકમાં છે. ભારતીય લોકોની જીવનશૈલી સાથે સંબંધિત વિવિધ રોગોમાંની ઈન્સ્યુલિન

રેઝિસ્ટન્સની ભૂમિકા સર્વજ્ઞાત છે. ઈન્સ્યુલિન રેઝિસ્ટન્સનો પ્રતિબંધ કરવા માટે આ પુસ્તકમાં વિગતવાર સમજાવેલો, સીધો -સાદો, વહેવારુ અને સસ્તો ઉપાય ખૂબ જ પરિણામકારક છે.

અંતમાં, ''વધુ કૅલેરીવાળો ખોરાક ખાવાનું ટાળો, જેથી શરીરમાં ચરબીનો સંગ્રહ ન થાય'' એ નિરોગી જીવનનો મંત્ર છે, તે ધ્યાનમાં રાખો.

અરૂણ લક્ષ્મણ નાવગે, ઉંમર 57 વર્ષ

મૅકેનિકલ એન્જિનિયર

નોકરીના શરુઆતના વર્ષોમાં મલ્ટિનેશનલ કંપનીની કેન્ટીનનું હાઈ કૅલેરી ધરાવતું ભોજન અને પછી કોઈપણ બંધન વગર જે મળે, જે ભાવે, જ્યારે મળે ત્યારે ઝાપટી જવાની આદતને કારણે મારું 75 કિલો (સ્ટાન્ડર્ડ વજન) વજન વધીને 87 કિલો ક્યારે થયું તે સમજાયું જ નહિ. મેદાની રમતો, જીમમાં જવું, હાયકિંગ, ટ્રેકિંગ વગેરે પ્રવૃત્તિઓમાં હું બહુ એક્ટિવ રહેતો તેથી મારું વજન સ્થિર રહેતું. ડિસેમ્બર 2014માં થયેલા બાઈક એક્સિડન્ટ પછી લિગામેન્ટના ઓપરેશન બાદ બધી એક્ટિવિટી થંભી જતાં વજન વધીને 93 કિલો અને પેટનો ઘેરાવો 40 ઈંચ થયો.

ફેબ્રુઆરી 2017માં પત્નીના આગ્રહથી આંધ્રપ્રદેશના કર્દળી વનની જાત્રાએ ગયો હતો. ત્રણ દિવસના કાર્યક્રમ દરમિયાન શ્રી. અમોલ ભાગવતનો પરિચય થયો. મને પડતી તકલીફ જોઈને તેમણે મને ડૉ. દીક્ષિત સાહેબના ડાયૅટ પ્લાન વિશે વાત કરી. જાત્રાથી પાછા ફરી એચબીએ1સી અને ફાસ્ટિંગ ઈન્સ્યુલિન ટેસ્ટ કરાવડાવી તેના રિપોર્ટ્સ ડૉ. દીક્ષિત સાહેબને મોકલ્યા. એચબીએ1સી 6.2 ટકા અને ફાસ્ટિંગ ઈન્સ્યુલિન 8.5, જેનો અર્થ હું ડાયાબિટિસ પૂર્વ અવસ્થાવાળો પેશન્ટ બન્યો. ડૉ. દીક્ષિત સાહેબના ડાયૅટ પ્લાન પ્રમાણેની બધી સૂચનાઓનું પૂર્ણપણે પ્લાન કરવાનું નક્કી કર્યું. સર્જરીને લીધે 45 મિનિટમાં 4.5 કિ.મી. ચાલી શકવા વિશે શંકા હતી જ. બે જ વખત જમવા બાબતે થોડી તકલીફ પડી, પણ બે અઠવાડિયામાં ટેવ પડી ગઈ. આ દરમિયાન પેટનો ઘેરાવો એક ઈંચ ઓછો થયો. મારો ઉત્સાહ વધ્યો. ચાલવાનું અંતર ધીમે ધીમે વધારતો ગયો. એક મહિનાના અંતે હું 70 મિનિટમાં સાત કિ.મી. ચાલવા માંડ્યો. આનાં સારાં પરિણામ દેખાવા લાગ્યાં. ત્રણ મહિના પછીની મારી સફળતાની વાર્તા આ પ્રમાણે-

એચબીએ1સી- 5.7 ટકા, વજન- 83 કિલો, પેટનો ઘેરાવો- 38 ઈંચ.

જો કે ફાસ્ટિંગ ઈન્સ્યુલિન વધીને 14.5 થયું હતું. ફરીથી નવા ઉત્સાહથી ડાયૅટ પ્લાન ચાલુ જ રાખ્યો.

પછીના બે મહિનામાં વજન-75 કિલો, પેટનો ઘેરાવો- 36 ઈંચ, એચબીએ1સી- 5.4 ટકા, ફાસ્ટિંગ ઈન્સ્યુલિન-5.6.

આનો અર્થ કે હું ડાયાબિટિસમુક્ત તો થયો જ, પણ વજન પણ ઊંચાઈ અનુસાર યોગ્ય એટલું થયું.

કર્દળી વન જાત્રા વખતે મિત્રો બનેલા 50 વર્ષની ઉપરના અમે "યુવાનો"એ ત્યારબાદ સપ્ટેમ્બર 2017માં સ્વર્ગરોહિણી ટ્રેક અને જાન્યુઆરી 2018માં ગિરનારની જાત્રા સફળતાથી પાર પાડી. આ બધું સુખ મને આ આહાર-યોજના અપનાવવાથી મળ્યું, અને ટ્રુ કોલરની કૃપાથી મારા નામ આગળ "ડૉ." લાગી ગયું. છેલ્લા નવ મહિનાથી હું ડૉ. દીક્ષિત સાહેબના મિશન સાથે જોડાયેલો છું અને શક્ય એટલી અને એવી રીતે મદદરૂપ થઈ વધારેમાં વધારે લોકો સુધી પહોંચવા પ્રયત્ન કરું છું. છેલ્લાં પાંચ મહિનાથી મારું વજન 73 કિલો પર સ્થિર છે (કુલ 20 કિલોનો ઘટાડો) અને પેટનો ઘેરાવો 32 ઇંચ પર (કુલ આઠ ઇંચ ઘટાડો). રિટાયર્ડ થયા પછીનું મારું ધ્યેય મેં નક્કી કર્યું છે "સ્થૂળતા મુક્ત અને ડાયાબિટિસમુક્ત ભારત અને દુનિયા."

ડૉ. વંદના ગાંધી

ગાયનેકોલૉજિસ્ટ, ગાંધી હૉસ્પિટલ, અકલૂજ

ડૉ. દીક્ષિત સાહેબના ઉમદા અભિયાન "વેટલૉસ અને ડાયાબિટિસ પ્રતિબંધ" માટે તેમની સમર્પણ ભાવના અને યોગદાન બદ્દલ જેટલી પ્રશંસા કરીએ એટલી ઓછી છે. તેમના આ ડાયટ પ્લાનનો ચુસ્તપણે અમલ કરવાથી અનેક લોકોને ઉત્તમ ફાયદો થયો છે.

હું સ્ત્રી રોગ તજ્ઞ હોવાથી રોજ પીસીઓડીથી પીડાતી બધી ઉંમરની ઘણી સ્ત્રીઓ મારા જોવામાં આવે છે. જાડાપણું/ સ્થૂળતાથી આગમાં તેલ રેડવા જેવી પરિસ્થિતિ થાય છે. ડૉ. દીક્ષિત સરનું "વિનાસાયાસ વેટલૉસ" પુસ્તક વાંચીને અને તેમનું વ્યાખ્યાન સાંભળીને મેં, મારે ત્યાં આવતી ગર્ભધારણા થવામાં તકલીફવાળી, ખાસ કરીને સ્થૂળ અને પીસીઓએસથી પીડાતી મહિલાઓ માટે તેમનો ડાયટ પ્લાન વાપરવાનું ઑગસ્ટ 2016થી શરૂ કર્યું.

ડૉ. જે. વી. દીક્ષિત સાહેબના માનમાં આ પદ્ધતિને મેં "જે. વી. પદ્ધતિ" એવું નામ આપ્યું છે. મારી નોંધ અને નિરીક્ષણ પ્રમાણે, પ્રમાણિકતાથી આ ડાયટ પ્લાન અનુસરતી મહિલાઓનું વજન લગભગ 8-10 કિલો જેટલું ઘટ્યું છે. ઉપરાંત તેમાંની કેટલીક મહિલાઓમાં વગર દવાએ બીજાંડ નિર્માણ થાય છે. ચાર-પાંચ મહિને માસિક આવતી મહિલાઓનું માસિક નિયમિત થયું છે. 30-40 પીસીઓડી પીડિત મહિલાઓમાંથી બે મહિલા ગર્ભવતી થઈ છે. મને ખાતરી છે કે આ "જે. વી. પદ્ધતિ"થી ફક્ત વજન જ ઓછું થયું છે એવું નથી પરંતુ નૈસર્ગિક હોર્મોનલ સંતુલન પણ પ્રસ્થાપિત થયું છે. આ સિદ્ધાંત અંગે વ્યવસ્થિત નોંધ અને સંશોધન ખૂબ જરૂરી છે. સ્થૂળતા બાબતે આ ડાયટ પ્લાનથી ખૂબ સારાં પરિણામો મળી

શકશે. ઘણી પીસીઓડી પીડિત સ્ત્રીઓ ડૉ. દીક્ષિત સરના માર્ગદર્શન પ્રમાણે આ "વિના પ્રયાસ વેઈટ લોસ ડાયૅટ પ્લાન" અપનાવી માતૃત્વ ધારણ કરી શકશે. તેમના આ અભિયાનને મારી અનેક શુભેચ્છાઓ!!!

ડૉ. મુકુંદ કરંબેળકર, વય 62 વર્ષ
ગાયનેકોલોજીસ્ટ, ચાળીસગાવ (મહા.)

ડૉ. દીક્ષિત સરના આગ્રહવશ હું મારી "સક્સેસ સ્ટોરી" લખવા બેઠો ત્યારે મારું આખું જીવન, ફિલ્મની જેમ મારી નજર સામે સરકતું ગયું. વીસેક વર્ષની ઉંમરે મારી ઊંચાઈ 162 સે.મી. હતી. વજન 51-52 કિલો. મેડિકલ કોલેજના 8-10 વર્ષ પૂરા થતા સુધીમાં 55-56 કિલો થયું. 29મા વર્ષે પ્રેક્ટિસ શરૂકરી અને એ જ અરસામાં લગ્ન થયાં. તે સમય દરમિયાન મને સૂકી ખાંસી થઈ. તેથી દવામાં સ્ટિરોઈડ્ઝ લીધું અને મારું વજન 65-66 કિલો સુધી ગયું. કોઈકવાર કસરત કરતો તો ક્યારેક ડાયેટિંગ કરતો, મૂડ પ્રમાણે! વજન 65થી 68ની વચ્ચે સ્થિર રહેતું. 50 વર્ષની ઉંમર થતાં સુધીમાં વધીને 72-73 કિલો થયું. ત્યારે એકવાર છાતીમાં દુખાવો ઉપડ્યો. બધી લેબ ટેસ્ટ કરાવી તે નોર્મલ આવી, પણ એ ઝટકો મને ડરાવી ગયો. ડાયૅટ આમ તેમ કરીને અને સ્વિમિંગ કરીને વજન 62 કિલો સુધી ઘટાડ્યું. તે લગભગ બે-ત્રણ વર્ષ ટકી રહ્યું. 50થી 60 વર્ષની ઉંમર દરમિયાન જુદા જુદા તાણ-તણાવ સહન કરતાં કરતાં ધીરે ધીરે ખાવાનો ચસકો/વ્યસન વળગ્યું અને વધતું ગયું તેનું ધ્યાન રહ્યું નહીં. બિસ્કિટો, સિંગદાણા, મકાઈ, વડા પાઉં, પિત્ઝા, આઈસક્રીમ,પનીર, બહારનું ખાવાનું-આ-અને-તે-એમ બધું આઉટ ઑફ કન્ટ્રોલ ગયું અને વજન 76 કિલો પાર કરી ગયું. પૅન્ટ્સ નવી સીવડાવવી પડી- પેટનો ઘેરાવો 38.5 ઈંચ!

આવામાં લગભગ છ મહિના પહેલાં-બરાબર બાવીસમી જુલાઈ 2017ને દિવસે ચાળીસગાવમાં ડૉ. દીક્ષિત સરનું વ્યાખ્યાન સાંભળવાની તક મળી. કુતૂહલવશ એચબીએ1સી અને ફાસ્ટિંગ ઈન્સ્યુલિનની ટેસ્ટ કરાવી. એચબીએ1સી 5.96 અને ફાસ્ટિંગ ઈન્સ્યુલિન 11.6!! "ડાયાબિટિસ પૂર્વ અવસ્થા" હું ગભરાયો. પછી મેં ડૉ. દીક્ષિત સરનો ડાયૅટ પ્લાન ગંભીરતાથી શરૂકર્યો. આમ તો ડૉ. જિચકાર મારાથી બે વર્ષ સિનિયર. તે સમયે ડાયૅટ પ્લાન વિશે ખબર હતી. પછી જુદી જુદી વ્યક્તિઓના મોઢે વાત સાંભળી હતી પણ ડૉ. દીક્ષિત સરને મોઢે સાંભળ્યું ત્યારે તેમનો અનુભવ, તેમની ઉત્કટતા, તેમના વૈજ્ઞાનિક પ્રયોગો-એ બધી વાતો સીધી દિલમાં ઉતરી ગઈ અને મને થયું કે એમની વાત માનવા જેવી છે. બસ-પછીના ત્રણ મહિનામાં ઘણો ફરક પડી ગયો.

વજન 76 પરથી 67 કિલો થયું. પેટનો ઘેરાવો 38.5 ઈંચથી ઘટીને 35.5 થયો. પૅન્ટ્સ ઢીલી પડી તેને ટાઈટ કરાવવી પડી. ફાસ્ટિંગ ઈન્સ્યુલિન 11.6થી 8.67 થયું પણ એચબીએ1સી વધીને 6.1 થયું. જરાપણ ખંચકાટ વગર ડૉ. દીક્ષિત

સરને કન્સલ્ટ કર્યા. તેમણે પૂછયું "કસરત કરો છો?" મેં હા પાડી કહ્યું, "હું અગાશી પર ક્યારેક 45 મિનિટ ચાલું છું" તેમણે હસીને કહ્યું, "એવું નહીં ચાલે. દરરોજ 45 મિનિટમાં 4.5 કિ.મી. ચાલવું જોઈએ તો જ કસરત કરી ગણાશે." મેં હેલ્થ ઍપ ડાઉનલોડ કરી. સિરિયસલી ચાલવાનું શરૂ કર્યું ચેક કર્યું. જોયું તો 45 મિનિટમાં હું ફક્ત 3.5 કિમી ચાલતો હતો (હવે હું 45 મિનિટમાં 5.5 કિમી ચાલું છું) પછી ફરક પડ્યો. 11મી જાન્યુ. 2018-વજન 65.5 પેટનો ઘેરાવો 35 ઇંચ, એચબીએ1સી 5.6 ટકા અને ફાસ્ટિંગ ઈન્સ્યુલિન 11.8

હવે પછી ગંભીરતાપૂર્વક આ ડાયટ પ્લાન જીવનભર ચાલુ રાખવાનું નક્કી કર્યું છે. હું મારા પૅશન્ટોને પણ આ પ્લાન સમજાવીને અપનાવવા કહું છું. ફક્ત ડાયાબિટિસ માટે જ નહીં પણ થાયરોઈડ, માસિકધર્મને લગતી અને બીજી અનેક સમસ્યાઓ માટે આ પ્લાન ઉપયોગી છે. આપણું જીવન ફક્ત નિરોગી જ નહીં પણ આનંદદાયી, ઉત્સાહી અને સમૃદ્ધ બને છે. દીક્ષિત સર, આ પ્લાન ગંભીરતાથી અપનાવનારને ગ્રુપ પર કે પછી વ્યક્તિગત પ્રોત્સાહન અને માર્ગદર્શન આપે છે જે ખૂબ મહત્ત્વનું છે. તેમની ટીમમાં સહભાગી થવાનો મને મોકો મળ્યો તેનો મને ગર્વ છે. તેમનો હૃદયપૂર્વક આભાર.

સૌ. સુનીતા મહાદેવ પાલવે-બડે, પ્રાથમિક શિક્ષક

તા. પાથર્ડી, જિ. અહમદનગર

ડૉ. દીક્ષિત સાહેબનું યુટ્યૂબ પરનું લેકચર સાંભળીને આ ડાયૅટ પ્લાન મેં ચોથી નવેમ્બર, 2017થી શરૂ કર્યો. ત્રીજી ફેબ્રુઆરી 2018ના રોજ ત્રણ મહિના પુરા થયા. આ પ્લાન શરૂ કર્યો ત્યારે મારું વજન 72 કિલો હતું. પહેલા મહિનાને અંતે મારું વજન 72થી ઘટી 69 થયું. બીજા મહિને 66 થયું ત્રીજા મહિને 64 થયું. બીજા 15 દિવસ પછી 62 થયું. આ રીતે કુલ 10 કિલો વજન ઘટ્યું. છેલ્લા 17 વર્ષથી ઘણા ઉપાયો કર્યા પણ વજન ઘટતું જ ન હતું. આ પ્લાનથી મારામાં ઘણી ચેતના આવી છે.

આ પ્લાન અપનાવ્યો ત્યારથી- મારી અપચાની તકલીફ પૂર્ણ રીતે દૂર થઈ, ઘૂંટણનું દર્દ મટી ગયું, ચાલવાની ઝડપ વધી ગઈ, ઉત્સાહ અને આત્મવિશ્વાસ વધ્યો, શરીર હળવુંફૂલ બન્યું-ફ્રેશનેસ વધી, વચ્ચે વચ્ચે ખાવાની ખરાબ ટેવ છૂટી ગઈ, ચા પીવાનું લગભગ બંધ થઈ ગયું.

મારા અનુભવ સાંભળીને અમારા યોગ ક્લાસમાંથી 20 મહિલાઓએ અને મારા ઘણા સગા-સંબંધીઓ અને બહેનપણીઓએ આ ડાયૅટ પ્લાન શરૂ કર્યો છે. આ આહાર યોજના શરૂ કર્યાના બે મહિના પછી લોહીની તપાસ કરાવી. એચબીએ1સી 5.7 અને ફાસ્ટિંગ ઈન્સ્યુલિન 2.56 આવ્યું.

મારી ઊંચાઇને અનુરૂપ હજુ નવ કિલો વજન ઓછું કરવું છે. તે હું સહેલાઇથી કરીશ એવું આત્મવિશ્વાસથી કહું છું. ડૉ. દીક્ષિત અને તેમની ટીમની પ્રશંસા કરીએ

એટલી ઓછી ગણાય. હું આ સૌના નિઃસ્વાર્થ અને ઉમદા કાર્યને નમન કરું છું. હું પણ જીવનભર આ આહાર યોજનાને વળગી રહીને બીજાઓને તેને અપનાવવાની પ્રેરણા આપતી રહીશ.

એ. એન. રામચંદ્ર

કર્ણાટક દરિયાપટ્ટીનાા એક નાનકડા શહેરમાં કેન્દ્રીય સરકારી સંસ્થામાં નોકરી.

ચક્કર આવતાં ઓફિસમાં હું પડી ગયો ત્યારથી આ વાત શરુ થાય છે. (હાઈપર એસિડીટીને લીધે એવું બન્યું) મને અમારા ફેમિલી ડૉક્ટરે બધી તપાસ કરાવી લેવા કહ્યું. બધી ટેસ્ટનાં રિપૉર્ટ નૉર્મલ આવ્યા પણ બ્લડ સુગર 300 એમજી ટકા થઈ હતી અને મને ડાયાબિટિસ થયાનું લેબલ લાગ્યું. એચબીએ1સી 10.5 ટકા આવ્યું. હું નાનકડા શહેરમાં રહેતો હોવાથી બેંગલોર જઈને એક અદ્યતન લેબોરેટરીમાં બધી ટેસ્ટ ફરીવાર કરાવી. એચબીએ1સી 11.5 ટકા આવ્યું (આશ્ચર્યની વાત-પણ સત્ય). મારા એક તજ્ઞ ડૉક્ટર મિત્રએ કહ્યું કે "બ્લડ સુગર ઓછી કરવી હોય તો તારે ઈન્સ્યુલિનના ઈન્જેકશનો લેવા પડશે."

આ વાત એપ્રિલ 2017ની તેના થોડા દિવસો અગાઉ મારા એક બીજા મિત્ર પાસેથી ડૉ. દીક્ષિત સાહેબની આહાર-યોજના વિશે જાણવા મળ્યું હતું. મેં તરત જ ડૉ. દીક્ષિત સાહેબનો સંપર્ક કર્યો. તેમણે મારી વાત ધ્યાનથી સાંભળીને મને ડાયૅટ પ્લાન વિશે સમજાવ્યું, અને એક આગાહી કરી, "તું હાલ જ ડાયાબિટિસવાળો થયો છે. જો આ આહાર યોજનાનું ચુસ્તપણે પાલન કરીશ તો આ દિવાળી સુધીમાં એટલે કે ઑક્ટોબર 2017 સુધીમાં તું આ સંકટમાંથી છૂટી જઈશ." તો મેં 24 એપ્રિલ 2017થી આ આહાર યોજના અપનાવી.

શરુઆતના ટેસ્ટ રિપોર્ટ આ પ્રમાણે- એચબીએ1સી- 11.5 ટકા ફાસ્ટિંગ ઈન્સ્યુલિન- 3.66, પેટનો ઘેરાવો- 40 ઇંચ, વજન-77 કિલો.

શરુઆતમાં થોડીક મુશ્કેલી પડી પણ પછી આ આહાર યોજનાને પ્રામાણિકપણે વળગી રહ્યો. (અ) રોજ સવારે સાત કિ.મી. ચાલવું, (બ) સવારે 7.45 વાગ્યે જમવાનું, (ક) બપોરે 1.45 વાગ્યે જમવાનું. ત્યાર બાદ રાત્રે કે અધવચ્ચે કંઈ ખાવાનું નહીં. ભૂખ વધારે પડતી લાગે તો થોડુંક મીઠું નાખી લીંબુનો રસ પીવાનો.

આ ડાયૅટ પ્લાનનું હું ચુસ્તપણે પાલન કરતો જ હતો છતાં લોહીની તપાસ કરાવવાનું ટાળતો હતો. ડૉ. દીક્ષિત સરના વારંવાર કહેવા પછી આખરે ચાર મહિને મેં બધી ટેસ્ટ કરાવી.

મારી ફાસ્ટિંગ બ્લડ સુગર 289 mg/dl પરથી ઘટીને 125.5 mg/dl થઈ અને એચબીએ1સી 11.5 ટકા પરથી ઘટીને 5.05 ટકા થયું. વજન 74 કિલોની આસપાસ રહ્યું. ફાસ્ટિંગ ઈન્સ્યુલિન3.66 પરથી ઘટીને 2.7 થયું. આ ખરેખર ચમત્કાર જ કહેવાય. મેં લેબવાળાને પૂછ્યું પણ ખરું કે "ભાઈ, કોઈ બીજાના બ્લડ સૅમ્પલ

સાથે અદલાબદલી તો નથી થઈ ને?'' તેણે ખાતરીપૂર્વક કહ્યું, ''ના, આ તમારા જ બ્લડ રિપોર્ટ છે.'' થોડા મહિનામાં જ હું મોટા સંકટમાંથી વગર દવાએ મુક્ત થઈ ગયો.

ડૉ. દીક્ષિત સરની સલાહ મુજબ ફરીથી નવેમ્બર 2017માં બધી ટેસ્ટ કરાવી, તો એચબીએ1સી 5.15 ટકા અને ફાસ્ટિંગ ઈન્સ્યુલિન એકથી ઓછું આવ્યું. ડૉ. દીક્ષિત સરના કહેવા મુજબ આ સારાં ચિહ્નો કહેવાય. મારું વજન 72-73 કિલો સ્થિર રહે છે (જે પહેલાં 77 કિલો હતું). પેટનો ઘેરાવો 36 ઇંચ (અગાઉનો 40 ઇંચ). મને માર્ગદર્શન આપ્યા બદલ ડૉ. દીક્ષિત સરનો ખૂબ ખૂબ આભાર. આ ડાયૅટ પ્લાન હું આજીવન પાળીશ.

નિલેશ મહાજન

મેનેજર, યુનિયન બૅન્ક ઑફ ઈન્ડિયા,

નાશિક, ઉંમર 33 વર્ષ, ઊંચાઈ 172 સે.મી.

હું આ આહાર યોજનાનો મોટો લાભાર્થી છું. સાતમી ઑગસ્ટ 2017ના રોજ મને ડાયાબિટિસ થયો હોવાનું નિદાન થયું. તે દિવસે મારી ફાસ્ટિંગ સુગર 255 અને જમ્યા પછીની સુગર 368 હતી.

અમારા રિજનલ હેડ શ્રી વિનાયક ટેંભુર્ણે સાહેબે મને ડૉ. દીક્ષિત સરના ડાયૅટ પ્લાન વિશે માહિતી આપી. મેં એચબીએ1સી અને ફાસ્ટિંગ ઈન્સ્યુલિનની તપાસ કરાવી તેનાં રિઝલ્ટ જોઈ મને આઘાત જ લાગ્યો. એચબીએ1સી 11.80 ટકા અને ફાસ્ટિંગ ઈન્સ્યુલિન 8.00, પેટનો ઘેરાવો 42 ઇંચ અને વજન 81 કિલો. પછી ડૉ. દીક્ષિત સરના માર્ગદર્શન હેઠળ, કોઈપણ દવા લીધા વગર તા. 11-08-2017 થી મેં આ ડાયૅટ પ્લાન શરૂકર્યો, અને દર અઠવાડિયે બ્લડ સુગર તપાસ કરાવતો રહ્યો. આશ્ચર્યની વાત એ કે એક જ અઠવાડિયામાં બ્લડ સુગરનું પ્રમાણ નૉર્મલ થયું. પછી એચબીએ1સી અને ફાસ્ટિંગ ઈન્સ્યુલિનની તપાસ દર મહિને કરાવી. તા. 11-09-2017 ના રોજ એચબીએ1સી 9.00, ફાસ્ટિંગ ઈન્સ્યુલિન- 8.9, પેટનો ઘેરાવો-40 ઇંચ, વજન 78 કિલો.

તા. 11-10-2017ના રોજ એચબીએ1સી 7.20, ફાસ્ટિંગ ઈન્સ્યુલિન 4.9, પેટનો ઘેરાવો 40 ઇંચ,વજન 78 કિલો.

અને આજે (11-11-2017) એચબીએ1સી 5.60, ફાસ્ટિંગ ઈન્સ્યુલિન 11.56, પેટનો ઘેરાવો 40 ઇંચ, વજન 77 કિલો.

અને આ રીતે ફક્ત ત્રણ જ મહિનામાં હું ડાયાબિટિસમુક્ત થયો. આ બધું કરતો અને રોજ એક કલાકમાં સાડા પાંચથી છ કિ.મી. ચાલવાની સાથે આ ડાયૅટ પ્લાનનું ચુસ્તપણે પાલન કરતો. હું ડૉ. દીક્ષિત સર તથા તેમની ટીમનો અત્યંત આભારી છું.

રાજીવ ખન્ના, થાણે

AGનો ખૂબ ખૂબ આભાર કે જેમણે મને ડૉ. દીક્ષિત સરના ડાયૅટ પ્લાન વિશે માહિતી આપી. એક સક્રિય ટીકાકારથી નમ્ર અનુયાયી બનવાનો આ પ્રવાસ નાટ્યાત્મક કહેવાય.

કેટલાક આંકડા રજૂ કરતાં ઘણો આનંદ થાય છે. વજન - 31 જાન્યુઆરી 2017- 91 કિલો, 10 ડિસેમ્બર 2017-75 કિલો. વધારાની બધી ચરબી ગાયબ, પેટના ઘેરાવામાં ઘટાડો-ચાર ઇંચ. એનાથી મારી દોડવાની ક્ષમતા સુધરી એટલું જ નહીં પરંતુ જીવનના દરેક ક્ષેત્રમાં કાર્યક્ષમતા સુધરી.

શરુઆતમાં આ જરા અઘરું લાગ્યું (ભૂખ લાગવાથી અનુભવાતી વેદના અને સ્વાદિષ્ટ વાનગીઓની યાદ) પણ દૃઢ નિશ્ચય અને પાકો વિશ્વાસ રાખ્યો. ધીરે ધીરે શરીરને આ આહાર યોજના સાથે ફાવી ગયું. સવારનો નાસ્તો છોડવાનું અઘરું લાગ્યું નહીં.

ધીરે ધીરે, દોડવાનું સહેલું થતું ગયું. શરીરમાં શક્તિનો સંચાર વધ્યો. અને બેશક, દોડવાના સમયમાં સુધારો થયો...

પરિણામ : ''હાફ મેરેથૉન દોડ''નો પહેલાંનો સમય બે કલાક 27 મિનિટને બદલે બે કલાક એક મિનિટમાં પૂરી કરી અને ''પૂર્ણ મેરેથોન દોડ''નો પહેલાંનો સમય પાંચ કલાક 51 મિનિટને બદલે ચાર કલાક 51 મિનિટમાં સમાપ્ત. આમ ''દોડ''ના સમયમાં જોરદાર સુધારો થયો.

મને પ્રેરણા કેવી રીતે મળતી રહી? તો આ ગ્રુપ પર રોજ પ્રસિદ્ધ થતી સફળતાપૂર્ણ વાતો, બીજા સભ્યોના અનુભવ અને સદા સ્વીકાર્ય એવી આહાર યોજનાઃ-

હું જાણું છું કે લોકો વજન ઓછું કરવા પાછળ હજારો રૂપિયા ખર્ચે છે પણ આ એક ગ્રુપ એવું છે, જે કોઈપણ ફી વગર, ખાવા-પીવાની/આહારની સારી ટેવો વિશે માહિતી આપે છે. દરેક વ્યક્તિએ આ ડાયૅટ પ્લાન અપનાવવો જોઈએ. આપણા સૌનો આભાર અને આવું મહાન સામાજીક ઉપક્રમ ચલાવવા બદલ ડૉ. દીક્ષિત સરને ધન્યવાદ!

સુહાસ વૈરાટ

માર્કેટિંગ વિભાગમાં નોકરી, પુણે.

ઉંમર 34 વર્ષ ઉંચાઈ 165 સે.મી.

મારા સહકારી શ્રી. પટેલ/ માળવે/ પ્રભાકર કુલકર્ણી પાસેથી આ ડાયૅટ પ્લાન વિશે માહિતી મળી. શરૂઆતમાં એચબીએ1સીની ટેસ્ટ કરાવતાં 8.14 ટકા જેટલું ઊંચું પ્રમાણ આવ્યું તેનું આશ્ચર્ય થયું. તા. 13 માર્ચ 2017ના રોજ કરાવેલી તપાસનાં પરિણામો- વજન 64 કિલો પેટનો ઘેરાવો- 32 ઇંચ, એચબીએ1સી-8.14 ટકા ફાસ્ટિંગ ઈન્સ્યુલિન-2.02.

તા. 21 મે 2017નાં પરિણામો- વજન 60 કિલો, પેટનો ઘેરાવો 30 ઇંચ, એચબીએ1સી 6.80 ટકા, ફાસ્ટિંગ ઇન્સ્યુલિન 4.74.

આ ત્રણ મહિના દરમિયાન હું 45 મિનિટથી 60 મિનિટ સુધી ચાલતો/ દોડતો/ યોગાભ્યાસ કરતો. જમવાનો સમય બપોરે એક વાગ્યે અને રાત્રે 10 વાગ્યે રહેતો. ભોજનમાં ગળ્યા પદાર્થો બિલકુલ બંધ કર્યા હતા. ત્યાર પછી કસરત કરવામાં ભંગ પડવાથી ઑગસ્ટ 2017માં મારું એચબીએ1સી 7.5 ટકા થયું. ત્યારે મેં થોડાક કઠોર ઉપાય કર્યા અને આહાર નિયંત્રણ કડક કર્યું.

તા. 10 ઑક્ટોબર 2017નાં પરિણામો- વજન 57 કિલો, એચબીએ1સી 5.9 ટકા, ફાસ્ટિંગ ઇન્સ્યુલિનની ટેસ્ટ કરાવી નહોતી.

હાલમાં જ મેં ગ્લુકૉઝ ટોલરન્સ ટેસ્ટ (જીટીટી) કરાવી- (જેમાં ફક્ત ખાંડ ખાવાથી લોહીમાંના ગ્લુકૉઝ પર થનારી અસર માપવામાં આવે છે.) જેનાં પરિણામ આશ્ચર્યજનક હતાં.

(1) ખાલી પેટે બ્લડ સુગર-109

(2) ખાંડ ખાધા બાદ 30 મિનિટે બ્લડ સુગર-195

(3) ખાંડ ખાધા બાદ એક કલાકે બ્લડ સુગર-212

(4) ખાંડ ખાધા બાદ બે કલાકે બ્લડ સુગર-119

સમયાંતરે મારું માર્ગદર્શન તથા મદદ કરવા બદલ હું ડૉ. દીક્ષિત સરનો આભારી છું. આ બધું કોઈપણ દવા લીધા વગર સાધ્ય થયું! આ ઝુંબેશ સફળ થાય તે માટે મારી શુભેચ્છા.

ઈન્દુ ભાટિયા

ડિસેમ્બર 2016માં મારું વજન 126.6 કિલો હતું. હાલમાં 98 કિલો છે. આ પહેલાં મેં "કીટો" ડાયટ પ્લાન અપનાવેલો હતો. ડિસેમ્બર-2016થી દિવસમાં બે જ વાર જમવાનો ડાયટ પ્લાન શરુ કર્યો. મારું વજન ઘટાડવામાં "એફર્ટલેસ વેઈટ લોસ" ડાયટ પ્લાનનો મને ખૂબ ફાયદો થયો. પાંચ મહિનામાં મારું વજન 28 કિલો ઓછું થયું. ડૉ. દીક્ષિતનો ખૂબ ખૂબ આભાર!

ડૉ. ગોવિંદ કાસળે, બાલરોગ તજ્ઞ, ઝાહિરાબાદ

ઉંમર 57 વર્ષ, ઊંચાઈ 163 સે.મી.

મેં ડાયટ પ્લાન પાંચમી જાન્યુઆરી 2017થી શરૂ કર્યો.

મારી પહેલી મેડિકલ ટેસ્ટનો રિપોર્ટઃ-

વજન 59 કિલો, એચબીએ1સી 7.6, ખાલી પેટે બ્લડ ઈન્સ્યુલિન 8.28, પેટનો ઘેરાવો 32 ઇંચ.

પાંચમી મે 2017ના રોજનો મેડિકલ ટેસ્ટ રિપોર્ટઃ-

વજન 54.5 કિલો (4.5 કિલો ઘટ્યું), એચબીએ1સી 6.1 (1.5 ઘટ્યું), ખાલી પેટે બ્લડ ઈન્સ્યુલિન 1.21 (7.7 ઘટ્યું), પેટનો ઘેરાવો 31 ઈંચ (એક ઈંચ ઓછો થયો).

હું રોજ પંચાવન મિનિટમાં પાંચ કિ.મી. ચાલું છું.

ડૉ. દીક્ષિત સાહેબ, આપના માર્ગદર્શન માટે આપનો ખૂબ ખૂબ આભાર! મેં મારા અનેક મિત્રો તેમ જ સગા-સંબંધીઓને આ "વિના પ્રયાસ વેઈટ લોસ" ગ્રુપમાં સામેલ કર્યા છે.

દીપક કાળવીટ નાસિક, ઉંમર 54 વર્ષ

ડૉ. દીક્ષિત સાહેબનું વ્યાખ્યાન નાસિકમાં હતું ત્યારે હું એ કાર્યક્રમમાં જઈ શક્યો નહોતો, પણ મારા મિત્ર શ્રી. સોનાવણે પાસેથી તેમના વ્યાખ્યાનની ડીવીડી મળી.

તે વખતે મારું વજન 101 કિલો હતું. નસીબ સંજોગે મને હાઈ બ્લડ પ્રેશર કે ડાયાબિટિસ નથી, પણ મારા વધતા જતા વજનની મને ચિંતા હતી. વજન ઘટાડવાના અનેક ઉપાય કરી જોયા પણ તેનાં પરિણામ થોડા સમય પૂરતાં રહેતાં.

હું રક્તદાતા છું અને મારી તબિયત 100 ટકા તંદુરુસ્ત હોવાનો અને મને કોઈપણ રોગ ન હોવાનો ગર્વ હતો. હું કોઈક વાર મદ્યપાન પણ કરતો. પણ વજન 100 કિલો ઉપર ગયું ત્યારે ડૉ. દીક્ષિત સરના ડાયૅટ પ્લાનનો 100 ટકા અમલ કરવાનું નક્કી કર્યું.

આજે મારું વજન 84 કિલો છે. 16-17 મહિનામાં મારું વજન 17 કિલો ઘટ્યું છે. મેં ચા/ કોફી/ દૂધ/ દારૂ બધું જ બંધ કર્યું છે. રોજ ફક્ત બે વાર જમું છું. બપોરે એકથી બે વાગ્યાની વચ્ચે અને રાત્રે સાતથી આઠ વાગ્યાની વચ્ચે. હું રોજ પાંચથી સાત કિ.મી. ચાલું છું અને એક કલાક યોગાસનો કરું છું. મારું લક્ષ્ય હજુ 12 કિલો વજન ઘટાડવાનું છે, જેથી મારું વજન પ્રમાણસર થાય. આગામી આઠથી નવ મહિનામાં આવું થશે એવી મને શ્રદ્ધા છે.

ડૉ. દીક્ષિત સાહેબને લાખ લાખ ધન્યવાદ!

ડૉ. શિવપ્રસાદ મુંદડા, બાલરોગ તજ્ઞ, લાતુર (મહારાષ્ટ્ર)

ઉંમર 41 વર્ષ, ઊંચાઈ 170 સે.મી.

વિના પ્રયાસ વેઈટ લૉસ ડાયૅટ પ્લાન ચાલુ કર્યાને 01/09/2017ના રોજ મને 100 દિવસ પૂરા થયા. મારું વજન આઠ કિલો ઘટ્યું (76.8થી 68.5) અને પેટનો ઘેરાવો 10 સે.મી. (105થી 95) ઘટ્યું છે. કમરનો ઘેરાવો છ સે.મી. (95થી 89) ઓછો થયો છે.

ભલે મેં આ સુનિયંત્રિત આહાર યોજના શરૂ કર્યાને 100 દિવસ થયા હશે પરંતુ હું ફક્ત 70 દિવસ જ તેનું પૂરેપૂરું પાલન કરી શક્યો અને કસરત 50 દિવસ જ કરી

શક્યો, તેમ છતાં મને તેનાં અદ્દભુત પરિણામ મળ્યાં છે. મને આ નવો રાહ ચીંધવા બદલ આદરણીય ડૉ. દીક્ષિત સરને મનપૂર્વક આભાર. હવે હું આ ઝુંબેશ હેઠળ જરૂરતમંદ લોકોને માહિતી આપું છું. લાતુર અને આસપાસ આ બાબતના ચર્ચાસત્ર અને વ્યાખ્યાન આપવાના કામમાં ભાગ લેવા હું તૈયાર છું.

રુપેશ ભુરેવાર, નાંદેડ

હું 2009થી ગ્રાફિક ડિઝાઈન ઍન્ડ ઍનિમેશન ઈન્ડસ્ટ્રી સાથે સંકળાયેલો છું. સતત બેઠા બેઠા કામ કરવાનું હોવાથી મારું વજન વધી ગયું હતું.

એપ્રિલ 2017માં મારું વજન 101 કિલો હતું. તે વખતે જેવી મને ડૉ. દીક્ષિત સાહેબની આ જાદુઈ ફૉર્મ્યુલા અને ડાયૅટ પ્લાન વિશે માહિતી મળી ત્યારથી જ મેં તે અપનાવ્યો અને નિષ્ઠાપૂર્વક ઝડપથી ચાલવાનું શરુ કર્યું. તમને સૌને જાણીને નવાઈ લાગશે કે પાંચ ઑગસ્ટ, 2017ના રોજ એટલે કે ચાર જ મહિનામાં મારું વજન 16 કિલો ઘટીને 85 કિલો થયું.

બીજા બે મહત્ત્વના લાભ તે (1) શરીર હળવું થયું (2) મારી કાર્યક્ષમતા પણ વધી ગઈ.

આપણા ભારત દેશને "સ્થૂળતા અને ડાયાબિટિસમુક્ત" કરવાના ઉમદા કાર્યને આગળ ધપાવવા સતત પ્રયત્નશીલ રહેવા બદલ ડૉ. દીક્ષિત સર અને તેમની ટીમને લાખ લાખ અભિનંદન!!

અનુરાધા વી. કે., ઉંમર :47 વર્ષ

મેં આ ડાયૅટ પ્લાન તા. 28 ડિસેમ્બર 2016થી શરૂ કર્યો. એ વખતે મારું વજન 71.5 કિલો, એચબીએ1સી 6.9 અને કમરનો ઘેરાવો 37 ઇંચ હતા.

તા. 25 ઑગસ્ટ 2017ના રોજ મારું વજન 64.5 કિલો, એચબીએ1સી 5.51 અને કમરનો ઘેરાવો 34 ઇંચ થયા.

હું આ સુનિયંત્રિત આહાર યોજનાનું શ્રદ્ધાપૂર્વક પાલન કરું છું. ઉપર પ્રમાણેના ઘટાડા આઠ મહિનામાં થયા તે દરમિયાન ફક્ત બે કે ચાર દિવસ બે ટંક ભોજન વચ્ચે કંઈક ખાધું હશે. હું ખાંડ અથવા શુગર ફ્રી નાખ્યા વગરની બ્લેક ટી પીવું છું. મહિનામાં એકાદવાર ગળ્યો પદાર્થ (વેડમી) ખાઉં છું. બજારના પેંડા, બરફી, ચોકલેટ જેવા કોઈપણ ગળ્યા પદાર્થો ખાતી નથી. કોઈ કોઈવાર ફક્ત કેળું, સફરજન કે દાડમ એવું ફળ ખાઉં છું. મને ખુશી છે કે આ ડાયૅટ પ્લાનથી કોઈપણ પ્રકારની ચિંતા કર્યા વગર મારું વજન અને એચબીએ1સી, હું ઘટાડી શકી. હવે હું ડાયાબિટિસમુક્ત છું મારા બધાં કપડાં મને ઢીલાં પડે છે.

ડૉ. દીક્ષિત તથા તેમની વિના પ્રયાસ વેઈટ લોસ ટીમનો ખૂબ ખૂબ આભાર!

પ્રો. ડૉ. શામ લેંડવે, લાતુર

હું આ ડાયટ પ્લાનનો સૌથી મોટો લાભાર્થી છું. ઠેકઠેકાણે મળતી વિવિધ શાકાહારી/માંસાહારી ચટાકેદાર વાનગીઓ ખાવાનો હું શોખીન. "દિવસમાં દર બે કલાકે થોડું થોડું ખાવ" આવા લોકપ્રિય પણ ખોટા પ્રચારથી દોરવાયેલો હું ખાતો જ રહ્યો અને પરિણામે મારું વજન ખૂબ જ વધી ગયું. જાન્યુઆરી 2017થી મેં આ પ્લાન શરૂ કર્યો.

જાન્યુઆરી 2017નો મારો રિપોર્ટ ઉંમર 45 વર્ષ, ઊંચાઈ પાંચ ફૂટ આઠ ઇંચ, વજન 87.5 કિલો, પેટનો ઘેરાવો 42 ઇંચ, એચબીએ1સી 10.1 ટકા, ફાસ્ટિંગ ઈન્સ્યુલિન 11.22.

એક મહત્ત્વની વાત કહી દઉં. આ રિપોર્ટ કઢાવીને હું ડાયાબિટિસ નિષ્ણાંતને મળ્યો. એમણે મને ત્રણ જુદી જુદી ગોળીઓ દિવસમાં બે વાર લેવા માટે લખી આપી. આ બાબતે મેં મારા મિત્ર પ્રો. પ્રદીપ પાટીલને વાત કરી (પ્રો. પાટીલ પોતે આ ડાયટ પ્લાનના લાભાર્થી છે) તેમણે મને ગોળી ચાલુ કરતાં પહેલાં ડૉ. દીક્ષિત સરને રિપોર્ટ બતાવવા કહ્યું.

ડૉ. દીક્ષિત સરે મને પૂછ્યું, "તમે મનથી બળવાન છો? હું જે સલાહ આપું તેનું ચુસ્તપણે પાલન કરશો?" મારે ડાયાબિટિસની દવા લેવી ન હતી તેથી મેં દીક્ષિત સરના માર્ગદર્શન હેઠળ આ ડાયટ પ્લાન શરુ કર્યો. રોજ બે ટાઇમ જમવાનું (સવારે 8.30 વાગ્યે અને સાંજે 7.30 વાગ્યે) અને વચ્ચે એક ગ્લાસ છાસ અને એક કપ ચા ડાયટ પ્લાન મુજબ. આહારમાં કાર્બોહાઈડ્રેટ્સનું પ્રમાણ ઓછું કર્યું અને પ્રોટિન્સ (શાકાહારી/માંસાહારી)નું પ્રમાણ વધાર્યું. ગળ્યા પદાર્થો બને એટલા ઓછા કર્યા. આ આહાર યોજનાનું રોજેરોજ ચુસ્તપણે પાલન કર્યું. કોઈક કારણસર એકાદ દિવસ ન થાય તો બીજા દિવસથી ફરી શરૂ કરતો. નિષ્ઠાપૂર્વક મહિનાના 26-27 દિવસ પાલન કરતો. સાથે-સાથે 50 મિનિટમાં પાંચ કિ.મી. ચાલવાનું (હાલમાં સવાર-સાંજ બે વખત મળીને 11 કિ.મી. ચાલું છું).

ડૉ. દીક્ષિત સરના કહેવા પ્રમાણે દર મહિને બંને ટેસ્ટ કરાવતો. મહિને મહિને બંને ટેસ્ટનાં પરિણામમાં સુધારો દેખાતો ગયો. ઑગસ્ટ 2017માં હું ડાયાબિટિસમુક્ત થયો. (એચબીએ1સી 5.3 ટકા).

સપ્ટેમ્બર 2017ના ટેસ્ટ રિઝલ્ટ જોશો તો તમને ખાતરી થશે કે આજ એક પ્લાન એવો છે કે જેના દ્વારા ભારત "સ્થૂળતામુક્ત અને ડાયાબિટિસમુક્ત" થઈ શકે છે.

સપ્ટેમ્બર, 2017ના પરિણામ- વજન 70.5 કિલો, પેટનો ઘેરાવો 35 ઇંચ, એચબીએ1સી 4.73 ટકા, ફાસ્ટિંગ ઈન્સ્યુલિન 2.05.

માત્ર આ ડાયટ પ્લાન થકી જ હું મારું વજન 17 કિલો અને પેટનો ઘેરાવો સાત ઇંચ જેટલો ઘટાડી શકયો, ઉપરાંત લોહીની તપાસના બધા રિપોર્ટ પણ નોર્મલ છે.

કેવળ ડૉ. દીક્ષિત સર અને તેમના ડાયટ પ્લાનના ઉપાયથી જ હું સ્થૂળતામુક્ત અને ડાયાબિટિસમુક્ત જીવન જીવી રહ્યો છું.

દીક્ષિત સર આપણા સૌ માટે નિઃસ્વાર્થ ભાવનાથી આ સમાજસેવા કરી રહ્યા છે. આવો, આપણે તેમના આ કાર્યમાં સાથ આપી તેનો ફેલાવો કરીએ.

ધન્યવાદ સર, આપનો ખૂબ ખૂબ આભાર...

(નોંધઃ આ કેસના આધાર પર દીક્ષિત સાહેબનો શોધ નિબંધ પ્રકાશિત થયો છે).

નાગેશ દિનકર જહાગીરદાર, તળેગાવ, પુણે

તમારી સલાહ અનુસાર મેં આ વેઈટલૉસ ડાયટ પ્લાન બાવીસમી માર્ચ, 2017થી શરૂ કર્યો. મને અદ્ભુત રિઝલ્ટ મળ્યાં. વજન 100 કિલોથી ઘટીને 90 કિલો થયું. પેટનો ઘેરાવો 5.2 ઇંચ ઓછો થયો. એચબીએ1સી 9.3થી ઘટીને 6.4 થયું. ફાસ્ટિંગ સુગર 165થી ઘટીને 94 થઈ, રોજ છ કિ.મી. ચાલવાનું ચાલુ છે.

હું તમને અને તમારી ટીમને દિલના ઊંડાણથી ધન્યવાદ આપું છું.

આપે ખરેખર "વિના પ્રયાસ વેઈટલૉસ અને ડાયાબિટિસ પ્રતિબંધ"માંનો "વિના પ્રયાસ" શબ્દ સાર્થક કરી દેખાડયો છે.

કૃપા કરી હવે પછીના માર્ગક્રમણ માટે માર્ગદર્શન કરશો જી.

હું જાણું છું કે "આભાર" શબ્દ કૃતજ્ઞતા વ્યક્ત કરવા માટે પૂરતો નથી.

સંજય ઇંગળે,

ઉપ-સચિવ, મહારાષ્ટ્ર શાસન

આ તબક્કે ડૉ. દીક્ષિત સરને ધન્યવાદ આપવાની તેમજ તેમના "વિના પ્રયાસ વેઈટલૉસ" ઝુંબેશને બિરદાવવાની તક ઝડપીને હું તેમને અનેક શુભેચ્છા આપું છું.

છેલ્લા છ મહિનામાં હું મારું વજન 75 કિલો પરથી 69 સુધી ઘટાડી શક્યો. તેના લીધે આ વખતે "વડોદરા હાફ મેરેથોન દોડ"માં મારા વ્યક્તિગત દોડ સમયનો ઉચ્ચાંક હું નોંધાવી શક્યો.

બે કલાક કરતાં ઓછા સમયમાં (એટલે કે એક કલાક 57 મિનિટ) દોડ પૂરી કરવાનું મારું સપનું સાકાર થયું.

ધન્યવાદ સર, અમને પ્રેરણા આપતા રહો...

શ્રદ્ધા ડિંગણકર, પુણે ઉંમર 46 વર્ષ ઊંચાઈ પાંચ ફૂટ સાત ઇંચ.

છ મહિના પહેલાં મારું વજન 98 કિલો હતું અને હું ડાયાબિટિસની બોર્ડર લાઈન પર હતી. મારી સુગર 189 હતી. જૂન 2017થી ડૉ. દીક્ષિત સરનો ડાયટ પ્લાન શરુ કર્યો. ગળ્યા પદાર્થો ખાવાનું સદંતર બંધ કર્યું. દરરોજ 12 કિ.મી ચાલવાનું શરુ કર્યું અને

દિવસમાં ફક્ત બે જ વખત જમવા લાગી. ચા-કોફી સંપૂર્ણ બંધ કર્યાં અને સવાર-સાંજ જોગિંગ કરવા જતી વખતે છાસ અથવા લિંબુ પાણી ભરપૂર પીવા લાગી. મેંદામાંથી બનાવેલા અને તળેલા પદાર્થો ખાવાનું બંધ કર્યું.

ત્રણ મહિનામાં મારું વજન 86 કિલો થયું એટલે કે 12 કિલો ઘટ્યું અને એચબીએ1સી 5.7 થયું. ફાસ્ટિંગ સુગર 103 આવી. હું ડાયાબિટિસમુક્ત થઈ. હું ખૂબ ખુશ થઈ. મારો ઉત્સાહ વધ્યો. મારું વજન ઓછું થયેલું જોઈને મારી ઘણી બહેનપણીઓએ પણ આ ડાયટ પ્લાન શરૂ કર્યો. હું પણ ડૉ. પંડિત મેડમ જોડે દીક્ષિત સરના "વેઈટલૉસ" વિશેના વ્યાખ્યાન આપવા જવા લાગી.

હાલ મારું વજન 72 કિલો છે એટલે કે બીજું 14 કિલો ઘટ્યું (કુલ ઘટાડો 26 કિલો). આજે પણ સવાર-સાંજ મળી 12 કિ.મી. ચાલવા જાઉં છું. અને બે જ વાર જમું છું.

ધન્યાવદ, સર!

અશોક કાળબંડે, પુણે શહેર

તા. 23 ડિસેમ્બર, 2017ના રોજ "વિના પ્રયાસ વેઈટલૉસ ડાયટ પ્લાન" શરુ કર્યાને મને એક વર્ષ પૂરું થયું.

તેનાથી મને મળેલી સફળતા આ પ્રમાણેઃ

એચબીએ1સીઃ તા. 23 ડિસેમ્બર 2016- 6.62, 23 માર્ચ 2017-6.05, 23 જૂન 2017 - 5.17, 23 સપ્ટેમ્બર 2017- 4.80 અને 23 ડિસેમ્બર 2017ના રોજ 5.39 (કુલ ઘટાડો 1.23).

ફાસ્ટિંગ ઈન્સ્યુલિનઃ તા. 23 ડિસેમ્બર 2016-12.80, 23 માર્ચ 2017 - 8.01, 23 જૂન 2017 - 10.73, 23 સપ્ટેમ્બર 2017- 11.66 અને 23 ડિસેમ્બર 2017ના રોજ 5.07 (12.80થી 5.07-7.73 ઘટાડો)

પેટનો ઘેરાવો- 45 ઇંચથી ઘટીને 38 ઇંચ અને વજન 94 કિલોથી ઘટીને 81 કિલો થયું.

ડૉ. દીક્ષિત સરના આ ડાયટ પ્લાનનું મેં ચુસ્તપણે પાલન કર્યું છે. છેલ્લા ત્રણ મહિના દરમિયાન આહાર યોજનાનું પાલન બરાબર કરી શકયો ન હતો કેમ કે "વાયરલ ફીવર" થવાથી એક મહિનો હૉસ્પિટલમાં રહેવું પડ્યું હતું. ત્યાર બાદ આઠ દિવસથી ફરીથી વ્યવસ્થિત પાલન કરવાનું શરુ કર્યું છે (દિવસમાં બે વાર જમવું, વચ્ચે કશું જ ન ખાવું અને રોજ એક કલાક ઝડપથી ચાલવાની કસરત)

મને ખાતરી છે કે ભવિષ્યમાં મને આના કરતાં સારાં પરિણામ મળશે.

ડૉ. દીક્ષિત સર, ડૉ. વેદા નલાવડે મેડમ અને "વેઈટલૉસ"ની સંપૂર્ણ ટીમનો ખૂબ ખૂબ આભાર અને ધન્યવાદ!

ડૉ. મનીષા દાવલ ભક્ત. ગાયનેકોલૉજિસ્ટ,

ભુસાવળ, ઉંમર 49 વર્ષ

મને સમજાતું નથી કે ક્યાંથી શરૂ કરું?

છેલ્લા 24 વર્ષથી હું વજન ઓછું કરવા પાછળ પડી છું, ઉપરથી ડાયાબિટિસ પણ થયેલો. દુનિયાના વજન ઘટાડવાના બધા જ ઉપાયો કરી જોયા. વજનમાં કામચલાઉ ઘટાડો થતો પણ ફરી પાછા હતા ત્યાં ને ત્યાં જ! અને પછી મેં સ્વ. ડૉ. જિચકાર સર અને ડૉ. દીક્ષિત સરના "વજન ઘટાડા"ના પ્લાનનો અભ્યાસ કર્યો.

મનમાં આ પ્લાન વિશે શંકાઓ હતી.

પછી આ પ્લાન મેં 15 નવેમ્બર 2017થી શરુ કર્યો. મને 10 વર્ષથી ડાયાબિટિસ છે, હાઈ બ્લડ પ્રેશર છે, કૉલેસ્ટ્રૉલનું પ્રમાણ વધુ હતું, અને ફેટી લિવર પણ હતું. લિવર ઍન્ઝાઇમ્સ પણ વધેલા હતા.

પરંતુ આ ચક્રવ્યૂહ ભેદવાની યુક્તિ એટલે આ ડાયૅટ પ્લાન અને ઝડપથી ચાલવાનો વ્યાયામ કરવો એ જ છે એ હવે મને સમજાયું છે.

(1) મારું એચબીએ1સી 7.9 હતું. હવે 6.9 છે (2) વજન 85 કિલો હતું હવે 82 કિલો છે (3) એસજીઓટી અને એસજીપીટી અનુક્રમે 63 અને 84 હતા જે હવે 41 અને 44 છે. (4) કૉલેસ્ટ્રૉલ 225 હતું જે હવે 165 છે હવે મને એકદમ "ફ્રેશ" લાગવા માંડ્યું છે.

મને સંધિવા હોવાને કારણે હું શરુઆતમાં વધારે ચાલી શકતી નહીં અથવા તરત થાકી જતી પણ હવે હું બે કિ.મી. ચાલી શકું છું અને 12/2/18 સુધીમાં રોજ પાંચ કિ.મી. ચાલવાનો સંકલ્પ કર્યો છે. આ સંકલ્પ કરવામાં, "સક્સેસ સ્ટોરીઝ" વાંચવાથી મને ખૂબ ફાયદો થયો છે અને તેનાથી મનોબળ પણ વધે છે. હવે હું વ્યવસ્થિત પ્લાન બનાવી ને ખાઈ શકું છું, ખાવાની બધી વરાયટી ખાઈ શકું છું- ડાયાબિટિસને લીધે જો કે ગળ્યા પદાર્થો ખાતી નથી. મનને હવે ઘણી શાંતિ મળી છે અને સ્વસ્થતા અનુભવું છું. "બેરિયાટ્રિક સર્જરી" કરાવવાના વિચાર કાયમ માટે છૂમંતર થઈ ગયા છે.

હાલમાં જ મેં ડૉ. દીક્ષિત સરને પૂછ્યું, "હું ઈન્ટરમિટન્ટ ફાસ્ટિંગ કરું તો કેમ?" "મીલ રિપ્લેસમેન્ટ પાવડર" લઈ શકું?" તો તેમણે જવાબ આપ્યો, "તમે જીવનભર કરી શકવાના હો તો કરો."

ટૂંકમાં, જે કરવાનું હોય તે જીવનભર સરળતાથી કરી શકો- અને તે તો હું કરું જ છું- દિવસમાં બે વાર સંતુલિત આહાર, બેથી ત્રણ વાર ખાંડ વગરની ઓછા દૂધવાળી ચા અને હા, ઝડપથી ચાલવાની કસરત-

ધન્યવાદ ડૉ. દીક્ષિત સર!!!

ડૉ. સંગીતા પંડિત, પુણે

મારું વજન વધારે હોવાથી અને હું નેચરોપેથીની ડૉક્ટર હોવાને નાતે વજન ઘટાડવા માટેના અનેક પ્રકારના ડાયૅટ પ્લાન કરી જોયા.

મારો વ્યવસાયઃ હાઈટેક મેડિકલ ઉપકરણો, લેસર્સ ફોર ઇંચ લૉસ, ચરબી ઘટાડો અને કોસ્મોટોલૉજીનો છે. છેવટે મારા ધ્યાનમાં આવ્યું કે આ બધું સરવાળે લાઈફસ્ટાઈલ બદલવા પર આવીને અટકે છે. તમે ડાયેટિંગ કે મશીન ટ્રીટમેન્ટ બંધ કરો કે તરત તમે તમારા મૂળ સ્થાને આવી જશો. એટલે કે વજન થોડું ઘણું ઘટે- પરંતુ ફરી પાછું વધી જાય.

મેં ડૉ. દીક્ષિત સર અને સ્વ. ડૉ. જિચકાર સાહેબના સંશોધનો વિશે અને ડાયૅટ પ્લાન વિશે ઈન્ટરનેટ અને યુટ્યુબ પર ઘણો અભ્યાસ કર્યો અને તેને લગતી ઘણી બધી માહિતી વાંચી કાઢી. પછી મેં નિશ્ચય કર્યો અને આ સરળ ડાયેટ પ્લાન એપ્રિલ, 2017થી અપનાવ્યો. એ વખતે મારું વજન 83.5 કિલો, એચબીએ1સી 5.40, ફાસ્ટિંગ ઈન્સ્યુલિન. 13.70 હતું. શરુઆતમાં વૉટ્સઍપ પર આવતા સફળ વ્યક્તિઓના અનુભવો વાંચી દરેકને ફોન કરીને સવાલો પૂછતી.

અંતે મારો આ સિદ્ધાંત પર વિશ્વાસ બેઠો અને મને લાગ્યું કે આ પદ્ધતિ સહેલી છે અને વ્યવહારુ પણ છે. આમાં તમારે કંઈ ખાસ કરવાનું કે કંઈક પૂરક ખાવા/ પીવાનું નથી વગેરે. આ સરળ ડાયૅટ પ્લાન અપનાવ્યા પછી પાંચમી ફેબ્રુઆરી, 2018ના રોજના મારા રિપોર્ટ્સ આ પ્રમાણે છે- એચબીએ1સી - 5.00, ફાસ્ટિંગ ઈન્સ્યુલિન- 12.0, વજન- 71.0 કિલો, નવ મહિનામાં વજન 12.5 કિલો ઘટ્યું. શરીર ખરેખર હળવુંફૂલ લાગવા માંડ્યું.

આ ડાયૅટ પ્લાન શરૂ કરવા પહેલાં મને "ચિકનગુનિયા" થયો હતો અને છ મહિના સુધી મને ઘરમાં જ રહેવું પડ્યું હતું. આ ડાયૅટ પ્લાન શરૂ કર્યા પછી ત્રણેક મહિના હું ચાલી જ નહોતી શકતી પણ ત્રણ મહિના પછી થોડોક વધારે પ્રયત્ન કરવાથી જાદુઈ અસર થઈ. ધીરે ધીરે મારો ચાલવાનો સમય વધારતી ગઈ અને શરીર હળવું થયાનો અનુભવ થતો ગયો- પતંગિયાની જેમ!

શરીરમાં ચપળતા અને ઉત્સાહ વધ્યા છે. હવે હું સળંગ સાત-આઠ કિ.મી ચાલી શકું છું. હવે હું સક્રિય રીતે ડૉ. દીક્ષિત સરના "વિના પ્રયાસ વેઈટલૉસ અને ડાયાબિટિસ પ્રતિબંધ"ના ઉમદા કાર્યમાં - ઝુંબેશમાં જોડાયેલી છું.

એક પણ પૈસો ન લેતાં, બધાને મદદ કરવાની ડૉ. દીક્ષિત સરની વૃત્તિને મારા સલામ- ધન્યવાદ!

પી. ટી. આરસુ, પુણે

સાતમી એપ્રિલ, 2017થી હું આ ડાયૅટ પ્લાન ફૉલો કરું છું. અઠવાડિયાના પાંચ દિવસ 4.5 કિ.મી. ચાલવાનો વ્યાયામ કરું છું. મારી પ્રગતિનો અહેવાલ આપતાં મને

આનંદ થાય છું. મારો શરૂઆતનો રિપોર્ટ વજન - 81 કિલો, એચબીએ1સી- 6.5, ફાસ્ટિંગ ઈન્સ્યુલિન -10.1.

અઢી મહિના પછીનો રિપોર્ટ વજન– 77.5, એચબીએ1સી– 6.0, ફાસ્ટિંગ ઈન્સ્યુલિન- 9.4.

સાત મહિના પછીનો રિપોર્ટ વજન- 75.0 કિલો, એચબીએ1સી– 6.0, ફાસ્ટિંગ ઈન્સ્યુલિન-10.2.

કુલ છ કિલો વજન ઓછું થયું છે. ડાયાબિટિસમાંથી ડાયાબિટિસ પૂર્વ અવસ્થામાં આવ્યો છું અને જલદી જ ડાયાબિટિસમુક્ત થઈશ એવી આશા છે.

ડૉ. દીક્ષિત સાહેબ અને તેમની ટીમનો આભાર!

રવિ ભાવે, હાઈસ્કૂલ ટીચર,
ફોંડા-ગોવા

હું રોજ 45 મિનિટ ચાલું છું. હું શિક્ષક છું તેથી મારે રોજ ઘરેથી સવારે 7.30 વાગ્યે નીકળવું પડે છે. હું રોજ સવારે સાત વાગ્યે ભારે નાસ્તો કરીને ગોળી ગાઉં છું. બપોરે ત્રણ વાગ્યે ઘરે આવીને જમું છું ત્યારે હું ડાયાબિટિસની બીજી ગોળી લઉં છું. જરૂર લાગે તો હૂંફાળું પાણી પી લઉં છું પણ સાંજે અને રાત્રે કશું જ ખાતો નથી.

મારી ઉંમર પંચાવન વર્ષ છે. છેલ્લા બે મહિનાથી ડાયૅટ પ્લાન શરુ કર્યો છે.

મારી લોહીની તપાસનાં પરિણામો આ પ્રમાણેઃ- શરુઆતમાં એચબીએ1સી 11.4 ટકા હતું અત્યારે 9.1 ટકા છે. વજન 69 કિલો હતું હાલ 65 કિલો છે. પેટનો ઘેરાવ 92 સે.મી. હતો અત્યારે 84 સે.મી. છે.

મારી દવાનો ડોઝ પહેલાં આ પ્રમાણે હતો-
મેટ્સમૉલ -500 (રોજની ત્રણ) અને
ઑક્સરા - પાંચ મિ.ગ્રા. (રોજની બે)

27 મે, 2017ના રોજ મારું ભગંદરનું ઓપરેશન થયું હતું, ત્યારથી હું બેસેલૉગ ઈન્સ્યુલિન લેતો હતો. આજની તારીખે ઈન્સ્યુલિન લેવાનું બંધ કર્યું છે અને ગોળીઓનો ડોઝ પણ ઘટાડાયો છે. પહેલાં હું 36 સાઈઝની પૅન્ટ પહેરતો હવે 34 સાઈઝની પહેરું છું. શર્ટની સાઈઝ 40 હતી હવે 38 થઈ છે.આ બધો ચમત્કાર ડાયૅટ પ્લાનનો કહેવાય.

થોડા સમયે યુટ્યુબ પરના ડૉ. દીક્ષિત સાહેબના વિડિયો જોઉં છું તેનાથી મને વધુ પ્રેરણા મળે છે. આ ડાયૅટ પ્લાન ચાલુ રાખીને ડૉ. દીક્ષિત સાહેબના માર્ગદર્શન હેઠળ ડાયાબિટિસમુક્ત થવા ઇચ્છું છું.

ડૉ. દીક્ષિત સાહેબને મનઃપૂર્વક ધન્યવાદ!!

જીવન વિનાયક બાબતીવાલે (સરકારી નોકરી- સ્વેચ્છા નિવૃત્ત)

પુણે, ઉંમર 56 વર્ષ

આ ડાયૅટ પ્લાન શરૂકર્યાને એક મહિનો થયો છે. એક મહિનામાં જ પડેલો ફરક મારા રિપોર્ટ પરથી જોઈ શકાય છે.

04-01-18નારોજ ફાસ્ટિંગ ઈન્સ્યુલિન -12.98, એચબીએ1સી 7.5 ટકા, એવરેજ બ્લડ ગ્લુકૉઝ -169, વજન 85 કિલો, પેટનો ઘેરાવો 97 સે.મી.

05-02-18ના રોજ ફાસ્ટિંગ ઈન્સ્યુલિન - 9.16, એચબીએ1સી – 6.7, એવરેજ બ્લડ ગ્લુકૉઝ -146, વજન 77 કિલો, પેટનો ઘેરાવો 93 સે.મી.

આ મહિના દરમિયાન ત્રણ કૌટુંબિક પ્રસંગ હતા, તેથી ડાયૅટ પ્લાનનું 100 ટકા પાલન થઈ શક્યું નહોતું. હવે હું તેનું ચુસ્તપણે પાલન કરીશ.

ડૉ. દીક્ષિત સરનો ખૂબ ખૂબ આભાર!

પ્રસાદ બારજે, પુણે, ઉંમરઃ 54 વર્ષ

મને 2011થી ડાયાબિટિસ છે. ઑક્ટોબર 2016થી મેં અને મારાં પત્ની વર્ષાએ (ઉંમર વર્ષ 50) આ ડાયૅટ પ્લાન શરુ કર્યો. હું ગ્લાયકોમેટ જી.પી.1 ગોળી દિવસમાં બે વાર લેતો હતો. ડૉ. દીક્ષિત સરના માર્ગદર્શન પ્રમાણે આ ગોળી લેવાનું બંધ કર્યું છે. અમે અમારા અનુભવો, અમારા ઘણા મિત્રો સાથે ''શેર' કર્યા પણ અમને બધાએ ગંભીર પ્રતિક્રિયા આપી કે તમે તમારાં વજન ઘટાડયા છે ખરા પણ તમારાં શરીર નબળાં દેખાય છે. મેં મારી શારીરિક ફિટનેસ ટેસ્ટ કરાવવાનું નક્કી કર્યું. સદ્ભાગ્યે ''સાઈકલિંગ અભિયાન''ના રૂપમાં આ તક મળી ગઈ. મુખ્ય અડચણ એ હતી કે રોજના 100 કિ.મી.થી વધુ સાઈકલિંગ કરતી વખતે ''ડાયૅટ પ્લાન'' પાળવો શી રીતે?

અમને જણાવતા ખૂબ આનંદ થાય છે કે અમે બંને જણે કોણાર્કથી હૈદરાબાદથી પુણેનું આ સાઈકલિંગ અભિયાન બીજા આઠ સાઈકલિસ્ટો સાથે સફળતાપૂર્વક પૂરું કર્યું.

એક મહત્ત્વની વાત કે આ અભિયાન પૂર્વે, એ દરમિયાન કે પૂરું કર્યા પછી કોઈપણ જાતની દવા અમારે લેવી પડી નહીં. વર્ષ 2017માં અમે ગિરનાર તથા અમરનાથ પદયાત્રા સફળતાપૂર્વક પૂરી કરી. અમને અનુભવ થઈ ચૂક્યો છે કે આ ડાયૅટ પ્લાનથી અમારી શારીરિક ક્ષમતા પર કોઈ અવળી અસર થઈ નથી.

ડૉ. દીક્ષિત સર અને ''વેઈટલૉસ'' ટીમનો આભાર!!!

ડૉ. મેધા માલોસે, ચાંદવડ, જિ. નાસિક

ઉંમર 57 વર્ષ, ઊંચાઈ 152 સે.મી.

છેલ્લા દસ વર્ષમાં જ મારું વજન 54 કિલો પરથી 61 કિલો પર પહોંચી ગયું હતું. વજન ઘટાડવાના અનેક પ્રયત્નો કર્યા પણ સફળતા મળી નહીં. 2017ની દિવાળીની

રજાઓમાં પ્રવાસ દરમિયાન અમારી મુલાકાત ડૉ. દીક્ષિત સર સાથે થઈ. તે વખતે નવરાશના સમયમાં, સદ્ભાગ્યે ડૉ. દીક્ષિતના પર્સનલ કાઉન્સેલિંગનો લાભ મને મળ્યો. તેમણે મને મેટફૉર્મિન 500 એમજી (રોજની એક) ગોળી બંધ કરી, આ ડાયૅટ પ્લાન પહેલી નવેમ્બર, 2017થી ચાલુ કરવા કહ્યું. પણ હું ધીરજ રાખી શકી નહીં પ્રવાસ પૂરો કરી ઘરે પહોંચ્યાના બીજા દિવસથી જ એટલે કે 24 ઑક્ટોબર 2017થી જ આ ડાયૅટ પ્લાનની શરુઆત કરી. શરૂશરૂમાં મને લોહીમાં ગ્લુકૉઝ ઘટી જવાના (હાયપોગ્લિસેમિયા) લક્ષણોની ચિંતા હતી પણ એક અઠવાડિયામાં જ જણાઈ આવ્યું કે બે વખતના જમણની વચ્ચે મને ફક્ત બે ગ્લાસ છાસ અને બે કપ બ્લૅક ટી અથવા કૉફીની જરૂર છે. આ ડાયૅટ પ્લાનનું પાલન કરીને હું દિવસમાં 16થી 17 કલાક પૂરી ક્ષમતાથી, ઉત્સાહપૂર્વક કામ કરી શકી.

24 ઑક્ટોબર 2017થી આ ડાયૅટ પ્લાન અપનાવી એકાદ બે દિવસના અપવાદ સિવાય, તેનું ચુસ્તપણે પાલન કર્યું. આ દિવસથી દવા બંધ કરી જ હતી.

એક કલાકમાં ઝડપથી આશરે સાડા પાંચથી છ કિ.મી. ચાલવાની કસરત રોજ સવારે કરતી હતી. 90 દિવસના ડાયૅટ પ્લાનના ગાળામાં લગભગ 45 દિવસ ચાલવાની કસરત હું કરી શકી.

મારી તપાસનાં પરિણામોઃ

24/10/17ના રોજ વજન- 61 કિલો, પેટનો ઘેરાવા– 34 ઇંચ, એચબીએ1સી– 5.70, ફાસ્ટિંગ ઈન્સ્યુલિન- 10.31

03/02/18ના રોજ વજન- 56 કિલો, પેટનો ઘેરાવો-33 ઇંચ, એચબીએ1સી– 5.50, ફાસ્ટિંગ ઈન્સ્યુલિન- 5.18

આમ કુલ વજન ઘટાડો પાંચ કિલો, પેટનો ઘેરાવો એક ઇંચ ઘટયો.

આમ ડાયાબિટિસ પૂર્વ અવસ્થામાંથી ડાયાબિટિસમુક્ત અવસ્થામાં આવવું અને તે પણ કોઈજાતની દવા વગર- ઉંમરમાં 10 વર્ષના ઘટાડા સાથે જુવાન થયાનો અહેસાસ અનુભવાયો.

આ મહાન કાર્ય માટે ડૉ. દીક્ષિત સર અને તેમની ટીમને ખૂબ ખૂબ ધન્યવાદ!!!

ગૌરવ ભટ

ચાર મહિનામાં હું નવ કિલો વજન ઘટાડી શક્યો. આ ખુશખબરની જાહેરાત કરતાં મને અત્યંત આનંદ થાય છે. 20 ફેબ્રુઆરી, 2017થી મેં આ સુનિયંત્રિત આહાર યોજના (ડાયૅટ પ્લાન)ની શરુઆત કરી. એ દિવસે મારું વજન 76.8 કિલો હતું આજે 67.4 કિલો છે. અને હવે મને એસિડિટીની કોઈ તકલીફ રહી નથી.

શરુઆતના ત્રણ મહિના હું 60 મિનિટ જોગિંગ કરતો. ચોથા મહિનાથી વધુ સારાં પરિણામ મેળવવાની આશાએ જીમમાં જઈને વ્યાયામ કરવા લાગ્યો. પણ જોગિંગનાં

પરિણામ જીમના વર્કઆઉટ કરતાં વધારે સારાં જણાઈ આવ્યાં. શરુઆતમાં આ સુનિયંત્રિત આહાર યોજના (ડાયૅટ પ્લાન) પર મને બિલકુલ ભરોસો ન હતો. પણ મારી માતા વંદના ભટ અને ડૉ. સીમા દહાડની સલાહ મુજબ મેં આ ડાયૅટ પ્લાન અપનાવ્યો. આ સુંદર સંશોધન બદલ તમામ સંબંધિતોનો હું હૃદયપૂર્વક આભાર માનું છું.

ધનંજય પાટીલ, નાસિક

પહેલી સપ્ટેમ્બર, 2017થી મેં આ ડાયૅટ પ્લાન અપનાવ્યો. ત્યારે મારું વજન 80.8 કિલો હતું. તે સમયે લોહીની તપાસનો રિપોર્ટ યુરિક ઍસિડ 7.7 સિરમ કૉલેસ્ટ્રૉલ 210, સિરમ ટ્રાયગ્લિસેરાઈડ્સ 188, એચડીએલ 41, એલડીએલ 131, સીએચઓએલ/એચડીએલ રેશિયો 5.1, એચબીએ1સી 5.8 ટકા, ખાલી પેટે ઈન્સ્યુલિન 5.2.

આ ડાયૅટ પ્લાન શરૂ કર્યા પછી 24 દિવસને અંતે મારા લોહીની તપાસનો રિપોર્ટ-

યુરિક એસિડ 3.0, સિરમ કૉલેસ્ટ્રૉલ 140, સિરમ ટ્રાયગ્લિસેરાઈડ્સ 133, એચડીએલ 38.5, એલડીએલ 75, સીએચઓએલ/એચડીએલ રેશિયો 3.65, એચબીએ1સી કર્યું નથી.

હું આ ડાયૅટ પ્લાનથી બહુ ખુશ છું, કારણ કે તે ફક્ત ડાયાબિટિસ પૅશન્ટો માટે જ છે એવું નથી પરંતુ કૉલેસ્ટ્રૉલ પ્રૉબ્લેમ ધરાવતા પૅશન્ટો માટે પણ લાભદાયક છે.

વેઈટલૉસ ટીમનો હું ખૂબ ખૂબ આભારી છું!!

ડૉ. સુજિત ફડકે, બાળરોગ નિષ્ણાંત

નાસિક, ઉંમર 54 વર્ષ, ઊંચાઈ 175 સે.મી.

આ ડાયૅટ પ્લાન મેં 21મી જૂન, 2017થી ચાલુ કર્યો. મને ડાયાબિટિસ નથી. વજન 79 કિલો, પેટનો ઘેરાવો 105 સે.મી., કમરનો ઘેરાવો 38 ઈંચ, એચબીએ1સી 4.7 ટકા, ફાસ્ટિંગ ઈન્સ્યુલિન 5.9.

મેં 45 મિનિટમાં 4.5 કિ.મી. ચાલવાનું શરૂ કર્યું. બે ટાઇમ જમવાનું સવારે 10 વાગ્યે અને સાંજે છ વાગ્યે. શરુઆતમાં આ કામ થોડું મુશ્કેલ લાગ્યું. બપોરે બે વાગ્યે હું છાસ પીતો. પણ ફક્ત શરુઆતના ત્રણ મહિના જ!

ત્રણ મહિના પછી - 21 સપ્ટેમ્બર, 2017નો રિપોર્ટ

વજન 72 કિલો (સાત કિલોનો ઘટાડો), પેટનો ઘેરાવો 96 સે.મી. (નવ સે.મી.નો ઘટાડો), કમરનો ઘેરાવો 35 ઈંચ (ત્રણ ઈંચનો ઘટાડો). એચબીએ1સી 4.7 ટકા ફાસ્ટિંગ ઈન્સ્યુલિન 2.91.

હું ખૂબ ખુશ છું શરીર સ્ફૂર્તિલું લાગે છે. આની પહેલાં મેં ઘણું ડાયેટિંગ કર્યું હતું. પણ આવાં પરિણામ ક્યારેય મળ્યાં નથી.

21 ડિસેમ્બર 2017 એટલે કે છ મહિના પછીનો રિપોર્ટ-

વજન 70 કિલો, પેટનો ઘેરાવો 90 સેમી, કમરનો ઘેરાવો 35 ઇંચ, એચબીએ1સી પાંચ ટકા, ફાસ્ટિંગ ઇન્સ્યુલિન 4.45, છ મહિનામાં નવ કિલો વજન ઓછું થયું. અદ્ભુત પરિણામ! શરીર ઉત્સાહી અને ચેતનવંતુ લાગે છે.

હાલનો નિત્યક્રમ- રોજ 50 મિનિટમાં 5.5 કિ.મી ચાલવું, બે ટાઇમ જમવું. બધા જ ખાદ્યપદાર્થો ખાઉં છું. જમતાં પહેલા ફળ ખાઉં છું. પછી રોટલી, શાક, દાળ-ભાત અને મિષ્ટાન્ન. ખાસ વાત કે જમવાના પંચાવન મિનિટના ગાળામાં હું કંઈપણ ખાઈ શકું - કેવું સરસ! હું આ ડાયૅટ પ્લાન જીવનભર ચાલુ રાખવાનો છું.

માર્ગદર્શન માટે ડૉ. દીક્ષિત સાહેબને મનઃપૂર્વક ધન્યવાદ!

ડૉ. નિકમ, સર્જન, પનવેલ

હું છેલ્લા ચાર મહિનાથી આ ડાયૅટ પ્લાન ફૉલો કરું છું. શરુઆતમાં મારું એચબીએ1સી 7.0 ટકા અને ફાસ્ટિંગ ઈન્સ્યુલિન 5.4 હતું. બે મહિનાને અંતે મારું વજન 59 કિલોથી ઘટીને 57 કિલો થયું. એચબીએ1સી 6.4 અને ફાસ્ટિંગ ઈન્સ્યુલિન 5.1.

29મી જાન્યુઆરી 2018ના રોજ મારા રિપોર્ટ આ પ્રમાણે-

એચબીએ1સી 5.9 અને ખાલી પેટે ઈન્સ્યુલિન 5.1

એક મહિનાથી લેન્ટસ ઈન્સ્યુલિન ઈન્જેક્શન લેવાનું મેં બંધ કર્યું છે, અને "જાનુમેટ" ગોળી એક આખી લેતો હતો તે અડધી જ લેવાનું શરૂ કર્યું છે.

આવું સુંદર "સ્થૂળતામુક્ત અને ડાયાબિટિસમુક્ત ભારત" અભિયાન શરુ કરવા બદલ ડૉ. દીક્ષિત સાહેબ અને તેમની ટીમ પ્રશંસાને પાત્ર છે. તેમના પર ભગવાનના આશીર્વાદ વરસતા રહે એવી પ્રાર્થના, ધન્યવાદ!

અભિજીત ગાંધી, અહમદનગર

સપ્ટેમ્બર 2016માં હું ડૉ. દીક્ષિત સરનું વ્યાખ્યાન સાંભળવા ગયો હતો. પછી તરત જ તેમનો ડાયૅટ પ્લાન શરુ કર્યો.

મારી પ્રગતિના આંકડા નીચે મુજબ છે.

તારીખ	**એચબીએ1સી**	**વજન**
23/9/16	8.8	80
23/12/16	8.6	78
31/1/17	7.7	75
9/3/17	7.7	74
2/6/17	6.3	70

મારું વજન 10 કિલો ઘટ્યું અને એચબીએ1સીમાં 2.5નો ઘટાડો થયો. ડાયાબિટિસ અવસ્થામાંથી હું ડાયાબિટિસ પૂર્વ અવસ્થામાં આવ્યો. મને ખાતરી છે કે હું ડાયાબિટિસમુક્ત થઇશ.

ડૉ. દીક્ષિત સરની સલાહ પ્રમાણે હું ડાયાબિટિસ માટેની કોઈપણ દવા લેતો ન હોતો, અને મને આશા છે કે ભવિષ્યમાં પણ મારે કોઈ દવા લેવી નહીં પડે.

ડૉ. દીક્ષિત સર અને તેમની ટીમનો હૃદયપૂર્વક આભાર!!

સૌ. જ્યોત્સના બોધે, સાતારા

આ ડાયૅટ પ્લાન મેં બીજી જૂન, 2017થી શરૂ કર્યો. એ વખતે મારું વજન 68 કિલો હતું. ઘણા વર્ષોથી મારું વજન એકસરખું જ રહ્યું છે. મારું એચબીએ1સી 6.1 ટકા હતું એટલે કે હું ડાયાબિટિસ પૂર્વ અવસ્થામાં હતી. મારી કમરનું માપ 39.5 ઇંચ હતું.

મેં આ ડાયૅટ પ્લાનનું નિષ્ઠાપૂર્વક પાલન કર્યું. હાલ ત્રણ મહિના પછી મારું એચબીએ1સી 5.1 ટકા થયું છે, એટલે કે હું હવે ડાયાબિટિસમુક્ત થઈ છું. હમણાં મારું વજન 63 કિલો છે. અને કમરનું માપ 35.5 ઇંચ છે. ફક્ત ત્રણ મહિનામાં મારા વજનમાં પાંચ કિલોનો અને કમરના માપમાં ચાર ઇંચનો ઘટાડો થયો છે. મારું ફાસ્ટિંગ ઈન્સ્યુલિન 13.1થી ઘટીને 11.4 થયું છે. મારું નસકોરા બોલાવાનું પણ બંધ થઈ ગયું.

ડૉ. દીક્ષિત સરનો ઘણો ઘણો આભાર!

આ ડાયૅટ પ્લાન હું કાયમ માટે ચાલુ રાખીશ.

ડૉ. સુજિત કોંડકર ઉંમર 44 વર્ષ પ્રસૂતિ વિજ્ઞાન અને સ્ત્રીરોગ તજ્ઞ, ઔરંગાબાદ

હું છેલ્લા છ મહિનાથી ડાયૅટ પ્લાનનું પાલન કરું છું- જોકે 70 ટકા જેટલું પાલન કરી શક્યો છું.

ત્રણ મહિના પછીનાં પરિણામના આંકડા આ મુજબ છે (1) વજન 85 કિલોથી ઘટીને 82 કિલો (2) પેટનો ઘેરાવો 102 સે.મી.થી 99 સે.મી. (3) એચબીએ1સી 5.6 ટકાથી 4.95 ટકા (4) ફાસ્ટિંગ ઈન્સ્યુલિન 18.35થી 2.34.

આ આંકડા ઉપરથી સ્પષ્ટ થાય છે કે હું ડાયાબિટિસ પૂર્વ અવસ્થામાંથી ડાયાબિટિસમુક્ત થયો છું.

ડૉ. દીક્ષિત સર અને તેમની ટીમને ખૂબ ખૂબ ધન્યવાદ!

સંજય ચૌધરી, આઈટી કંપનીમાં મેનેજર
પુણે ઉંમર 46 વર્ષ

થોડા વર્ષો અગાઉ હું ટેનિસ પ્લેયર હતો. તરવા પણ જતો. એક સાથે બે કિ.મી. અંતર તરી શકતો. વર્ષોથી નિયમિત રીતે જીમમાં જઇને એક્સરસાઇઝ કરવા છતાં

અને યુરોપમાં હતો ત્યારે ઑફિસે જતાં-આવતાં 30 કિ.મી સાઈકલિંગ કરવા છતાં મારું વજન વધતું જ ગયું.

પુણેમાં ડૉ. દીક્ષિત સરનું વ્યાખ્યાન સાંભળ્યું અને 27/10/2017થી તેમના જણાવ્યા પ્રમાણેનો ડાયેટ પ્લાન શરુ કર્યો. મારે દેશ અને વિદેશમાં પ્રવાસ કરવો પડે છે તેમ છતાં પણ આ ડાયેટ પ્લાનનું ચુસ્તપણે પાલન કરું છું. અને 45 મિનિટમાં 4.5 કિ.મી ચાલવાનું પણ ચાલુ રાખ્યું છે.

એક અઠવાડિયામાં જ એક કલાકમાં છ કિ.મીનું અંતર કાપતો થયો.

એક અઠવાડિયામાં સરેરાશ પાંચ દિવસ ચાલવાનું થતું.

31મી જાન્યુઆરી, 2018ના રોજ કરાવેલી તપાસનાં પરિણામો નીચે મુજબ છે.

(1) વજન 100.5 કિલોથી ઘટીને 90.1 કિલો થયું.

(2) એચબીએ1સી 5.7 ટકાથી ઘટીને 5.4 ટકા થયું.

(3) ફાસ્ટિંગ ઈન્સ્યુલિન 25.75થી ઓછું થઈ 11.60 થયું.

આનો અર્થ એ કે ત્રણ મહિનામાં હું ડાયાબિટિસ પૂર્વ અવસ્થામાંથી ડાયાબિટિસમુક્ત થઈ ગયો.

માંડ ત્રણ મહિના પહેલાં હું 38 સાઈઝની પેન્ટ પહેરતો, એક મહિના અગાઉ 36 સાઈઝની નવી પેન્ટ ખરીદવી પડી. હવે તે પણ ઢીલી પડવા લાગી છે અને નજીકના ભવિષ્યમાં 34 સાઈઝની લેવી પડશે. મારું લક્ષ્ય હજી દૂર છે. કેમ કે મારે હજી બાવીસ કિલો વજન ઘટાડવું છે.

ડૉ. દીક્ષિત સર, તેમની નિઃસ્વાર્થ ટીમ અને સ્વ. શ્રીકાંત જિચકારજી આ બધાનો આભાર કે તેમણે આપણને આ માર્ગ ચીંધ્યો છે. મને વિશ્વાસ છે કે તેમણે ચીંધેલી રાહ પર ચાલતો રહીશ તો જરૂર મંઝિલ સુધી પહોંચીશ- બાવીસ કિલો વજન જરૂર ઘટાડીશ. ધન્યવાદ.

લેખક પરિચય

ડૉ. જગન્નાથ દીક્ષિત

ઇમેઇલ : drjvdixit@gmail.com

- ડૉ. જગન્નાથ દીક્ષિત હાલ ઔરંગાબાદની ગવર્નમેન્ટ મેડિકલ કૉલેજમાં કૉમ્યુનિટી મેડિસિન વિભાગમાં એસોસિએટ પ્રોફેસર તરીકે કાર્યરત છે. અધ્યાપક તરીકે 28 વર્ષ જુદી જુદી મેડિકલ કૉલેજોમાં કાર્ય કર્યું છે.
- મેડિકલ ઍજ્યુકેશન ક્ષેત્રમાં પ્રશંસનીય કાર્ય કરવા બદ્દલ તેમને ત્રણ રાષ્ટ્રીય અને ચાર રાજ્ય સ્તરીય પુરસ્કાર પ્રાપ્ત થયા છે.
- મહારાષ્ટ્ર યુનિવર્સિટી ઑફ હેલ્થ સાયન્સીઝ દ્વારા અપાતો બેસ્ટ ટીચર (મેડિકલ ફૅકલ્ટી) પુરસ્કાર (વર્ષ 2015-2016 માટે) પ્રાપ્ત.
- તેમણે બે પાઠ્ય પુસ્તકો મેડિકલ સ્ટુડન્ટ્સ માટે, એક પુસ્તક નર્સિંગના વિદ્યાર્થીઓ માટે અને 20 પુસ્તકો સર્વસામાન્ય લોકો માટે લખ્યાં છે.
- સ્વૈચ્છિક રક્તદાન ઝુંબેશમાં સક્રિય સહભાગ. અત્યાર સુધી 50થી વધુ વખત રક્તદાન કર્યું છે.
- સ્વ. ડૉ. શ્રીકાંત જિચકાર સાહેબની પ્રેરણાથી ''સ્થૂળતામુક્ત અને ડાયાબિટિસમુક્ત ભારત'' ઝુંબેશ છેલ્લાં ચાર વર્ષથી ચલાવી રહ્યા છે.

www.ingramcontent.com/pod-product-compliance
Lightning Source LLC
LaVergne TN
LVHW040749051026
849519LV00007BA/2493
9789389834109